મેનેજમેન્ટ ગુરુ

ભગવાન શ્રીકૃષ્ણ

ઓ. પી. ઝા

ડાયમંડ બુક્સ

પ્રકાશક	:	ડાયમંડ પૉકેટ બુક્સ (પ્રા.) લિ. X-30, ઓખલા ઇંડસ્ટ્રિયલ એરિયા, ફેઝ-II, નવી દિલ્હી-110020
ફોન	:	011-40712200
ઇ-મેઇલ	:	sales@dpb.in
વેબસાઇટ	:	www.diamondbook.in
મુદ્રક	:	Repro (India)
અનુવાદ	:	ક્રાંતિ કલ્પના

Management Guru Bhagwan Shri Krishna

By : O. P. Jha

આમુખ

વીસમી સદીના અંતિમ પચ્ચીસ વર્ષોમાં મેનેજમેન્ટ એક મહત્ત્વપૂર્ણ વિષયના રૂપમાં ઉભર્યું. એકવીસમી સદીના પ્રથમ દશકમાં આ સૌથી લોકપ્રિય વિષય બની ગયો. એન્જિનિયરીંગ, મેડિકલ, યોજના, બ્યૂરોક્રેસી અને અર્થશાસ્ત્ર સિવાય સામાન્ય માણસની રૂચિ મેનેજમેન્ટ પ્રત્યે પણ વધી. આ વિષયમાં ઉપલબ્ધ પુસ્તકોનું જાણે પુર આવ્યું છે. એમાંથી કેટલીક વિશેષજ્ઞો માટે છે, તો કેટલીક વિશેષ ટૉપિક પર આધારિત છે, કેટલીક પુસ્તકો જ્ઞાનવર્ધક છે, તો કેટલીક મૂંઝવવાવાળી.

ભારતના સૌથી લોકપ્રિય વ્યક્તિત્વ ભગવાન કૃષ્ણ છે. હજારો વર્ષ પસાર થઈ ચુક્યા છે, પરંતુ લોકોની રૂચિ એમનામાં વધી છે. આજે પણ, તેઓ કવિઓની પ્રેરણા છે. એમનું જીવન વિવિધતાઓથી ભરેલું છે, આ અત્યંત ઉચ્ચ સ્તરના મેનેજમેન્ટ વગર અશક્ય હતું. વાત ચાહે બ્રહ્માંડના સર્જકની હોય કે અદ્દ્ભુત ક્ષમતાવાળા માણસની, મેનેજમેન્ટની જરૂર બંને જ જગ્યાએ હતી. ભારતમાં મોટાભાગના લોકો કૃષ્ણને સર્વશક્તિમાન ઈશ્વરનો અવતાર માને છે. કેટલાક એમને સર્વાધિક વિકસિત આત્મા માને છે. અલગ-અલગ લોકોના વિચાર અલગ-અલગ હોઈ શકે છે, પરંતુ એટલું તો નિશ્ચિત છે કે બધા એમને અસાધારણ માને છે. આ જ કારણ છે કે એમના જીવનને નજીકથી જાણવાની ઉત્સુકતા અત્યારે પણ જળવાઈ રહી છે.

તમે ભલે વ્યવસ્થાના ક્ષેત્રથી જોડાયેલાં હો કે કોઈ બીજાથી, ભગવાન કૃષ્ણના જીવન પર એક ઝડપી નજર નાખવાની જરૂર તો છે જ. એમના જીવનના કેટલાક ભાગોથી જ્યારે આપણે પસાર થઈએ છીએ, તો આપણને અહેસાસ થાય છે કે એમનામાં પ્રબંધન (વ્યવસ્થા)ની અદ્દ્ભુત ક્ષમતા રહી હશે. આ પુસ્તક કૃષ્ણના જીવનમાં પ્રબંધન દક્ષતાને સામે લાવવાનો પ્રામાણિક પ્રયત્ન છે. હું આશા કરું છું કે આનાથી સાધારણ માણસને એક નવી દિશા મળશે. આ આત્માને પણ શાંતિ આપવામાં મદદરૂપ થશે. નિઃસંદેહ આના કેટલાંક તથ્ય વિશેષજ્ઞો માટે પણ લાભદાયક થશે.

આ પુસ્તકના લેખકે ડાયમંડ બુક્સના પ્રકાશક શ્રી એન. કે. વર્માના નેતૃત્વમાં જ પોતાના પ્રયત્નને મજબૂત આકાર આપ્યો. શ્રી એન. કે. વર્માને પુસ્તકોથી ખૂબ જ પ્રેમ છે. તેઓ એક તરફ જ્યાં પ્રાચીન જ્ઞાનને પુસ્તકોના માધ્યમથી સામે લાવવામાં વિશ્વાસ કરે છે ત્યાં જ બીજી તરફ એમણે અજાણ્યા વિસ્તારોમાં ફરવામાં પણ હિચક નથી થતી. આથી તેઓ પુસ્તકો અને જર્નલોની આશ્ચર્યજનક શ્રૃંખલા પ્રકાશિત કરે છે. આ એક મહાન કાર્ય છે... ખરેખર મહાન!

હું એ બધા લોકો પ્રત્યે પોતાનો આભાર વ્યક્ત કરું છું, જેમણે પ્રત્યક્ષ કે અપ્રત્યક્ષ રીતે આ પુસ્તકને એના આકારમાં લાવીને, એને એના સાચ્ચા પ્રેમી કે વાચક સુધી પહોંચાડવામાં મારી મદદ કરી છે. નિઃસંદેહ મારા પરિવારજન, મારી ધર્મપત્ની શ્રીમતી મમતા ઝા અને પુત્ર આયુષ્યમાન અભિનવ ચૈતન્યએ અનન્ય નિષ્ઠાની સાથે આ ગ્રંથને પૂર્ણ કરવામાં અત્યંત સહયોગ આપ્યો છે.

તમારો

ઓ. પી. ઝા

email : opjha189@gmail.com

વિષય સૂચી

ભાગ-૧
(અસીમ વિસ્તાર)

ભાગ-૧
(ભગવાન કૃષ્ણ અને સંગઠનના સ્તર પર મેનેજમેન્ટ)

ભાગ-૩
(ભગવાન કૃષ્ણ અને વ્યક્તિગત સ્તર પર મેનેજમેન્ટ)

ભાગ-૪
(મેનેજમેન્ટ ગુરુ ભગવાન કૃષ્ણ અને આંતરરાષ્ટ્રીય વિવાદોનું સમાધાન)

ભાગ ૧
અસીમ વિસ્તાર

૧

ગુરુના રૂપમાં કૃષ્ણ

કૃષ્ણમ્ નારાયાણમ્ વન્દે કૃષ્ણમ્ જગદ્દગુરુમ્ ।
કૃષ્ણમ્ દ્વૌપાયનમ્ વન્દે કૃષ્ણમ્ પૃથા સુતમ્ ॥

- શ્રીમદ્ ભાગવત

અર્થ : આપણે કૃષ્ણને પરમ-આત્મા નારાયણ અને જગદ્દગુરુ હોવાના સંબંધે પ્રણામ કરીએ છીએ. એની સાથે-સાથે આપણે ભાગવત્ના લેખક દ્વૌપાયન અને પૃથા (કુંતી) પુત્ર અર્જુનને પણ નમન કરીએ છીએ.

જ્યારે આપણે ભગવાન કૃષ્ણ પર ઉપલબ્ધ સાહિત્યને વાંચીએ છીએ, તો આશ્ચર્યચકિત રહી જઈએ છીએ. શું આ શક્ય છે કે એક વ્યક્તિનું જીવન આટલા બધા ગુણો અને વિવિધતાઓથી ભરેલું હોય? કૃષ્ણના જીવનમાં હાજર કલાઓ અને વિવિધતાઓના આધાર પર લોકો એમને સર્વોચ્ચ ઈશ્વરના રૂપમાં પૂજે છે.

કૃષ્ણ બાળકની રીતે પણ બધાના વ્હાલા હતા. યુવા કૃષ્ણ છોકરીઓના ધ્યાનાકર્ષણનું કેન્દ્ર હતા. એક યોદ્ધાની રીતે એમના સમયના શક્તિશાળી યોદ્ધાઓએ પણ એમની પ્રશંસા કરી. તેઓ એક કર્તવ્યનિષ્ઠ પુત્ર, વિશ્વાસી મિત્ર, સમર્પિત પતિ (જ્યારે એમની અનેક પત્નીઓ હતી), સફળ કૂટનીતિજ્ઞ, એક ગુણી ચિંતક, દૂરદર્શી અને સારાઈના વિજેતા હતા. તેઓ પોતાના સમયના ઉત્તમ નમૂના છે.

એમના ગુણો અને કળાઓની ઇતિહાસ પર અમિટ છાપ છે. એક ગુરુના રૂપમાં એમના પદ્ચિન્હ સ્થાયી અને પ્રેરણાદાયી છે. મારે પહેલાં 'ગુરુ' પદની વ્યાખ્યા કરવી જોઈએ. ગુરુનો અર્થ ફક્ત શિક્ષક કે આધ્યાત્મિક શિક્ષક નથી. ગુરુ તે છે, જે પોતાના શિષ્યોને બંધનમાંથી મુક્ત કરે છે અને એના જીવનને સુખમય

બનાવે છે. ગુરુ દરેક પ્રકારની નબળાઈથી ઉપર હોય છે.

કૃષ્ણ જ્યારે માત્ર એક અઠવાડિયાના હતા તો પૂતના નામની એક રાક્ષસી એમને મારવા માટે આવી. તે એક સ્ત્રીની વેશભૂષા ધારણ કરીને આવી હતી. એણે પોતાની છાતી પર ઝેર લગાવી દીધું હતું. એણે કૃષ્ણને દૂધ પિવડાવવાનો પ્રયત્ન કર્યો. પરંતુ કૃષ્ણનો સ્વાદ વિકસિત થઈ ચુક્યો હતો. તેઓ માતાના દૂધ અને દુશ્મનના દૂધમાં અંતર કરવામાં સક્ષમ હતા. ચિંતકોએ આ ઘટનાને અલગ-અલગ દૃષ્ટિકોણથી જોઈ. પરંતુ મારા વિચારથી આનો સીધો અર્થ છે કે વેશ બદલીને એમને મૂરખ બનાવી શકાતા ન હતા. સાચ્ચા ગુરુ દેખાડાથી પ્રભાવિત થતાં નથી અને પોતાના અનુયાયીઓને સત્ય અને હકીકતની ઓળખ કરવાની પ્રેરણા આપે છે.

કૃષ્ણ જીવનને ક્યારેય અવગણતા ન હતા. તેઓ સમતા અને વિષમતા બંનેમાં જ જીવનની સુંદરતા જોતા હતા. અધ્યાત્મ અને ભૌતિકતા વધારે અલગ નથી. અધ્યાત્મના જીવનને નકારવું એવું છે, જાણે આપણે ભોજનની અવહેલના કરીએ અને સ્વસ્થ થવાની કામના કરીએ.

કૃષ્ણને પોતાના સાથીઓની સાથે મજા આવતી હતી. પરંતુ એમના મિત્ર જાણતા હતા કે તેઓ એ બધામાં શ્રેષ્ઠ છે. એક નેતાને પોતાની ટીમની સાથે કામ કરવામાં મન જરૂર લાગે છે, પરંતુ બીજા સદસ્યોને એમની યોગ્યતામાં વિશ્વાસ પણ હોય છે. બાળપણના દિવસોમાં રમત દરમિયાન કૃષ્ણના મિત્રોને બરાબરનો દરજ્જો પ્રાપ્ત હતો. પરંતુ એમને જાણ હતી કે જ્યારે સમસ્યા સામે આવશે તો કૃષ્ણ જ રક્ષક બનશે. એક ગુરુ બધાની વચ્ચે એવા જ નજર આવી શકે છે, પરંતુ એમનામાં સૌથી ઉત્તમ કરવાનો ઉત્સાહ પણ રહે છે.

વ્રજની ગોપીઓને કૃષ્ણથી પ્રેમ હતો. કૃષ્ણના દિલમાં પણ એવી જ ભાવના હતી. પરંતુ એમનો પ્રેમ કોઈ વિશેષ માટે ન હતો. હા, ભલે જ એમના દિલમાં રાધા માટે વિશેષ જગ્યા હતી. જો કે રાધા પ્રત્યે પોતાના વિશેષ ઝુકાવની એમણે ક્યારેય ચર્ચા ન કરી. પરંતુ એમના સહયોગી એમની પસંદ-નાપસંદને સમજતા હતા. કૃષ્ણ જ્યારે પણ રાધાની સાથે હતા, તો બીજી ગોપીએ એમને પરેશાન કરતી ન હતી. ઘોષણા કર્યા વગર પણ ગુરુની ઈચ્છા સ્પષ્ટ હોય છે. એમના અનુયાયી એમના મિશનને સંપાદિત કરે છે.

મહાભારતના યુદ્ધ પહેલાં કૃષ્ણ ગુરુના સૌથી સારા રૂપમાં નજરે આવ્યા. કુરૂક્ષેત્રના મેદાનમાં એક ભીષણ યુદ્ધની લડાઈ થવી નિશ્ચિત હતી. પાંડવો અને કૌરવોની સેનાઓ ત્યાં જમા થઈ ચુકી હતી. વાસ્તવિક યુદ્ધ પહેલાં પાંડવોના

શક્તિશાળી યોદ્ધા અર્જુન, કૃષ્ણની સાથે બંને સેનાઓની વચ્ચે આવ્યા. અર્જુન ભાવનાઓની માયાજાળમાં ફસાયેલા હતા. તે પોતાના સગા-સંબંધીઓને મારવા માટે તૈયાર ન હતા. તે આત્મસમર્પણ કરવા ઈચ્છતા હતા.

આ એક સામાન્ય નબળાઈ છે. બહુધા લોકો આવા વિચારોમાં મૂંઝાઈ જાય છે અને લક્ષ્યને પ્રાપ્ત કરવામાં આવી બાધાઓ આવે છે. ક્યારેક કોઈની શૈલી, તો ક્યારેક પારિવારિક સંબંધો, ક્યારેક રાજનીતિક મુશ્કેલીઓ, તો ક્યારેક મિત્રતા અને ક્યારેક કેટલીય બીજી વસ્તુઓ પ્રાપ્ત કરવાના માર્ગમાં મુશ્કેલી બની જાય છે. એક સાચ્ચો ગુરુ પોતાના શિષ્યની આંખોની સામે આ અંધકાર દૂર કરીને એમને પ્રકાશ બતાવે છે. જેથી એમનો શિષ્ય પોતાના કર્તવ્યથી ચૂકે નહીં.

લોકો ભાવુક થઈને પોતાના કર્તવ્યથી પાછળ હટવા લાગે છે. ગુરુ એમને કર્તવ્યની મહત્તા સમજાવે છે. એમની સામે કર્તવ્યની સાચી પરિભાષા રાખે છે. અર્જુન માટે મહાભારતનું યુદ્ધ રાજગાદીની લડાઈ હતી. કૃષ્ણ માટે આ ઉત્તરાધિકારની લડાઈ હતી. તેઓ યુદ્ધના કારણોને જ ઉખાડી ફેંકવા ઈચ્છતા હતા. લોકો લડાઈઓ લડે છે, પરંતુ એના કારણ અને એની ઉત્પત્તિને જાણવાનો પ્રયત્ન નથી કરતાં. મહાભારત પછી ભારતમાં કોઈ મહાયુદ્ધ નથી લડવામાં આવ્યું. અહીંયા કોઈ વિશ્વયુદ્ધ નથી થયું. ફક્ત લડાઈઓ લડવામાં આવી.

અર્જુન માટે દુર્યોધન એના દુશ્મન હતા. કૃષ્ણ માટે દુર્યોધન નકારાત્મક ઊર્જાના પ્રતીક હતા. એમને બધી બુરાઈઓને કારણે જ ખતમ કરવાના હતા અને સારાઈઓની સત્તા સ્થાપિત કરવાની હતી.

કૃષ્ણએ અર્જુનને વિશ્વાસમાં લીધો અને એમને પોતાનું કર્તવ્ય નિભાવવાનો ઉપદેશ આપ્યો. અર્જુનને સમજાવવા માટે એમણે પોતાનું દર્શન, તર્ક અને બળની સાથે પ્રસ્તુત કર્યું. એમની સૂક્તિઓ લોકપ્રિય થઈ. રણક્ષેત્રમાં કૃષ્ણ દ્વારા અર્જુનને આપવામાં આવેલા ઉપદેશને આપણે ગીતાના રૂપમાં જાણીએ છીએ. હકીકતમાં આ ગીતોનો સંગ્રહ છે. અહીંયા સૂક્તિઓ ગીત બની ગઈ. જેને બધા ગાય છે. આ પુસ્તક કોઈ સંપ્રદાય સાથે સંબંધિત નથી. આ ગીત સાર્વભૌમિક છે. આ જીવનને સમજવાનો દસ્તાવેજ છે.

આપણે કોઈને એક વખતમાં વિશ્વાસ નથી અપાવી શકતા. સમજાવવામાં સમય લાગે છે. ગીતાના પ્રથમ અધ્યાયમાં અર્જુન પોતાની નબળાઈ અને ઉદાસી વિશે બતાવે છે. બીજા અધ્યાયમાં કૃષ્ણ એને આત્માની નિરંતરતાનો ઉપદેશ આપે છે. પરંતુ નબળાઈ અને ઉદાસીથી ઘેરાયેલા વ્યક્તિ માટે આત્માની નિરંતરતા

કોઈ અર્થ નથી રાખતી. એના પછી ભગવાન કૃષ્ણ નૈતિકતા અને ઔચિત્ય પર ભાષણ કેન્દ્રિત કરે છે. પરંતુ અર્જુન એના પછી પણ યુદ્ધ માટે તૈયાર નથી થતાં. ત્યારે કૃષ્ણ મહામાનવોવાળા ગુણ બતાવે છે. એનાથી અર્જુન લક્ષ્ય સુધી પહોંચવા માટે તૈયાર થઈ જાય છે. એનાથી પહેલાં અર્જુન, કૃષ્ણને પોતાના મિત્ર અને માર્ગદર્શક માની રહ્યાં હતા. પરંતુ દસમાં અને અગિયારમાં અધ્યાય પછી કૃષ્ણ અને અર્જુન બંનેના સુર બદલાઈ ગયા. હવે, કૃષ્ણ ગુરુના રૂપમાં હતા અને અર્જુન એમના શિષ્ય બનીને પરમસુખનો આનંદ લઈ રહ્યાં હતા.

કોઈ વ્યક્તિને જ્યારે ગુરુની ક્ષમતાનું જ્ઞાન થઈ જાય છે, તો તે સમર્પિત થઈ જાય છે. અર્જુન કૃષ્ણને પોતાના ગુરુના રૂપમાં સ્વીકાર કરે છે. આ જ સ્વીકૃતિ પછી કૃષ્ણ કર્તવ્ય, સમર્પણ અને જ્ઞાનના મહત્ત્વ પર ઉપદેશ આપે છે. અર્જુનને એ સમજ આવી જાય છે કે દુર્યોધન કુકર્મોનો પ્રતિનિધિ છે. શાંતિ સ્થાપિત કરીને વિશ્વને ફળવા-ફૂલવા માટે દુર્યોધનનો અંત જરૂરી છે.

આ જ્ઞાન પ્રાપ્ત કરીને અર્જુન યુદ્ધમાં ઉતરે છે. પોતાના કર્તવ્યને સંપૂર્ણ ગુણવત્તાથી નિભાવવા માટે વિભાગનો બૌદ્ધિક ઝુકાવ થવો જરૂરી છે. એ સમયે ભાવનાઓની સાથે ના વહેવું જોઈએ. ભાવુક હોવું સારું છે, દયાળું હોવું ઉત્તમ છે, પરંતુ કવિના કૌશલથી કામ કરવું સર્વોત્તમ છે. સૌથી સારી કવિતા સત્યની ઊંડાણતાઓથી નિકળીને આવે છે. ગીતા સત્યનો જ સાર છે. જેઓ જીવનમાં ફળવા-ફૂલવા અને પ્રગતિ કરવા ઇચ્છે છે, એમના માટે ગીતાનો સારગર્ભિત અભ્યાસ જરૂરી છે. 'ગીતા' કૃષ્ણના અતિ વિશિષ્ટ જીવન અને અનશ્વર જીવન દર્શનથી નિકળીને આવેલું એક સુંદર ફૂલ છે. પ્રબંધન ગુરુ ભગવાન શ્રીકૃષ્ણ, મહાગુરુ ભગવાન કૃષ્ણનું ફક્ત એક પ્રતિબિંબ છે. આગળના અધ્યાયોમાં આપણને એ જ અમર કૃષ્ણની ઝલકો જોવા મળશે.

અહીંયા હું સાર્વભૌમિક ગુરુ ભગવાન કૃષ્ણને પ્રણામ કરું છું. (વંદે કૃષ્ણમ્ જગદ્ગુરુ)

૨

ભગવાન કૃષ્ણની ૬૪ કળાઓ અને મેનેજમેન્ટ

ગુણાત્મનસ્તેઽપિ ગુણાન્ વિમાંતુ
હિતાવતીર્ણસ્ય ક ઈશિરેઽસ્ય ।
કાલેન યૈર્વા વિમિતાઃ સુકલ્પૈ-
ર્ભૂપાંશવઃ ખે મિહિકાદ્યુભાસઃ ॥

- શ્રીમદ્ ભાગવત

જે ભગવાન શ્રીકૃષ્ણએ વિશ્વના કલ્યાણ હેતુ જન્મ લીધો હોય, એમના ગુણોને જાણવામાં કોણ સક્ષમ છે? કેમ કે તે જ સમસ્ત ગુણોને આચ્છાદિત કરે છે. કોઈ વ્યક્તિ આ ધરતીની સમસ્ત ધૂળ-કણોને અને ત્યાં સુધી કે બ્રહ્માંડના બધા તારાઓની ગણના તો કરી શકે છે, પરંતુ એમના ગુણોને કોઈ પણ નથી ગણી શકતું.

છતાં પણ પાઠકોને પરમાનન્દ માટે અહીંયા ભગવાન શ્રીકૃષ્ણના ૬૪ ગુણો અર્થાત્ કળાઓનું વર્ણન કરવામાં આવ્યું છે, જે રૂપ ગોસ્વામી રચિત 'ભક્તિરસામૃત સિંધુ' પર આધારિત છે.

ગીતાના દસમા અધ્યાયમાં ભગવાન કૃષ્ણએ બધી સુંદર વસ્તુઓમાં ઈશ્વરના પ્રતિબિંબને સ્થાપિત કર્યું છે. તેઓ કહે છે કે સર્વશક્તિમાન ઈશ્વર, દરેક નૈસર્ગિક વસ્તુમાં હાજર છે. અંતમાં ભગવાન કૃષ્ણ સ્વીકાર કરે છે કે તેઓ ખુદ દરેક જીવિત અને નિર્જીવ વસ્તુમાં હાજર છે. ભાગવત્ મહાપુરાણ અનુસાર ઈશ્વરના ગુણગાન નથી કરી શકાતા. એમના ગુણ વર્ણનાતીત છે. છતાં પણ કવિગણ પરમાનંદની પ્રાપ્તિ માટે ભગવાનના ગુણોનું વર્ણન કરે છે. આ જ પવિત્ર પુરાણ

અનુસાર સૃષ્ટિના પ્રારંભમાં ભગવાને સોળ ગુણોનું નિર્માણ કર્યું. આ સોળ ગુણ સર્વશક્તિમાન ઈશ્વરના સોળ વિભાગો દ્વારા તૈયાર કરવામાં આવ્યા. આપણાં શરીરમા પાંચ જ્ઞાનેન્દ્રિયો, પાંચ કર્મ ઈન્દ્રિયો, પાંચ તત્ત્વ (ક્ષિતિ, જળ, પાવક, આકાશ, પવન) અને મન છે. મનુષ્યની અંદર આ સોળ ઘટક ક્યારેય બિલ્કુલ સંતુલિત રહેતા નથી. પરંતુ એક સામાન્ય મનુષ્યની અંદર એનો ગુણોત્તર સમાન જરૂર રહે છે. આ જ સોળ ઘટકોથી સંબંધિત સોળ ગુણ છે.

ભગવત્ મહાપુરાણમાં સંસારની ઉત્પત્તિની ચર્ચા છે. એમાં ઈશ્વરની કૃતિઓ અને સંસારોને ચલાવવા માટે સોળ ગુણોની સ્વીકૃતિનું વર્ણન છે. આમાંથી કેટલાંક ગુણ મનુષ્યોમાં જોવા મળે છે. ભારતવર્ષમાં કૃષ્ણને ઈશ્વરનો સાચ્ચો અવતાર માનવામાં આવ્યો છે. કેટલાક લોકો એમની સોળેય કળાઓનું વર્ણન કરે છે, તો કેટલાંક એમના ચોસઠ ગુણોની વાત કરે છે. કેટલાક ભક્ત એવા પણ છે, જે ઈશ્વરના માત્ર ૬ લક્ષણોથી જ સંતુષ્ટ થઈ જાય છે. આગળ આપણે આ ગુણો, કળાઓ અને લક્ષણોની વાત કરીશું. ચોસઠ ગુણોમાં સોળ કળાઓ અને છ લક્ષણ પણ સામેલ છે.

ચૈતન્ય મહાપ્રભુના અનુયાયીઓમાં એક સુપ્રસિદ્ધ સંત, કવિ રૂપ ગોસ્વામી હતા. એમણે પોતાની પ્રસિદ્ધ કૃતિ 'ભક્તિસ્મૃતિ સિંધુઅમાં ભગવાન કૃષ્ણના સોળ ગુણોનું વર્ણન કર્યું છે. એમાંથી કેટલાક ગુણ બધા મનુષ્યોમાં હાજર હોય છે. પરંતુ બધા ગુણ કોઈ એક મનુષ્યમાં હાજર નથી રહી શકતા. ભગવાન કૃષ્ણમાં આ બધા ગુણ હતા, જે નિમ્નાંકિત છે. -

૧. સુરમ્ય અંગ (સુંદર શરીર)

ભગવાન કૃષ્ણનું શરીર બિલ્કુલ યોગ્ય આકારમાં હતું. એમની સુંદરતા અદ્વિતીય હતી. લોકો એમની તરફ સહજ રૂપથી આકર્ષિત થતાં હતા. એક સ્માર્ટ અને સુંદર વ્યક્તિના સેંકડો પ્રશંસક હોય છે. કોઈના પણ વ્યક્તિત્વમાં એમના શારીરિક સૌષ્ઠવનું મહત્ત્વપૂર્ણ સ્થાન હોય છે. પ્રથમ નજરમાં શારીરિક બનાવટ પર જ ધ્યાન જાય છે. આને વ્યાયામ, યોગ અને ધ્યાન દ્વારા સુંદર બનાવી શકાય છે. પરંતુ સુંદર શરીર મૂળ રીતે ઈશ્વર પ્રદત્ત એક વરદાન છે. ભગવાન કૃષ્ણને 'શ્યામસુંદર' કહેવામાં આવતા હતા. તેઓ આસપાસની છોકરીઓને પ્રિય હતા. કૃષ્ણની યૌવનાવસ્થામાં મહિલાઓ અને છોકરીઓ એમનું ધ્યાન આકર્ષિત કરવા માટે હંમેશાં તત્પર રહેતી હતી. સુંદર શરીર એક વરદાન છે.

૨. સર્વલક્ષણ સમન્વિત (બધા લક્ષણોથી યુક્ત)

કૃષ્ણના વ્યક્તિત્વમાં સુંદર અને ઉદાત્ત ગુણોનો સમન્વય હતો. જેનાથી બધા પ્રસન્ન હતા. કહેવામાં આવે છે કે એમના જન્મ સમયે ફૂલ ખીલી ગયા, વૃક્ષ ફળોથી લદાઈ ગયા અને ઋષિગણ વેદવાક્ય ગણગણવા લાગ્યા. રાજાઓએ એમને પોતાના રાજસી સમારંભોમાં આમંત્રિત કર્યા. માતાઓએ એમને ખાવા પર આમંત્રિત કર્યા. કિશોરીઓએ એમને બગીચાઓમાં મળવા માટે બોલાવ્યા. એમની ઉપસ્થિતિ બધા માટે વાંછનીય અને સુખદ હતી.

૩. રુચિપ્રદ (સુખદ)

કૃષ્ણનું જગમગતું વ્યક્તિત્વ જોઈને લોકોમાં સુખદ અહેસાસ ભરાઈ જતો હતો. પોતાના બાળ લીલાથી એમણે પોતાની દત્તક માતા યશોદાના સ્વાર્ગિક સુખનો અહેસાસ કરાવ્યો. વ્રજમાં પોતાના ગોપ સાથીઓની સાથે એમને રમત-રમતમાં મસ્તી અને આનંદનું વાતાવરણ પેદા કર્યું. તેઓ નૃત્ય-ગીત, નાટક અને મીઠી વાતોથી વ્રજની ગોપીઓનું દિલ જીતી લેતા હતા. એમણે ખરાબ શક્તિઓ અને આતંકને પરાજિત કરીને દરેક લોકોને ખુશ કર્યા. તેઓ, જે બીજાઓ માટે વિચારે છે, હંમેશાં ખુશી આપવાવાળા હોય છે. ભગવાન કૃષ્ણનું વ્યક્તિત્વ સુખદ હતું. બધાએ એમને આવકાર્યા, પ્રેમ કર્યો અને એમની પૂજા કરી.

૪. તેજસયુક્ત (તેજસ્વી)

ભગવાન કૃષ્ણનું વ્યક્તિત્વ તેજોમય હતું. જેવી રીતે સૂરજ સતત પ્રકાશ આપે છે, એવી જ રીતે એમનું વ્યક્તિત્વ પણ પ્રકાશ ફેલાવવાવાળું હતું. અર્જુનને એમણે નૈસર્ગિક આંખો આપી જેથી તેઓ એમના પરાભૌતિક રૂપનું દર્શન કરી શકે. ત્યારે અર્જુને જોયું કે ભગવાનની પાસે હજારો ચાંદ, સૂરજ અને તારાઓની રોશની છે. તેજોમય અને શાલીન વ્યક્તિત્વને બધા પસંદ કરે છે. ભગવાનના ચહેરાની આભા એટલી પ્રખર હતી કે લોકો એમના ચહેરા તરફ સતત જોઈ શકતા ન હતા. એમને બાજુમાં હટવું પડતું હતું.

૫. શક્તિશાળી

કૃષ્ણ અત્યંત શક્તિશાળી હતા. એમણે બળ પ્રયોગ કરીને દુનિયાને બરબાદ કરી રહેલાં દુર્દાંત રાક્ષસોનો નાશ કર્યો. ક્યારેક-ક્યારેક આતતાયી શક્તિઓથી નિપટવા માટે બળ પ્રયોગને સાચો સાબિત કરવો પડે છે. જો કે આ આદર્શ સ્થિતિ

નથી. કૃષ્ણને મારવા માટે કંસ દ્વારા મોકલવામાં આવેલા રાક્ષકો માટે અહિંસાનો કોઈ અર્થ ન હતો. કૃષ્ણનું બાળપણ મથુરાના વ્રજમાં પસાર થયું. વ્રજના લોકો ભોળા અને સીધા હતા. પરંતુ કંસના સૈનિક એમને સતત પરેશાન કરી રહ્યાં હતા. ખરાબ શક્તિઓને પૂરી રીતે સાફ કરવા માટે, નિયમ-કાયદાનું પુનઃસ્થાપન કરવા માટે અને ભોળા-નિર્દોષ લોકોની રક્ષા કરવા માટે ક્યારેક-ક્યારેક બળ પ્રયોગ જરૂરી થઈ જાય છે. અહીંયા બળ મહત્ત્વપૂર્ણ છે, પરંતુ એનો પ્રયોગ સારા કારણો માટે કરવામાં આવવો જોઈએ.

૬. વયસાન્વિત (કોમળતા/કૈશોર્ય)

કૃષ્ણ હંમેશાં એક કિશોરની જેમ દેખાતા હતા. એમનું વ્યક્તિત્વ કોમળતા અને નવીનતાથી પરિપૂર્ણ હતું. યુવાન દેખાવાની ઇચ્છા પ્રત્યેકમાં હોય છે. કોઈ એના માટે જિમ જાય છે, તો કોઈ આયુર્વેદિક અને રાસાયણિક દવાઓનો પ્રયોગ કરે છે. ઋષિ ચ્યવન વિશે પ્રસિદ્ધ છે કે એમણે પોતાના જીવનના સાંધ્યકાળમાં યૌવનને ફરીથી પ્રાપ્ત કરવાનો નિશ્ચય કર્યો. અંતમાં, એમણે એક એવી દવા શોધી કાઢી, જેનું સેવન કરીને વ્યક્તિ હંમેશાં યુવાન રહી શકે. મનુષ્ય જાતિમાં યુવાન દેખાવાની શાશ્વત ઇચ્છા રહી છે. જે જવાન દેખાય છે, તેઓ સરળતાથી લોકોનું દિલ જીતી લે છે અને પ્રભાવશાળી હોય છે.

૭. વિવિધ બહુભાષાવિદ્

કૃષ્ણ અનેકાનેક ભાષાઓના જાણકાર હતા. આ જ ક્ષમતાને કારણે તેઓ અલગ-અલગ ક્ષેત્રોના રાજાઓ અને કૂટનીતિજ્ઞોથી સરળતાથી સંવાદ સ્થાપિત કરી લેતા હતા. આજકાલના વિવિધ ભાષાઓના સમયમાં માત્ર એક ભાષાની જાણકારા પૂરતી નથી. એક વ્યક્તિને ઓછામાં ઓછી બે ભાષાઓની જાણકારી હોવી જોઈએ. ભલે કોઈ સામાન વેચવાનો હોય કે લોકોની સાથે પરસ્પર સંવાદ કાયમ કરવાનો હોય, આપણને અભીષ્ટ સમૂહની ભાષાની જાણકારી હોવી જોઈએ. જેની પાસે આ જાણકારી નથી હોતી, એ મધ્યસ્થની જરૂર પડે છે. મધ્યસ્થ બંને જ ભાષાઓનો જાણકાર હોય છે એ અનુવાદના માધ્યમથી સંવાદ સ્થાપિત કરવામાં મદદ કરે છે. ક્યારેક-ક્યારેક સંવાદ જ્યાં પોતાના ઉદ્ગમથી અંત સુધી નથી પહોંચતો, એની આત્મા નષ્ટ થઈ જાય છે. વર્તમાન સમયમાં અંગ્રેજીની ઓળખ એક આંતરરાષ્ટ્રીય ભાષાની છે. આ સિવાય ચીની આબાદીનો એક મોટો ભાગ મંદારિન ભાષાનો પ્રયોગ કરે છે. હિન્દી બોલવાવાળા લોકોની સંખ્યા ૮૦ કરોડથી પણ વધારે છે. જાહેરાત વગેરે માટે સ્થાનીક ભાષાનો ઉપયોગ વધારે અસરકારક

હોય છે. બુદ્ધે પોતાના વિચારોના વિસ્તાર માટે સંસ્કૃતને બદલે ક્ષેત્રીય ભાષા 'પાલી'ને પસંદ કરી. લોકોને સામાન્ય રીતે બોલવામાં અને સમજમાં આવતી ભાષા સિવાય સ્થાનીય ભાષાની પણ જાણકારી હોવી જોઈએ. તુલસીદાસે મહાગ્રંથ 'રામચરિતમાનસ'ને સ્થાનીય ભાષા 'અવધી'માં લખ્યો.

આધુનિક યુગના પ્રસિદ્ધ ભાષાવિદોનું માનવું છે કે એવા લોકો જેમને અલગ-અલગ ભાષાઓની જાણકારી હોય છે, એમની પાસે સુદઢ મગજ શક્તિ હોય છે. તેઓ કેટલાય બિંદુઓ પર અને કેટલીય દિશાઓમાં વિચારે છે. આથી તેઓ વધારે રચનાત્મક હોય છે. ભગવાન કૃષ્ણ બહુભાષાવિદ્ હતા. આથી એમને સર્વોચ્ચ રચનાકાર માનવામાં આવે છે.

૮. સત્યવાદી (સત્ય બોલવાવાળા)

કૃષ્ણ સત્યવાદી હતા. તેઓ જૂઠું બોલતા ન હતા. સત્ય બોલવાવાળા પર લોકો સરળતાથી વિશ્વાસ કરી લે છે. આવા લાકોને સહયોગીઓ અન જનસામાન્યનો આદર મળે છે. લીડરશિપ કે નેતૃત્વ કરવા માટે આ પરમાવશ્યક ગુણ છે. ત્યાં સુધી કે મહાભારતની લડાઈ દરમિયાન પણ કૃષ્ણએ એક પણ અસત્ય ના બોલ્યા. પાંડવોમાં સૌથી મોટા ધર્મરાજ યુધિષ્ઠિરને શબ્દ કાલ્પનિક સત્યનો સહારો લેવો પડ્યો, પરંતુ ભગવાન ખુદ જૂઠથી દૂર રહ્યાં. બાળપણમાં જ્યારે તેઓ માતા યશોદાથી કંઈક છુપાવતા હતા, તો એમના હાવ-ભાવ એટલા ભોળા હતા કે સત્ય સામે આવી જતું હતું. સારા વ્યક્તિત્વનો સૌથી સુદઢ સ્તંભ સત્ય જ છે.

૯. મૃદુભાષી (પ્રિય વચન બોલવાવાળા)

ફક્ત સત્ય બોલવું પૂરતું નથી હોતું. આપણે કડવું સત્ય ના બોલવું જોઈએ. બોલીમાં મધુરતા હોવી જોઈએ. ભગવાન કૃષ્ણ દુર્દાંત અપરાધીઓથી પણ મીઠી ભાષામાં જ વાત કરતાં હતા. એમની વિશેષતા હતી કે તેઓ પોતાનો કાબૂ ક્યારેય ગુમાવતા ન હતા. ભગવાન કૃષ્ણ કઠોરથી કઠોર સંવાદ પણ મીઠી ભાષામાં જ સંભળાવતા હતા. મીઠા વચન બોલવા વધારે સરળ નથી, ખાસ કરીને જ્યારે કઠોર સંવાદ સંભળાવવાના હોય. આના માટે સંતુલિત વ્યક્તિત્વની જરૂર હોય છે. મીઠા વચન બોલીને આપણે આશાથી ક્યાંય વધારે પ્રાપ્ત કરીએ છીએ. આ જ કારણ છે કે યુદ્ધ જેવી પરિસ્થિતિઓમાં પણ કૂટનીતિજ્ઞ મીઠી ભાષા જ બોલે છે.

કર્ણપ્રિય ભાષા બોલવી બાળકોની રમત નથી. એના માટે સુનિયોજિત મગજ અને મનોવિજ્ઞાનની જરૂર હોય છે. આ મૃદુભાષી કે ખુશનુમા હૃદય રાખવાવાળાથી

પણ અલગ છે. જો તમારા મગજમાં કોઈ વાત ચાલી રહી છે, તો તમે વધારે સમય સુધી મીઠી ભાષા નથી બોલી શકતા. લાખ પ્રયત્નો છતાં તમે પોતાની ઈચ્છા વધારે સમય સુધી છુપાવીને રાખી નથી શકતા. ભગવાન કૃષ્ણ વ્રજની ગોપીઓની સાથે મીઠી-મીઠી વાતો કર્યા કરતાં હતા. તેઓ મહાભારતના યુદ્ધ દરમિયાન પણ આવું કરતા હતા. યુદ્ધના ઠીક પહેલાં કૃષ્ણએ જે ઉપદેશ આપ્યો, એને આપણે 'ગીતા'ના નામથી જાણીએ છીએ. આ કૃષ્ણની મહાનતાની ચરમ છે કે એક યોદ્ધા રણક્ષેત્રમાં દિવ્ય ગાન ગાય છે.

૧૦. વાક્પટુ

ભગવાન કૃષ્ણ સારા વક્તા હતા. કોઈ પણ વાતને આકર્ષક અંદાજમાં પ્રસ્તુત કરવાની કળામાં તેઓ પારંગત હતા. આ કળામાં મહારત પ્રાપ્ત કરવા માટે કેટલાય પ્રકારની જાણકારી હોવી જોઈએ. વક્તાને સમય અને તકનું જ્ઞાન હોવું જોઈએ. એની સાથે જ એને એ વ્યક્તિ અથવા શ્રોતા વિશે પણ પૂરતી જાણકારી હોવી જોઈએ, જેની સાથે સંવાદ સ્થાપિત કરવાના છે. કૃષ્ણને આ કળામાં મહારત પ્રાપ્ત હતી. પ્રત્યેક સારો વક્તા નથી હોઈ શકતો. વાક્પટુતા વ્યવસ્થાનો એક મહત્ત્વપૂર્ણ ગુણ છે. એક સારો વક્તા પોતાના ભાષણથી શ્રોતાઓને પોતાના પક્ષમાં કરી લે છે અને રસ્તાની મુશ્કેલીઓને ઉખાડી ફેંકે છે. પ્રભાવશાળી ભાષણ માટે વક્તાને તકની મુલાયમતાની જાણ હોવી જોઈએ. કૃષ્ણ પોતાના માતા-પિતાની સામે એક બાળકની જેમ વ્યવહાર કરતા હતા. પોતાના સાથીઓની વચ્ચે તેઓ લોકપ્રિય નવયુવક દેખાતા હતા. યુદ્ધના મેદાનમાં તેઓ રણનીતિકરના રૂપમાં નજરે આવ્યા. ત્યાં જ રાજાઓની વચ્ચે એમની ભૂમિકા કૂટનીતિજ્ઞની હતી. ભક્તની આંખોમાં તેઓ આ સાધારણ ક્રિયાકલાપોથી ઉપર હતા. એક જ વ્યક્તિમાં આ બધી ભૂમિકાઓનો સમાવેશ આશ્ચર્યજનક છે. આ પણ એક કળા છે, જેને ઉત્તમ પ્રસ્તુતિકરણ કહી શકાય છે.

૧૧. સુપંડિત (સર્વજ્ઞાતા)

કૃષ્ણ બધું જ જાણવાવાળા અવતાર હતા. એમની ઔપચારિક શિક્ષાની શરૂઆત બાર વર્ષની ઉંમરમાં થઈ. મથુરાના નિરંકુશ રાજા કંસને માર્યા પછી એમને પ્રાચીન ભારતમાં એક ગુરુકુળમાં મોકલવામાં આવ્યા. એક સામાન્ય માણસના

દૃષ્ટિકોણથી જુઓ, તો લાગશે કે એનાથી પહેલાં કૃષ્ણએ જીવનને વધારે નજીકથી જોયું. એમની પાસે મીઠા અને કટુ બંને જ પ્રકારના અનુભવ હતા. એમને પોતાના માતા-પિતાથી બાર વર્ષો સુધી અલગ રહેવું પડ્યું. કંસે એમના માતા-પિતાને બંદી બનાવી લીધા હતા. જો કે એમની દત્તક માતા યશોદાએ એમના લાલન-પાલનમાં જ પોતાનું જીવન સમર્પિત કરી દીધું. આની જાણ કૃષ્ણને પણ હતી. કૃષ્ણએ ડઝનો દુર્દાંત રાક્ષસોનો ખાત્મો કર્યો. આ અનુભવોથી તેઓ પરિપક્વ થયા. ઈશ્વરના દૃષ્ટિકોણથી જોઈએ, તો કૃષ્ણમાં બધા ગુણ જન્મજાત હતા. પરંતુ સાધારણ માણસ જીવનના અલગ-અલગ ચરણોમાં અલગ-અલગ વસ્તુઓ શીખે છે. પ્રાચીન ભારતમાં હાજર શિક્ષા પદ્ધતિ અનુસાર કૃષ્ણએ બધા ચોસઠ ગુણ, સોળ કળાઓ અને સ્વાધ્યાયની ચૌદ શાખાઓનું જ્ઞાન ઋષિ સાંદીપનીના ગુરુકુળમાં માત્ર ચોસઠ દિવસોના નાના-એવા વિરામમાં ગ્રહણ કર્યું. આજકાલના સમાજમાં પરિસ્થિતિઓનું યોગ્યતાપૂર્વક મૂલ્યાંકન કરીને, ઈચ્છિત પરિણામ આપવા માટે વ્યક્તિ સારી રીતે ભણેલો-ગણેલો હોવો જરૂરી છે. અહીંયા એક સાથે કેટલાય કામ પૂરા કરવાના હોય છે. એને સફળતાપૂર્વક કરવા માટે અલગ-અલગ પ્રકારના અનુભવોની જરૂર છે.

૧૨. બુદ્ધિશાળી

જો કોઈ સુંદર છે, પરંતુ બુદ્ધિશાળી નથી તો એને જીવનમાં સંપૂર્ણ સફળતા નહીં મળે. ભગવાન કૃષ્ણ બાળપણથી જ વધારે તીક્ષ્ણ બુદ્ધિવાળા હતા. આજકાલ લોકો ભાવનાત્મક બુદ્ધિમતાની વાતો કરે છે. જો ભાવનાત્મક સ્તર પર સંબંધ બનાવવા માટે બુદ્ધિમતાનો ઉપયોગ કરવામાં આવે તો યોગ્ય છે. પરંતુ મોટાભાગની બાબતોમાં ભાવનાત્મક બુદ્ધિમતાનો ઉપયોગ લોકોને ભાવનાત્મક સ્તર પર બ્લેકમેલ કરવા માટે કરવામાં આવી રહ્યો છે. જાહેરાતોની દુનિયામાં લાભ કમાવવા માટે લોકોની ભાવનાઓને નિયંત્રિત કરવાના બહાને બહેકાવવામાં આવી રહ્યાં છે. પરંતુ ઉત્પાદનની ગુણવત્તા સર્વોપરિ છે. જો આ સ્તર સાચું છે તો ઉત્પાદન ચાલી નિકળે છે. ખોટા સિક્કા કોઈ કામના નથી હોતા. નૈતિક રૂપથી જ સાચા લોકોને ખુશ કરવા માટે ભગવાન કૃષ્ણએ ભાવનાત્મક કુશાગ્રતાની સાથે-સાથે બુદ્ધિમતાની પણ મદદ લીધી. ભાવનાત્મક બુદ્ધિમતામાં સ્થાયિત્વ નથી હોતું. આથી હું ભાવનાત્મક બુદ્ધિમતાના બદલે નૈતિક બુદ્ધિમતાનો પ્રયોગ કરવા ઈચ્છીશ. અહીંયા નૈતિક બુદ્ધિમતાની વ્યાખ્યા જરૂરી છે. આ આપણી અંતરાત્માથી નિર્દેશિત થાય

છે. આ આપણને સ્વાર્થપૂર્તિ અને બીજાઓને મૂરખ બનાવવા માટે ક્યારેય પ્રેરિત નથી કરતી. આ બીજાની ભાવનાઓની સાથે રમત નથી કરતી. આ બધાના ફાયદા માટે અને સ્થાયી હોય છે. આ ના તો કોઈ વિશેષ પંથની વકીલાત કરે છે અને ના તો જરૂરથી વધારે વ્યાપક હોય છે. આમાં હૃદયને સ્પર્શવાવાળી સંવેદના હોય છે પણ એનો મજબૂત વ્યાવહારિક પક્ષ પણ હોય છે. આ સમગ્ર વિકાસની જરૂરી શરત છે. આપણી અંતરાત્મા સાચા અને ખોટાનું નિર્ધારણ સરળતાથી કરી લે છે. અહીંયા ધર્મનિરપેક્ષ અને નૈતિકતાની વચ્ચે કોઈ સંઘર્ષ નથી. નૈતિકતાનો પ્રયોગ આધ્યાત્મિક અને ધર્મનિરપેક્ષ બંને જ વિષયોમાં પ્રાસંગિક અને જરૂરી છે. આથી નૈતિક બુદ્ધિમતા પૂર્ણ રૂપથી ઉત્પાદક છે. ભગવાન કૃષ્ણએ આ જ બુદ્ધિમતાનો પરિચય આપ્યો.

આ મોટા-મોટા પૂંજીપતિઓ અને વિશાળ ઔદ્યોગિક ઘરાનાઓના ટકી રહેવા માટે પણ જરૂરી છે. કેટલાય કિસ્સાઓ એવા હોય છે, જેમાં ઔદ્યોગિક ઘરાનાઓ દેવાળીયા થઈ જાય છે. નૈતિક બુદ્ધિમતાના અભાવમાં લોકોને આર્થિક મંદીનો ડંખ સહન કરવો પડે છે. પરંતુ એ પણ સત્ય છે કે જો એના આશરે આગળ વધવામાં આવે તો ભ્રષ્ટાચાર આપમેળે સમાપ્ત થઈ જશે. એક્ઝિક્યૂટિવ અને બ્યૂરોક્રેટની પસંદગી પ્રક્રિયામાં નૈતિક બુદ્ધિમતાની તપાસ જરૂર થવી જોઈએ. વર્તમાન પરિપ્રેક્ષ્યમાં આનાથી વધારે વિસ્તારમાં યોગ્ય નહીં હોય.

જો આપણે નૈતિક બુદ્ધિમતાની મદદથી આગળ વધીએ તો હરિફાઈના સમયમાં પણ આપણને પરસ્પર સહયોગ મળશે. એનાથી વેપારનું ઉત્તમ વાતાવરણ બનશે. સંપૂર્ણ વિશ્વની કાર્ય-સંસ્કૃતિમાં સારા બદલાવ આવશે અને આપણી દુનિયા ઉત્તમ બનશે. કામમાં સુંદરતા આવશે અને મગજમાં શાંતિ.

૧૩. પ્રતિભાસંપન્ન

ભગવાન કૃષ્ણ અદ્‌ભુત રૂપથી પ્રતિભાસંપન્ન હતા. દુનિયાની સત્યતા એમણે જલદી જ સમજી લીધી હતી. તેઓ ઈશ્વરના અવતાર માનવામાં આવે છે. જો આ દૃષ્ટિથી જોઈએ તો સૃષ્ટિ એમની કૃપાનું જ પરિણામ છે. પરંતુ એમની જીવનશૈલીને જો આધાર માનવામાં આવે, તો એમના આશ્ચર્યજનક રૂપથી પ્રતિભાસંપન્ન હોવાના સ્પષ્ટ સંકેત મળે છે. જ્યારે કોઈ વ્યક્તિ એ કરી જાય છે, જે એક બુદ્ધિશાળી વ્યક્તિના વશમાં પણ નથી હોતું, તો એને આપણે 'જીનિઅસ' (પ્રતિભાસંપન્ન) કહીએ છીએ. આ બુદ્ધિમતાનું ઉચ્ચતમ સ્તર છે. કૃષ્ણએ પોતાના

જીવનમાં કેટલાય અદ્‌ભુત કાર્ય કર્યા. જ્યારે આપણે પોતાના બૌદ્ધિક સામર્થ્યનો સારો ભાગ પ્રયોગમાં લાવીએ છીએ, તો આપણે બુદ્ધિશાળી બની જઈએ છીએ. સત્ય ચોંકાવવાવાળું હોય છે. મોટાભાગના લોકો પોતાના બૌદ્ધિક સામર્થ્યનો એક ટકા પણ સંપૂર્ણ જીવનકાળમાં પ્રયોગમાં નથી લાવતા. જ્યારે એક જીનિયસ (પ્રતિભાસંપન્ન વ્યક્તિ) પોતાના સામર્થ્યનો ૧/૬ ભાગ પ્રયોગમાં લાવે છે. એક બુદ્ધિશાળી વ્યક્તિ પોતાના સામર્થ્યનો ૧/૧૦થી લઈને ૧/૦ કે ૧/૮ ભાગ પ્રયોગમાં લાવે છે. કૃષ્ણએ પ્રેમ અને યુદ્ધ બંનેમાં પોતાના સામર્થ્યનો ઉપયોગ કર્યો. તેઓ વ્રજમાં ગોવાળીયા મિત્રોની સાથે મસ્તીભરી રમત રમતા હતા. મહાભારતની લડાઈના તેઓ પ્રમુખ રણનીતિકાર હતા. એમણે અર્જુનને પોતાનું વિશ્વરૂપ બતાવ્યું. આ સામર્થ્યનું મહાનતમ પ્રદર્શન હતું. કોઈ સાધારણ મનુષ્ય આવું નથી કરી શકતો. પરંતુ એક સામાન્ય માણસ પોતાના સામર્થ્યને ઉત્તમ ઉપયોગ તો કરી જ શકે છે. આપણે ઉત્કૃષ્ટતાને પ્રાપ્ત કરવાનો પ્રયત્ન કરવો જોઈએ. આ આપણું કર્તવ્ય છે.

૧૪. વિદગ્ધ (કલાનિપુણ)

ભગવાન કૃષ્ણ બધી કલાઓમાં પ્રવીણ હતા. તેઓ એક સારા યોદ્ધા, સંગીતકાર, ગાયક અને નર્તક હતા. આજના મલ્ટીટાસ્કિંગ સમયમાં આપણે અલગ-અલગ કલાઓ અને ગુણોમાં પ્રવીણ થવું પડે છે. તેઓ માર્શલ આર્ટમાં પારંગત હતા. પોતાના સહયોગીઓની વચ્ચે એમની ઓળખ એક નાયકની હતી. અત્યંત વ્યસ્ત રહેવા છતાં તેઓ પોતાની રાણીઓ માટે સમય જરૂર કાઢતા હતા. ક્યારેક-ક્યારેક કૃષ્ણ એમની કેશસજ્જા પણ કરાવતા હતા. તેઓ દુશ્મનો માટે ભયનો પર્યાય અને મિત્રો માટે ખુશીનો સ્રોત હતા. અલગ-અલગ કલાઓમાં પ્રવીણ હોવાને કારણે તેઓ જીવનના દરેક બિંદુ પર સંતુલન જાળવી રાખવામાં સક્ષમ હતા. વાંસળી એમનું મુખ્ય વાદ્ય યંત્ર હતી. એમને એનાથી એટલો પ્રેમ હતો કે તેઓ પોતાની પ્રેમિકા રાધા માટે પણ એને અલગ ના કરી શક્યા. ત્યાં સુધી કે મહાભારતના યુદ્ધ દરમિયાન પણ વાંસળી એમની પાસે રહેતી હતી.

પ્રાચીન ભારતમાં કેટલાય વિષય હતા. પરંતુ એમની વચ્ચે કોઈ સ્પષ્ટ વિભાજન ન હતું. ‘કલા’માં ‘ક્રાફ્ટ’ અને ‘વિજ્ઞાન’ બંને સામેલ હતા. આથી ‘કલા’ એક એવું વિશાલ પદ હતું, જેમાં કેટલાય વિભાગ સામેલ હતા. અલગ-અલગ કલાઓ અને ક્રાફ્ટોની જાણકારી વ્યક્તિને સંસાધન-સંપન્ન બનાવે છે. તે અલગ-અલગ સ્તરો પર વાતચીત કરી શકે છે. આજના ઔદ્યોગિક જગતમાં બહુઆયામી વ્યક્તિત્વની જરૂર છે. આ કારણ છે કે ઍકેડેમિક અભ્યાસની સાથે-સાથે બિન

ઍકેડેમિક ગતિવિધિઓને પણ એટલી જ મહત્ત્વપૂર્ણ માનવામાં આવે છે. આ માનવામાં આવે છે. આ માનવ મસ્તિષ્કની ક્ષમતાને વધારે છે.

૧૫. ચતુર (સાવધાન)

ભગવાન કૃષ્ણ એક સાથે કેટલીય સમસ્યાઓનું સમાધાન કરવામાં સક્ષમ હતા. એક વ્યક્તિ, એક સાથે એક કે વધારેમાં વધારે બે કાર્ય પૂરા કરી શકે છે. પરંતુ કૃષ્ણ એક જ સમયમાં કેટલાય વિભાગોમાં કામ કરતાં હતા. તેઓ ગોવાળીયાઓની સાથે મોજમસ્તી કરતા હતા, પરંતુ સાથે જ આસપાસ થવાવાળી અવાંછનીય ઘટનાઓ પ્રત્યે પણ સચેત રહેતા હતા. બાળપણમાં રમત દરમિયાન એમણે કેટલાય રાક્ષસોને માર્યા. દુર્યોધનના મૃત્યુ વગર મહાભારતના યુદ્ધનો અંત ન હતો. કાયદાના સામ્રાજ્ય અને નૈતિક સમાજની સ્થાપના માટે દુર્યોધનનો અંત જરૂરી હતો. દુર્યોધનની માતા ગાંધારીએ અંધ રાજકુમાર ધૃતરાષ્ટ્રથી લગ્ન પછી પોતાની આંખો પર પણ પટ્ટી બાંધી લીધી હતી. જેને એમણે ક્યારેય ખોલી ન હતી. યુદ્ધની શરૂઆતથી પહેલાં એમણે પોતાના મોટા પુત્ર દુર્યોધનથી પોતાની સામે નગ્નાવસ્થામાં આવવાનું કહ્યું. તેઓ દુર્યોધનની સમક્ષ આંખોની પટ્ટી ઉતારીને એમની કિરણોથી પુત્રના શરીરને વજ્રની જેમ કઠોર અને મજબૂત કરવા ઇચ્છતી હતી. કોઈ શસ્ત્ર, ત્યાં સુધી કે વીજળી પણ એના શરીરને તોડી શકતી ન હતી. ભગવાન કૃષ્ણના મિત્ર પાંડવોને આ સંબંધમાં કોઈ જાણકારી ન હતી. પરંતુ ખુદ ભગવાન એટલા બુદ્ધિશાળી, ગુણી અને સચેત હતા કે એમને દુર્યોધનના ઈરાદાઓની જાણ થઈ ગઈ. જ્યારે તે નિર્વસ્ત્ર થઈને માતાની સમક્ષ જઈ રહ્યો હતો, તો ભગવાન કૃષ્ણ પ્રગટ થઈ ગયા. એમણે એનાથી કહ્યું, ''ઓ દુર્યોધન, તું પોતાની માતા પાસે જઈ રહ્યો છે. એમણે લગ્નના સમયથી જ આંખો પર પટ્ટી બાંધી રાખી છે. જન્મના સમયે પણ એમણે તને જોયો નથી. હવે તું જવાન થઈ ગયો છે, તો તેઓ તને પહેલી વખત જોશે. કૃપા કરીને, પોતાની કમરને તો પત્તાથી ઢાંકી લે. તારે તો પરંપરાનું પાલન કરવું જોઈએ.'' એમણે પોતાની બુદ્ધિમતાથી દુર્યોધનની અંતરાત્માને લલકારી. દુર્યોધને એવું જ કર્યું. માતા ગાંધારીએ પુત્રના સંપૂર્ણ શરીરને જોયું. દુર્યોધનની કમર અને જાંઘને છોડીને એનું આખું શરીર મજબૂત થઈ ગયું. જ્યારે તે ભીમની સાથે અંતિમ લડાઈ લડી રહ્યો હતો, તો શરીરના અપેક્ષાકૃત નબળા હિસ્સાઓ પર ભીમના પંજાઓનો માર સહન ના કરી શક્યો. આ રીતે, એનો અંત થયો. ક્યારેક-ક્યારેક કાયદાની સત્તા સ્થાપિત કરવા માટે આપણે ચતુર થવું પડે છે.

૧૬. દક્ષ (પ્રવીણ)

ભગવાન કૃષ્ણ ઓછા સમયમાં પણ કેટલાય મુશ્કેલ કામ પૂરા કરવામાં સક્ષમ હતા. ઓછાથી ઓછા સમયમાં મુશ્કેલ બાધાઓનું સમાધાન દરેક સમયની માંગ રહી છે. ખાસ રીતે ઝડપથી બદલાઈ રહેલી આધુનિક દુનિયા માટે તો આ પરમાવશ્યક છે.

પૈસા બનાવવા માટે લોકો કેટલાય એવા કામની જવાબદારી લઈ લે છે, જેમાં તેઓ દક્ષ નથી હોતા. પરિણામ વિશે ગંભીરતાપૂર્વક વિચાર્યા વગર આપણે કોઈ કામ કરીએ છીએ, તો એનો ફાયદો નથી થતો. જો કોઈ ફાયદો મળે પણ છે તો બ્રાંડની કિંમત પર જ મળે છે. આ રીતથી કામ કરવું આત્મઘાતી હોય છે. એવા લોકો જેઓ ધંધાર્થી છે અથવા સેવા પ્રદાન કરી રહ્યાં છે, તેઓ કાં તો ખુદ એક બ્રાંડ છે અથવા એક બ્રાંડ બનવાની પ્રક્રિયામાં સામેલ છે. આથી દક્ષતા અનુસાર જવાબદારી લેવી આજકાલનો મૂળમંત્ર છે. કૃષ્ણએ જે કંઈ પણ કર્યું, એમાં તેઓ દક્ષ હતા- યુદ્ધમાં પણ, શાંતિમાં પણ, પ્રેમ અને પ્યાર, મનુહારમાં, કલામાં, ક્રાફ્ટમાં અને સ્વાધ્યાયમાં. કર્તવ્યપાલનમાં પણ કૃષ્ણ પ્રવીણ હતા, ભલે ભૂમિકા પુત્રની હોય કે પતિની, પ્રેમીની હોય કે પિતાની, મિત્રની હોય કે શિષ્યની કે પછી ગુરુની.

૧૭. કૃતજ્ઞ

ભૂતકાળના ખરાબ અનુભવોને ભૂલાવવા સારા છે. પરંતુ જેમણે આપણી મદદ કરી છે, એમને ના ભૂલવા જોઈએ. ભગવાન કૃષ્ણ પોતાના બાળપણના મિત્રોને ભૂલાવી ના શક્યા. તેઓ સારા લોકોને ભૂલતા ન હતા. જેનાથી આપણને મદદ મળી છે, એમને યાદ કરવા કૃતજ્ઞતા છે. માનવ સભ્યતા કૃતજ્ઞતાના આધાર પર ઊભી છે. જો કૃતજ્ઞતાનો બોધ ના હોય તો જીવનમાં જ્યાં-ત્યાં અવસરવાદિતાનું નગ્ન પ્રદર્શન નજરે આવશે. કૃષ્ણ પોતાના પ્રિય મિત્ર સુદામાને ક્યારેય ના ભૂલ્યા. ઘણાં વર્ષો પછી સુદામા એમનાથી મદદ માંગવા પહોંચ્યા. કૃષ્ણએ ના ફક્ત એમને ઓળખ્યા, બલ્કે વિશિષ્ટ અતિથિનું સન્માન પણ આપ્યું. એમણે ગુરુકુળના પોતાના મિત્રની હૃદયથી મદદ કરી. તેઓ બાળપણની મિત્ર રાધાને પણ ના ભુલી શક્યા. તે હંમેશાં એમના હૃદયમાં વસી રહી. એમની મુલાકાત એક સો વર્ષો પછી થઈ. છતાં પણ એક-બીજાને ઓળખી લીધા. આ જ સાચ્ચો પ્રેમ છે. તેઓ પોતાની દત્તક માતા યશોદાને વધારે મળી શકતા ન હતા. પરંતુ તેઓ એમને હંમેશાં યાદ કરતા હતા. પાંડવ ભગવાન કૃષ્ણના મિત્ર હતા. ભગવાને

પાંડવોની દરેક જરૂરિયાતોમાં મદદ કરી. જે જરૂરના સમયમાં મદદ કરે, એ જ સાચ્ચો મિત્ર હોય છે. એક વખત કૃષ્ણની તર્જની કપાઈ ગઈ. એમાંથી લોહી ખરાબ રીતે વહી રહ્યું હતું. ત્યાં કશું એવું ન હતું, જેનાથી લોહીનું વહેવાનું બંધ કરી શકાય. દ્રૌપદી ત્યાં હાજર હતી. એમણે પોતાની સાડીનો એક કિનારો ફાડ્યો અને એને કૃષ્ણની આંગળી પર બાંધી દીધો. ભગવાનના મનમાં આ દશ્ય હંમેશાં ઉપસ્થિત રહ્યું. હસ્તિનાપુરના દરબારમાં ધૃતરાષ્ટ્રના બીજા પુત્ર દુઃશાસને જ્યારે દ્રૌપદીને નિર્વસ્ત્ર કરવાનું ઇચ્છ્યું, તો કૃષ્ણએ એમની લાજની રક્ષા કરી. આ કૃતજ્ઞતા છે.

મિત્રતા દલાલી નથી. આ એનાથી ઘણાં ઊંચા સ્તર પર સ્થિત હોય છે. આ આજકાલ પ્રચલિત પબ્લિક રિલેશનના જોડ-ઘટાવથી પણ વધારે અલગ છે. એક યોગ્ય માણસ મળવો મુશ્કેલ છે. એક સાચ્ચો મિત્ર મળવો એનાથી પણ વધારે મુશ્કેલ છે. જેની પાસે એક સારો મિત્ર છે, તે ક્યારેય નિર્ધન નથી હોતો. જ્યારે આપણે સાચ્ચી મિત્રતાની નાવ પર સવાર થઈએ છીએ - તો દરેક તોફાનનો સામનો સફળતાપૂર્વક કરીએ છીએ.

૧૮. દઢસંકલ્પ (સુદઢ)

એક જૂની કહેવત છે - 'જ્યાં ચાહ, ત્યાં રાહ', દઢ નિશ્ચયને કારણે લોકો માઉન્ટ એવરેસ્ટ પર ચાલી ગયા, પ્રશાંત મહાસાગરને પાર કર્યો, ચંદ્રમા પર ચાલી ગયા અને અગમ્ય ક્ષેત્રોની મુલાકાત લીધી. મોટા-મોટા યુદ્ધ ફક્ત સશક્ત સેના અને શસ્ત્રોના બળ પર નથી જીતવામાં આવતા, બલ્કે દઢ નિશ્ચયોથી પણ જીતવામાં આવે છે. ભગવાન કૃષ્ણ દઢ નિશ્ચયી હતા. એક વખત જ્યારે એમણે નૈતિકતાની સત્તા સ્થાપિત કરવાનો નિશ્ચય કરી લીધો તો એના માટે એમણે દરેક કિંમત ચુકવી. ક્યારેક-ક્યારેક આના માટે એમને થોડો ઘણો ત્યાગ પણ કરવો પડ્યો. દઢ નિશ્ચયી વ્યક્તિ રસ્તામાં વ્યર્થના આકર્ષણથી વિચલિત નથી થતા. તેઓ મુશ્કેલીઓની આગળ ઘુંટણો નથી ટેકવતા. જેઓ પોતાના રસ્તાથી વિચલિત થઈ જાય છે, એમને લક્ષ્ય પ્રાપ્ત નથી થતું. દઢ નિશ્ચયી વ્યક્તિ પોતાના રસ્તા પર અડગ રહે છે. ભગવાન કૃષ્ણ જ્યારે પોતાનું લક્ષ્ય પ્રાપ્ત કરવાના રસ્તા પર આગળ વધ્યાં, તો એમણે રસ્તામાં કેટલાય પ્રકારના સમાધાન ન કર્યા. એક દઢ નિશ્ચયી વ્યક્તિ માટે એનું લક્ષ્ય જ એની નિયતિ હોય છે. ત્યાં જ જે નબળો થાય છે, એના માટે એની નિયતિ એનું લક્ષ્ય છે.

જિંદગીને બે દૃષ્ટિકોણથી જોઈ શકાય છે. વિલિયમ શેક્સપીયરે કહ્યું છે - 'ચરિત્ર, ભાગ્ય હોય છે', પરંતુ પ્રસિદ્ધ ઉપન્યાસકાર થૉમસ હાર્ડીએ કહ્યું છે - 'ભાગ્ય જ ચરિત્ર છે'. આ વાતથી ના નથી કરી શકાતી કે જીવનમાં ક્યારેક-ક્યારેક એવી પરિસ્થિતિઓ આવે છે કે આપણે એ જ પ્રવાહમાં વહેતા ચાલ્યા જઈએ છીએ. જીવનના મધ્યમાં મોટાભાગના વ્યક્તિ પરિવર્તનની ઇચ્છા નથી રાખતા. એક દૃઢનિશ્ચયી વ્યક્તિ માટે એનું લક્ષ્ય પણ રમતનો અંત નથી હોતો. તે લક્ષ્ય સુધી પહોંચવા માટે પોતાનું બાગ્ય બદલી લે છે. આવા લોકોને પોતાના કામ પર વિશ્વાસ હોય છે. આવા વ્યક્તિની ચારેય તરફ આભામંડળ ફેલાયેલું રહે છે. આવા લોકોને દૃઢનિશ્ચયી કહે છે.

ભગવાન કૃષ્ણએ કંસને મારવાનો નિર્ણય લીધો. એમણે એવું કર્યું પણ. જ્યારે એમણે રૂકમણી સાથે લગ્નનો નિર્ણય કર્યો તો એવું જ કર્યું પણ. એમણે એક વખત કૌરવોની સત્તા સમાપ્ત કરવાનું નક્કી કરી લીધું, તો તે કરી બતાવ્યું. આ બધું જ પ્રાપ્ત કરી લેવામાં અન્ય વસ્તુઓ સિવાય જે સૌથી મહત્ત્વપૂર્ણ વસ્તુ હતી, તે છે - કૃષ્ણનો દૃઢનિશ્ચય.

૧૯. દેશ-કાળ-પાત્રનું જ્ઞાન

કોઈ પણ કાર્ય કરવાથી પહેલાં ભગવાન કૃષ્ણ સ્થાન, વ્યક્તિ અને સમય પર વિચાર જરૂર કરતાં હતા. કોઈ પણ નિર્ણય લેવાથી પહેલાં દરેક વ્યક્તિએ વિચારવું જોઈએ કે આ કામ શરૂ કરવાનો યોગ્ય સમય અને સ્થાન છે કે નહીં? એના સિવાય જે વ્યક્તિ માટે કાર્યવાહી કરવાની છે, તે યોગ્ય વ્યક્તિ છે કે નહીં? કૃષ્ણએ જરાસંઘથી આગળનું યુદ્ધ કર્યા વગર જ મથુરા છોડી દીધું. કૃષ્ણએ મથુરાના નિરંકુશ રાજા કંસને મારી નાંખ્યો હતો. એની જગ્યા પર કોમળ હૃદય સૂરસેન રાજા બન્યા. એનાથી કંસના સસરા જરાસંઘ ગુસ્સામાં આવી ગયા. તેઓ ભોળા-ભાલા મથુરાવાસીઓને પરેશાન કરવા લાગ્યા. ભગવાન કૃષ્ણ એમને કેટલીય વાર પરાસ્ત કરી ચુક્યા હતા. પરંતુ જરાસંઘનો આતંક રોકાઈ રહ્યો ન હતો. ત્યારે, કૃષ્ણએ ભારતના પશ્ચિમી તટ પર સ્થિત દ્વારકાને પોતાની રાજધાની બનાવી. એમણે યુદ્ધિષ્ઠિર દ્વારા કરવામાં આવવાવાળા એક યજ્ઞ દરમિયાન જરાસંઘને મારી નાંખવાની સમુચિત વ્યવસ્થા કરી. એના ઘણાં વર્ષો પછી ભીમે જરાસંઘને માર્યો. આથી જીવનમાં સફળ થવા માટે સમય, સ્થાન અને વ્યક્તિ પર વિચાર કરવો જરૂરી છે.

કોઈ મહત્ત્વપૂર્ણ નિર્ણય કે મોટા ઇન્વેસ્ટમેંટ પહેલાં એક વ્યવસ્થાપકે સમય, સ્થાન અને વ્યક્તિ પર ધ્યાન આપવું જોઈએ. એક યોજનાકર્મી અથવા રણનીતિકાર

ક્યારેય આ વસ્તુઓને અણજોઈ નથી કરતો. આ ત્રણેય વસ્તુઓ જીવનના દરેક ક્ષેત્રમાં મહત્ત્વપૂર્ણ છે. ભગવાન કૃષ્ણ જાણતા હતા કે જ્યાં સુધી કર્ણની પાસે દિવ્યાસ્ત્ર છે, એમનો મિત્ર અર્જુન સુરક્ષિત નથી. નૈતિકતાનું સામ્રાજ્ય સ્થાપિત કરવા માટે અર્જુનનું જીવિત રહેવું જરૂરી હતું. એમણે યુદ્ધના મેદાનમાં ભીમના શક્તિશાળી પુત્ર ઘટોત્કચને લગાવ્યો. ઘટોત્કચ, કૌરવો માટે ક્યારેય સમાપ્ત ન થવાવાળું તોફાન નજરે પડી રહ્યો હતો. દુર્યોધને પોતાના મિત્ર કર્ણથી દિવ્યાસ્ત્રનો ઉપયોગ કરવાનું કહ્યું, જેને કર્ણએ અર્જુનને મારવા માટે બચાવીને રાખ્યું હતું. કર્ણએ મૂંઝાતા-મૂંઝાતા પોતાના મિત્રનો અનુરોધ માની લીધો. કર્ણએ દિવ્યાસ્ત્રની મદદથી ઘટોત્કચને મારી નાખ્યો. એના પછી કર્ણનું મૃત્યુ નિશ્ચિત હતું. કર્ણના સેનાપતિ બનવાથી પહેલાં જો ઘટોત્કચને લડાઈના મેદાનમાં મોકલવામાં આવતો તો એને મારવાની જવાબદારી તત્કાલીન સેનાપતિની પાસે હોત. ત્યારે કર્ણ સુરક્ષિત હોત અને અર્જુન જોખમમાં. આનો અર્થ છે નૈતિકતા જોખમમાં રહેતી. આથી યોગ્ય સમય અને યોગ્ય સ્થાનની ઓળખ જરૂરી છે.

ભગવાન કૃષ્ણએ ભીષ્મની એક નબળાઈને ઓળખી લીધી હતી. તેઓ સ્ત્રી જાતિ સાથે લડી શકતા ન હતા. એમણે એક હિજડા શિખંડીને ભીષ્મ સાથે લડવા માટે મોકલ્યો. ભીષ્મ આ મામલામાં જૂના વિચારના હતા અને તેઓ હિજડાઓને સ્ત્રી માનતા હતા. આથી શિખંડી સાથે લડવાનું એમને પોતાની બહાદુરીનું અપમાન માન્યું. એમણે એનો સામનો ના કર્યો. આ રીતે રણક્ષેત્રથી ભીષ્મને દૂર કરી દેવાયા.

એક વ્યવસ્થાપક આ વસ્તુઓનું ધ્યાન રાખીને આગળ વધે છે.

૨૦. શાસ્ત્રો પ્રત્યે સન્માન

ભગવાન કૃષ્ણ શાસ્ત્રો પ્રત્યે આદર ભાવ રાખતા હતા. શાસ્ત્રોમાં આપણાં પૂર્વજો દ્વારા પ્રાપ્ત અનુભવો અને જ્ઞાનનો ભંડાર હોય છે. એને એટલા પવિત્ર માનવામાં આવે છે કે એને આપણે દિવ્ય કહીએ છીએ. અહીંયા શાસ્ત્રનો અર્થ 'આચારસંહિતા' છે. દરેક સમાજમાં કેટલીક માન્યતાઓ અને એક આચારસંહિતા હોય છે. જો કોઈ સમાજના લોકો માન્યતાઓ અને આચારસંહિતાનું પાલન નથી કરતાં, તો ત્યાં જંગલરાજ થઈ જાય છે. આધુનિક સમાજમાં લોકોને દિશા-નિર્દેશ આપવા માટે સંવિધાન છે. એક સારો નાગરિક ક્યારેય એના વિરુદ્ધ નથી જતો.

બરાબર એવી જ રીતે દરેક ભદ્ર વ્યક્તિનું કે પવિત્ર વ્યક્તિનું કર્તવ્ય છે કે તે શાસ્ત્રોનું સન્માન કરે. ભગવાન કૃષ્ણએ એવું જ કર્યું.

૨૧. પવિત્ર

ભગવાન કૃષ્ણ પવિત્રતાની શાશ્વત પ્રતિમૂર્તિ છે. તેઓ બીજાઓને પવિત્ર કરવામાં પણ સક્ષમ હતા. આવી પવિત્ર આત્મામાં એક ચિરસ્થાયી આકર્ષણ હોય છે. પવિત્રતા, સ્વચ્છતાથી ક્યાંય ઉપર છે. સ્વચ્છતા બાહ્ય વસ્તુ છે. મોટાભાગના લોકો સ્વચ્છતાની સીમા સુધી જ પહોંચે છે. ફક્ત ચહેરા અને કપડાંની સફાઈ જ પૂરતી નથી. પવિત્રતા પણ જરૂરી છે. આ આપણી આંતરિક પ્રવૃત્તિ છે. બાહ્ય શુદ્ધતાનો પ્રભાવ ક્ષણિક હોય છે. પવિત્રતાનો સંબંધ હૃદયથી છે. જેઓ એની પાસે આવી જાય છે, તેઓ પણ એને નથી છોડતાં. પવિત્રતા સતત પ્રયત્ન કરવા પર મળે છે. ધ્યાન એનું એક માધ્યમ છે. ભગવાન કૃષ્ણ જન્મથી જ પવિત્ર હતા.

એક દૂરદર્શી વ્યવસ્થાપક પવિત્રતા પ્રાપ્ત કરવા ઇચ્છે છે. પવિત્રતાથી આપણી બંને દુનિયા સમૃદ્ધ થાય છે.

૨૨. વશી (જિતેન્દ્રિય)

ભગવાન કૃષ્ણનું પોતાની બધી ઇન્દ્રિયો પર નિયંત્રણ હતું. તેઓ કોઈ ઇચ્છાને વશીભૂત થતાં ન હતા. જ્યારે બીજા પૈસા, પ્રતિષ્ઠા અને તાકાતની પાછળ ભાગે છે. સન્માનપૂર્વક કામ કરીને સફળ થવા માટે આપણું પોતાની ઇન્દ્રિયો પર નિયંત્રણ જરૂરી છે. દુર્યોધનનું પોતાના ગુસ્સા પર કોઈ નિયંત્રણ ન હતું. એનો અંત થઈ ગયો. કીચકને કામવાસના પર નિયંત્રણ ન હતું, જ્યારે તે દ્રૌપદીને આકર્ષવાનો પ્રયત્ન કરી રહ્યો હતો, તો ભીમના હાથે માર્યો ગયો. ભગવાન કૃષ્ણએ વ્રજની ભોળી ગોપીઓને રાસ ભૂમિથી પાછા જવાનું કહ્યું. એમણે એમને ત્યાં સુધી ત્યાં રહેવાની અનુમતિ આપી, જ્યાં સુધી એમની અંદર કોઈ દૈહિક ઇચ્છા ન હતી. તેઓ મહાભારતની લડાઈના પ્રમુખ રણનીતિકાર હતા. એમનું પોતાની ઇન્દ્રિયો પર નિયંત્રણ હતું, આથી તેઓ મહાન કામને પૂરા કરી શક્યા. દુનિયાની દરેક સમસ્યા ભલે તે વ્યક્તિગત હોય કે સામુદાયિક, એની જડ માનવ મસ્તિષ્કમાં વ્યાપ્ત છ અશુદ્ધિઓમાં છે - અનિયંત્રિત કામેચ્છા, ક્રોધ, લાલચ, વાસના, અભિમાન અને ઈર્ષ્યા. ભગવાન કૃષ્ણનું આબધા પર નિયંત્રણ હતું. એવા ઉદ્યોગપતિ જેઓ લાલચી નથી, તેઓ સમાજની ભલાઈ માટે પણ પૈસા ખર્ચ કરે છે. પૈસા કમાવવા ખરાબ નથી, પરંતુ એની પાછળ ભાગવું અત્યંત ખરાબ છે. આ લાલચ છે. જ્યારે યોગ્યા રસ્તા પર ચાલીને પૈસા કમાવવામાં આવે, તો એનાથી અર્થવ્યવસ્થા સુદઢ થાય છે. જ્યારે એના માટે ખોટો રસ્તો

પસંદ કરવામાં આવે છે, તો આ અર્થવ્યવસ્થાને નબળી કરે છે. ત્યારે એક સમાનાંતર અર્થવ્યવસ્થા ચાલી નિકળે છે, જેને આપણે કાળું ધન કહીએ છીએ.

૨૩. ધૈર્ય

ભગવાન કૃષ્ણની પાસે ઉચ્ચતમ સ્તરનું ધૈર્ય હતું. જીવનની મુશ્કેલીઓથી ઝઝૂમવા માટે અને ધરતી પર ઊભા રહેવા માટે ધીરજની જરૂર હોય છે. ધીરજ ત્યારે જ પ્રાપ્ત થાય છે જ્યારે આપણું મગજ અને મન સ્થિર હોય છે. એક જૂની કહેવત છે - 'રોમનું નિર્માણ એક દિવસમાં ના થયું'. એવી જ રીતે સફળતા એક ક્ષણના પ્રયત્નમાં નથી મળતી. સફળતા પ્રાપ્ત કરવા માટે મધ્ય રાત્રિમાં દીપક સળગાવવો પડે છે. એનો અર્થ છે કે કઠિન પરિશ્રમ કરવો પડે છે. નિરંકુશ રાજા કંસના આધીન કામ કરી રહેલા બિનસામાજિક તત્ત્વોનો નાશ કરવા માટે ભગવાન કૃષ્ણ પોતાના માતા-પિતાથી બાર વર્ષો સુધી અલગ રહ્યાં. દુનિયાની બીજી સમસ્યાઓનું સમાધાન કરવા માટે ભગવાન કૃષ્ણ પોતાની પ્રેમિકા રાધાથી વર્ષો અલગ રહ્યાં. જેની પાસે ધૈર્ય નથી, તે આવો વિરહ કેવી રીતે સહન કરી શકે છે.

આપણે બધાએ સસલું અને કાચબાની પ્રસિદ્ધ વાર્તા સાંભળી રાખી છે. સસલું વધારે તેજ હતું. એને એનું અભિમાન હતું. એણે કાચબાને દોડ લગાવવાનો પડકાર આપ્યો. કાચબાને પોતાના સતત પ્રયત્ન અને ધૈર્ય પર વિશ્વાસ હતો. એણે પડકાર સ્વીકાર કરી લીધો. અડધા રસ્તામાં સસલાએ કાચબાના પરિશ્રમ પર ધ્યાન ના આપ્યું અને એક ઝાડની નીચે સૂઈ ગયો. કાચબાએ પ્રયત્ન ચાલુ રાખ્યો. તે સતત લક્ષ્ય તરફ વધી રહ્યો હતો. સસલું ઊંડી ઊંઘમાં હતું અને કાચબો લક્ષ્ય સુધી પહોંચી ગયો. ધૈર્યની સાથે કરવામાં આવેલો સતત પ્રયત્ન ફળદાયી હોય છે.

એક સારો વ્યવસ્થાપક જ્યારે-ત્યારે પોતાની પ્રતિક્રિયા નથી વ્યક્ત કરતો. એના માટે યોગ્ય સમયની રાહ જુએ છે. જ્યારે એવીતક આવે છે, તો તે એને વ્યર્થ નથી ગુમાવતો. તે જાણે છે કે સમય કોઈની રાહ નથી જોતો.

ધૈર્ય, સફળતા પ્રાપ્ત કરવા માટે જરૂરી ગુણ છે.

૨૪. સહનશીલતા

એક ગુણી, સક્ષમ અને સશક્ત વ્યક્તિમાં સહનશીલતાના દિવ્ય ગુણ જરૂર હાજર હોય છે. નબળા માટે આ એક સમસ્યા છે. સહનશીલ થવા માટે માનસિક અને શારીરિક બંને તાકાતોની જરૂર હોય છે. બની શકે છે કે એક વ્યક્તિ શારીરિક રીતે મજબૂત અને માનસિક રીતે નબળો હોય. બરાબર એના વિપરીત

કેટલાક લોકો શારીરિક રીતે નબળા હોવા છતાં માનસિક રીતે મજબૂત હોય છે. પ્રકૃતિની વિષમતા અને માનવસર્જિત મુશ્કેલીઓનો સામનો કરવા માટે આપણને સશક્ત મગજની સાથે-સાથે સશક્ત શરીરની પણ જરૂર હોય છે. કૃષ્ણને એમના સામર્થ્ય અને દક્ષતાને કારણે લોકો ઈશ્વરના અવતાર તરીકે પૂજે છે. તેઓ સહનશીલતાની પ્રતિમૂર્તિ હતા. એમણે બધાથી ઝેરી સાપ કાલિયાની સામે પણ પોતાની ધીરજ ના ગુમાવી. એમણે ઝેરને સહન કર્યું અને મોતના મ્હોંમાંથી બહાર નિકળી આવ્યા.

૨૫. ક્ષમાશીલ

ભગવાન કૃષ્ણએ એવા અનેક પાપીઓને, જેઓ પશ્ચાતાપની અગ્નિમાં સળગી રહ્યા હતા, એમને ક્ષમા કરી દીધી. એમણે દેવરાજ ભગવાન ઇન્દ્રની પૂજા કરવાને બદલે ગોવર્ધનની પૂજા કરી. એનાથી ઇન્દ્ર ક્રોધિત થઈ ગયા. તેઓ વરસાદના દેવતા હતા. એમણે સંપૂર્ણ વ્રજને કસમય વરસાદમાં ડુબાવવાનો પ્રયત્ન કર્યો. ભગવાન કૃષ્ણએ સંકટથી ઝઝૂમી રહેલાં વ્રજવાસીઓની મદદ કરી. અંતમાં ઇન્દ્રએ સમર્પણ કરવું પડ્યું. ઇન્દ્રએ જઘન્ય અપરાધ કર્યો હતો. પોતાના અભિમાનની પુષ્ટિ માટે ભોળા લોકોને પરેશાન કરવો અપરાધ છે. વ્રજવાસીઓની કોઈ ભૂલ ન હતી. એમને કોઈ મજબૂત કારણ વગર ઇન્દ્રના ગુસ્સાનો સામનો કરવો પડ્યો. પછીથી, ઇન્દ્રને ઘણો પસ્તાવો થયો. તેઓ ભગવાન કૃષ્ણના ચરણોમાં આવી પડ્યા. ભગવાન કૃષ્ણએ એમને ક્ષમા કરી દીધા. ક્ષમા કરવી દિવ્ય ગુણ છે. જો કોઈ વ્યક્તિનું હૃદય પરિવર્તિત થઈ જાય છે, તો એને ક્ષમા મેળવવાનો અધિકાર છે. દેવરાજ ઇન્દ્ર બદલાઈ ગયાહતા. કૃષ્ણએ એમને ક્ષમા કરી દીધા.

વ્યવસ્થાનો વ્યક્તિ બીનજરૂરી વસ્તુઓની પાછળ નથી ભાગતો. તે નાની-મોટી ભૂલો માટે ના ફક્ત સહયોગીઓને, બલ્કે દુશ્મનોને પણ માફ કરી દે છે.

૨૬. ગંભીર

ભગવાન કૃષ્ણ ગંભીર વ્યક્તિ ન હતા. ગંભીર હોવાથી કોઈ બાબતનું નિરાકરણ નથી થતું. એનાથી સાથીઓને વિરક્તિ થવા લાગે છે. તેઓ રિજર્વ કે પોતાના વિસ્તારમાં રહેવાવાળા હતા. આ કોઈ પણ વ્યક્તિનો અધિકાર હોય છે. ક્યારેક-ક્યારેક વ્યક્તિગત કે સામુદાયિક સ્તર પર પણ ગોપનીયતા વર્તવાની જરૂર હોય છે.

આપણે પારદર્શિતા અને ગોપનીયતાની વચ્ચે સંતુલન સ્થાપિત કરવું પડે છે.

ભગવાન કૃષ્ણના પ્રદર્શન અને ક્રિયાકલાપોમાં હમેશાં ઊંડો અર્થ છુપાયેલો રહેતો હતો. એમનો કોઈ છીછરો અર્થ ન હતો. એમનું વ્યક્તિત્વ 'રિજર્વ' હતું. યોગ્ય સમય આવવા પર જ તેઓ પોતાનો ઇરાદો બતાવતા હતા. તેઓ કર્ણના માતા-પિતાને જાણતા હતા. કુંતી એમની માતા હતી અને ભગવાન સૂર્ય એમના પિતા હતા. પરંતુ કર્ણને આ સંબંધમાં કોઈ જાણકારી ન હતી. તે આખી જિંદગી પોતાના વાસ્તવિક માતા વિશે જાણવા માટે તડપતો રહ્યો. કુંતીને પણ આ ખબર હતી. પરંતુ સામાજિક માન્યતાઓના કારણે તેઓ આ રહસ્યને ખોલવા ઇચ્છતી ન હતી. એમણે કર્ણને ત્યારે જન્મ આપ્યો, જ્યારે તેઓ અવિવાહિત હતી. જો કૃષ્ણએ પાંડવોની સામે આ રહસ્ય ખોલ્યું હોત, તો બની શકે છે કે તેઓ મહાભારતની લડાઈ ના લડતા. પોતાનું આખું સામ્રાજ્ય કર્ણના ચરણોમાં અર્પિત કરી દેતા. બીજી તરફ કર્ણ દુર્યોધનના મિત્ર હતા. બની શકે છે કે રાજપાટ દુર્યોધનના હાથોમાં આવી જતું. આ રીતે દુર્જનોનું રાજ સ્થાપિત થતું. દુર્જનોનો નાશ અને સજ્જનોની મુક્તિ કૃષ્ણનું લક્ષ્ય હતું.

જ્યારે પાંડવ મહાભારતના યુદ્ધમાં માર્યા ગયેલા પોતાના સંબંધીઓને શ્રદ્ધાંજલિ આપી રહ્યાં હતા, ત્યારે કૃષ્ણએ આ રહસ્યનું ઉદ્ઘાટન કર્યું. ભગવાન કૃષ્ણએ એમને કર્ણને પણ શ્રદ્ધાંજલિ આપવાનો અનુરોધ કર્યો. એનાથી પાંડવ આશ્ચર્યચકિત થયા. ત્યારે કૃષ્ણએ બતાવ્યું કે કર્ણ, કુંતીના સૌથી મોટા પુત્ર હતા. પોતાના નાના ભાઈઓથી પહેલી અને અંતિમ શ્રદ્ધાંજલિ પ્રાપ્ત કરવાનો એનો અધિકાર હતો. નાનાઓથી યોગ્ય સન્માન પ્રાપ્ત કરવું યોગ્ય છે. આ એક સારો વ્યવહાર છે. પરંતુ દુર્જનોનું સમર્થન બિલ્કુલ અયોગ્ય છે. જ્યાં સુધી કર્ણ કૌરવો તરફથી લડી રહ્યાં હતા, કૃષ્ણએ પાંડવોની સામે આ રહસ્ય ના ખોલ્યું. મૃત્યોપરાંત અંતિમ કામકાજ પરિવારવાળાઓનું કર્તવ્ય છે. કૃષ્ણએ એમને કર્તવ્યપાલનની યાદ અપાવી.

પાંડવ ભગવાન કૃષ્ણના નજીક હતા. છતાં પણ કૃષ્ણે કર્ણના મૃત્યુથી પહેલાં આ રહસ્ય પરથી પરદો ના ઉઠાવ્યો. ગોપનીયતા જાળવી રાખવી સમયની માંગ હતી. પરંતુ જ્યારે યોગ્ય સમય આવ્યો તો કૃષ્ણએ રહસ્યોદ્ઘાટન કરી દીધું. રિજર્વ રહેવાની પ્રમુખ શરત છે કે આપણી પાસે વાતોને પચાવવાની અદ્ભુત ક્ષમતા હોય. જો આપણે કેટલીક વાતોને દબાવી નથી શકતા, તો આપણને લક્ષ્યને પ્રાપ્ત કરવામાં સફળતા નહીં મળે. ભારતીય વૈજ્ઞાનિક અને સુરક્ષા અધિકારી

જ્યારે નાભિકીય વિખંડન માટે પોખરણની તરફ વધી રહ્યાં હતા, તો એમણે ગોપનીયતા વરતી. એ સમયની માંગ હતી કે અમેરિકી ઇન્ટેલિજેન્સને પણ એની ખબર ના મળે. આથી ભારતની તરફથી આવી ગોપનીયતા વર્તવામાં આવી.

પરંતુ ક્યારેક-ક્યારેક લોકોને વિશ્વાસ અપાવવા માટે આપણે કેટલીક વસ્તુઓ ખોલવી પડે છે. ભગવાન કૃષ્ણએ અર્જુનને પોતાનું વિશ્વરૂપ બતાવ્યું જેથી એને સત્યનો અહેસાસ થઈ જાય. ક્યારેક-ક્યારેક સત્યની સ્થાપના કરવા માટે કેટલાક રહસ્યોને ખોલવા પડે છે. આથી ગોપનીયતા અને પારદર્શિતાની વચ્ચે સંતુલન જરૂરી છે.

૨૭. સંતુષ્ટ

ભગવાન કૃષ્ણ સંતુષ્ટ હતા. તેઓ જીવનના દ્વૈતથી ઉપર ઉઠેલા હતા. સુખ-દુઃખ કે હર્ષ અને વિષાદ એમનું માનસિક સંતુલન બગાડી શકતા ન હતા. ઊંડા દુઃખની ક્ષણોમાં પણ તેઓ પોતાનો કાબૂ ગુમાવતા ન હતા. લક્ષ્ય પ્રાપ્ત કરવા માટે લગાવવામાં આવી રહેલી ઊર્જાને એમણે ક્યારેય બાધિત ના થવા દીધી. જ્યારે એમના પુત્ર શિશુ પ્રદ્યુમ્નનું અપહરણ કરી લેવામાં આવ્યું, તો એમણે પોતાનું સંતુલન ગુમાવ્યું નહીં. બલ્કે પુત્રની સુરક્ષાની ગેરંટી આપી. ફક્ત છાતી ઠોકવી કોઈ સમસ્યાનું સમાધાન નથી. બલ્કે યોગ્ય દિશામાં પ્રયત્ન કરવાથી જ વાત બને છે.

જ્યારે એમની બહેન ન પુત્ર અભિમન્યુની દગાબાજીથી નૃશંસ હત્યા કરી દેવામાં આવી, તો એમણે રોવા-બરાડા પાડવામાં પોતાનો સમય બરબાદ ના કર્યો. એમણે આ કામને અંજામ આપવાવાળા અપરાધીને મારી નાંખવાના સોગંદ લીધા. એમણે જયદ્રથને મારવાની સમુચિત વ્યવસ્થા કરી.

એક સાચ્ચો યોગી દુનિયાના દ્વૈતથી વિચલિત નથી થતો. તે અંદરથી શાંત રહે છે. એક સારા વ્યવસ્થાપકે યોગી બનાવનો પ્રયત્ન કરવો જોઈએ. આનો અર્થ એ નથી કે સુખ અને દુઃખના બંધનથી ઉપર ઉઠી જઈએ. સારી વ્યવસ્થા કરવા માટે જરૂર સાધારણ માણસની જ હોય છે. એણે ખુશમિજાજ હોવું જોઈએ અને રોજ થવાવાળા ક્રિયાકલાપોના દબાણથી નિરાશ ના થવું જોઈએ.

૨૮. સમભાવ

આદિકાળથી જ માનવ સમાજ સમાનતાની માંગ કરી રહ્યો છે. વિશ્વના બધા મહાન વ્યક્તિઓએ જાતિ, સંપ્રદાય, રાષ્ટ્ર અને સમુદાયથી ઉપર ઉઠીને સમાનતાની

વકીલાત કરી. કૃષ્ણએ ક્યારેય મિત્ર અને શત્રુમાં અંતર નથી કર્યું. એમણે સમાજના દુશ્મનોને પણ સાચા રસ્તા પર લાવવાના પ્રયત્ન કર્યા. પરંતુ તેઓ શાંતિના રસ્તા પર ચાલવા માટે તૈયાર ન હતા. એમણે હિંસા ના રોકી. અંતમાં કૃષ્ણ સત્યની સાથે ઊભા હતા. જીવનના મધ્ય સુધી આવતા-આવતા કૃષ્ણની ખ્યાતિ ભારતીય ઉપમહાદ્વીપમાં ચારે બાજુ ફેલાઈ ચુકી હતી. છતાં પણ, એમણે પાંડવો દ્વારા આયોજિત યજ્ઞમાં આવ્યા અને બધા ઋષિઓના પગ ધોયા. તેઓ આ વસ્તુઓથી ઉપર ઉઠી ગયા હતા.

એક સાચ્ચા વ્યવસ્થાપકે બિનજરૂરી વસ્તુઓ માટે કોઈ દળ વિશેષમાં સામેલ ના થવું જોઈએ. હા, જો કોઈ મુદ્દો સંગઠનને કે વ્યક્તિગત પ્રતિષ્ઠાને પ્રભાવિત કરી રહ્યો હોય, તો ત્યાં સત્યની વકીલાત જરૂર કરવી જોઈએ.

૨૯. દાનવીર

ભગવાન કૃષ્ણ ક્યારેક-ક્યારેક જરૂરતમંદોની વચ્ચે ગાય અને ધનનું દાન કરતા હતા. તેઓ પોતાના ઘરથી કોઈને ખાલી હાથે પાછા ફરવા દેતા ન હતા. એમના પોતાના માતા-પિતા અને પાલક માતા-પિતા વધારે દાની પ્રવૃત્તિના હતા.

દાનનો અર્થ ભિક્ષાવૃત્તિ કે અકર્મણ્યતાને વધારો આપવો ક્યારેય નથી. આ જરૂરતમંદોની મદદનું એક માધ્યમ છે. કેટલાક કારણોથી સમાજમાં કેટલાક લોકો પાછળ છૂટી જાય છે. તેઓ અર્થવ્યવસ્થાની ગતિશીલતાની સાથે સામંજસ્ય નથી બેસાડી શકતા. એમનું જીવન રોકાઈ જાય છે. એમના જીવનમાં ગતિ લાવવા માટે થોડી મદદની જરૂર હોય છે. આથી ક્યારેક-ક્યારેક દાન કરવું જોઈએ.

મોટાભાગના અવસરો પર દાન કરવામાં આવેલા ધન અને સામગ્રીનો યોગ્ય ઉપયોગ જ થાય છે. આથી મહાન આત્માવાળા લોકો સમાજોપયોગી કાર્ય કરે છે અને એને વધારો આપે છે.

૩૦. ધાર્મિક

ધાર્મિક હોવાનો અર્થ કોઈ પૂજા કરવાની વિશેષ પદ્ધતિને અપનાવવાનો નથી. 'ધર્મ' અર્થાત્ એવી જીવનશૈલી, જે કોઈની અંતરાત્માને નિર્દેશિત હોય છે. એવા વ્યક્તિ જે કોઈ ધર્મ વિશેષ સાથે જોડાયેલા નથી, તેઓ પણ ધાર્મિક હોઈ શકે છે. કૃષ્ણએ ધાર્મિક જીવન વ્યતીત કર્યું અને સંપૂર્ણ વિશ્વને એ ધર્મથી પ્રકાશિત કર્યું. આધુનિક જીવનમાં ચારે બાજુ બૂમ-બરાડાં છે. એનું મૂળ કારણ ધાર્મિક પ્રવૃત્તિનો

અભાવ છે. લોકો **'ભાવનાત્મક બુદ્ધિમતા'**ની વાતો કરે છે. કેટલાંક ક્ષેત્રોમાં આ ઉપયોગી પણ સાબિત થયું છે. **ગોલેમને** ભાવનાત્મક બુદ્ધિમતાના પાંચ ઘટકોની વિવેચના કરી છે -

૧. પોતાની ભાવનાઓને જાણવી,
૨. પોતાની ભાવનાઓને નિયંત્રિત કરવી,
૩. પોતાને પ્રેરિત કરવા,
૪. બીજાઓની ભાવનાઓની ઓળખ અને સમજ,
૫. સંબંધો બનાવવા અને બીજાઓની ભાવનાઓને વ્યવસ્થિત કરવી.

'ભાવનાત્મક બુદ્ધિમતા'માં અધ્યાત્મની સાથે-સાથે સત્યનિષ્ઠાને સામેલ કરવી જરૂરી છે. આ ના ફક્ત વ્યક્તિગત સ્તર પર આપણને સફળ બનાવશે, બલ્કે સમુદાય પણ આનાથી ફૂલશે-ફાલશે. ભગવાન કૃષ્ણ એ સમયે ભારતના સમાજમાં હાજર ખરાબ તાકાતોનો નાશ કરવા માટે મહાભારતના યુદ્ધમા સામેલ થયા. આ રીતે એમણે ધર્મની સ્થાપના કરી. કૃષ્ણ ધાર્મિક હૃદયવાળા લોકોને પ્રેમ કરતાં હતા.

૩૧. શૂરવીર

ભગવાન કૃષ્ણ શૂરવીર હતા. વીરતાનું તાત્પર્ય આંતરિક અને બાહ્ય બંને તાકાતોથી છે. બાહ્ય શક્તિ અર્થાત્ શારીરિક તાકાત વગર દુશ્મનોને હરાવવા મુશ્કેલ છે. પરંતુ ફક્ત શારીરિક તાકાત પ્રાપ્ત કરી લેવી જ વીરતાનું પરિચાયક નથી. શારીરિક શક્તિની સાથે-સાથે ઉચ્ચ સતરની માનસિક શક્તિ જ એક વ્યક્તિને સાચ્ચો વીર બનાવે છે. અર્જુન એક શક્તિશાળી વ્યક્તિ હતો. એ સમયે હાજર બધા સુરુચિ સંપન્ન અસ્ત્ર-શસ્ત્રોથી લૈસ હતો. તે વીરોના સંપર્કમાં હતો. એની પાસે સર્વોત્તમ ટેકનીક, સારા હથિયાર, શક્તિશાળી યોદ્ધા, પવિત્ર અને ધાર્મિક વ્યક્તિઓના આશીર્વાદ હતા. પરંતુ તે દુર્જનોની સાથે નિર્ણાયક લડાઈ લડવા માટે તૈયાર ન હતો. બિનસામાજિક લડાઈ લડવા માટે કૌરવો વિરુદ્ધ લડાઈ પરમાવશ્યક હતી. આથી, એ સમયે અર્જુનને નક્કર માનસિક સમર્થનની જરૂર હતી. ત્યારે, કુરુક્ષેત્રના મેદાનમાં ભગવાના કૃષ્ણએ ગીતાનો ઉપદેશ આપ્યો. ગીતાનો સંદેશ સમજ્યા પછી અર્જુન યુદ્ધ માટે તૈયાર થયો.

કેટલાક લોકોને સારી શારીરિક અને માનસિક તાકાત જન્મથી જ મળે છે. કેટલાક મુશ્કેલ પરિશ્રમ કરીને એને પ્રાપ્ત કરે છે. ત્યાં જ કેટલાક એવા પણ હોય છે, જેઓ એને પ્રાપ્ત કરવાના પ્રયત્ન જ નથી કરતાં. ભગવાન કૃષ્ણની પાસે

હંમેશાંથી આ શક્તિ હાજર હતી. અર્જુનની માનસિક શક્તિ થોડા સમય માટે ભાવનાઓની નીચે દબાઈ ગઈ હતી. પરંતુ ભગવાન કૃષ્ણ જેવા મહાન ગુરુથી દિશા-નિર્દેશ મળ્યા પછી તે પોતાની નબળાઈથી ઉપર ઉઠી ગયો.

એક વીર નેતા પરિસ્થિતિઓને સમજે છે અને લક્ષ્ય પ્રાપ્ત કરવામાં નબળાઈઓને આડે નથી આવવા દેતો. અસીમ બહાદુરીના આધાર પર આપણને પોતાના મિશનમાં સફળતા મળે છે. એક બહાદુર વ્યક્તિ જ પોતાના મિશનમાં સફળ થાય છે.

૩૨. કરુણા

કરુણા એક દિવ્ય ગુણ છે. એક સામાન્ય માણસને સંત બનાવી દે છે. આ એક જરૂરી માનવીય ગુણ છે. કરુણા વગર મનુષ્ય, હાડકાં અને માંસના એક લોચાથી વધારે કશું નથી રહી જતો. માનવ સભ્યતાનું સૂત્ર જ કરુણા છે.

ભગવાન કૃષ્ણ જરૂરતમંદો માટે હંમેશાં સહાનુભૂતિની ભાવના રાખે છે. મથુરાની નજીક યમુના નદીમાં એક ઝેરી સાપ રહેતો હતો. ત્યાં જ એનો પરિવાર પણ નિવાસ કરતો હતો. ઝેરી સાપને કારણે નદીનું જળ પ્રદુષિત થઈ રહ્યું હતું. કૃષ્ણના જીવનકાળમાં ત્યાં ના તો કોઈ ઔદ્યોગિક પ્રદૂષણ હતું અને ના તો યમુનાને ગંદા કરવાવાળા બીજા અવશેષ એમાં વહાવવામાં આવતા હતા. નદીઓ ભારતીય સભ્યતાની જીવનરેખા હતી. સાપના કારણથી પ્રદૂષિત થયેલી યમુનાનું પાણી પીવાથી ગ્રામીણો અને વટેમાર્ગુઓના જીવ જઈ રહ્યાં હતા. ભગવાન કૃષ્ણએ નદીમાં છલાંગ લગાવી દીધી. આ છલાંગ બિલ્કુલ એ જગ્યા પર લગાવવામાં આવી, જ્યાં કાળિયો રહેતો હતો અને વિસ્તારની સંપૂર્ણ જનસંખ્યા માટે સમસ્યા પેદા કરતો હતો. એમણે સાપને સજા આપી. એ જગ્યા છોડવા માટે બાધ્ય કર્યો. આ રીતે એમણે પોતાના સમુદાયની રક્ષા કરી.

એક સાચ્ચા વ્યવસ્થાપકમાં પોતાના સહકર્મીઓ પ્રત્યે કરુણાભાવ હોવો જોઈએ. એને જરૂર પડવા પર પોતાના સહયોગીઓની મદદ કરી જોઈએ.

૩૩. વડીલોનું સન્માન

બધી સંસ્થામાં કામ કરવા માટે એક તંત્રનું પાલન કરવામાં આવે છે. આના લીધે ઊંચા પદના વ્યક્તિની પાસે પોતાનાથી નીચેવાળાઓને નિયંત્રિત કરવાની

શક્તિ હોય છે. આ પદ અનુસાર દરેક સીડી પર લાગૂ થાય છે. જ્યાં આ તંત્ર સંસ્થાના નિરંતર વિકાસ માટે કામ કરે છે, ત્યાં સંસ્થા પ્રગતિ કરે છે. જ્યાં આ ફક્ત એક નિયમ બનીને રહી જાય છે, ત્યાં આ સંસ્થાનો રોગ થઈ જાય છે. સાચ્ચા સહ્દય વ્યક્તિ, પ્રતિષ્ઠિત અધિકારી/વ્યક્તિ અને વડીલોનું સન્માન જરૂરી છે. આ ગુણ વગર કોઈ સંસ્થાનું જીવિત રહેવું મુશ્કેલ થઈ જાય છે.

કૃષ્ણએ હંમેશાં પોતાના વડીલોનું સન્માન કર્યું. તેઓ દરેક અવસર પર એમની સલાહ લેતા હતા. પરંતુ કંસ જેવા દુર્જન નજીકના સંબંધી હોવા છતાં કૃષ્ણની વિરુદ્ધ ઊભા હતા.

આદરનો સંબંધ હ્દયથી હોય છે. આદરણીય વ્યક્તિને આદર જરૂર મળે છે. પરંતુ એ પણ સત્ય છે કે કોઈનો સ્વભાવ એના લલાટ પર અંકિત નથી હોતો. આથી જ્યારે પણ આપણી સામે કોઈ મોટો વ્યક્તિ નજરે આવે તો આપણે એનું સન્માન કરવું જોઈએ. આ માનવીય ગુણને કારણે યાત્રાઓ દરમિયાન આપણે વડીલો અને ઉંમરલાયક લોકો માટે એક સીટ છોડી દઈએ છીએ. ઉંમર અને અનુભવનું સન્માન જરૂરી છે.

૩૪. સૌમ્યતા

તમે પ્રામાણિક છો, મહેનતુ છો, બુદ્ધિશાળી છો અને સુંદર છો, પરંતુ જો તમે સૌમ્ય નથી તો સફળતાની શક્યતા ન્યૂનતમ થઈ જાય છે. આધુનિક સમયમાં બુદ્ધિમતાની ઊણપ નથી. આપણને મહેનતુ અને પ્રામાણિક લોકો પણ મળી જાય છે. પરંતુ નૈતિકતાનો ઘોર અભાવ છે. જ્યારે આપણે કોઈ વ્યક્તિનું વિશ્લેષણ કરવાનું હોય છે તો આપણે એની સૌમ્યતાની તપાસ કરીએ છીએ. સૌમ્યતા જન્મજાત ગુણ છે. સુરુચિ સંપન્નતા પ્રાપ્ત કરી શકાય છે, પરંતુ સૌમ્યતા આપણો આંતરિક ગુણ છે.

ભગવાન કૃષ્ણ પોતાના વ્યવહારમાં અને ગતિવિધિઓમાં સૌમ્ય હતા. તેઓ હસમુખ હતા. આ હાસ્ય કૃત્રિમ ન હતુ. તે શાશ્વત સુખના અહેસાસથી ભરેલાં હતા. એક સારા વ્યવસ્થાપક થવા માટે આપણે સૌમ્ય હોવા જોઈએ. જો કોઈમાં જન્મજાત સૌમ્યતા છે, તો એ એની વિશેષતા છે. ભગવાન કૃષ્ણ વૃંદાવનમાં પોતાના મિત્રો અને છોકરીઓની સાથે જ સૌમ્ય ન હતા, બલ્કે મહાભારતના યુદ્ધ દરમિયાન પણ એટલા જ સૌમ્ય હતા.

સૌમ્ય થવા માટે સંતુલિત વ્યક્તિત્વ જરૂરી છે. આ એક મહાન કળા છે. બાધ્ય થઈને કે કોઈ કૂટનીતિથી સૌમ્યતા જાળવી રાખવી મુશ્કેલ છે.

૩૫. વિનયી

''જે વિનમ્ર છે, એને પડવાનો ભય નથી.'' આ કોઈ અંગ્રેજ કવિનું પુસ્તકીયું જ્ઞાન નથી, બલ્કે સારા વ્યવહારનો મૂળમંત્ર છે. ભલે લક્ષ્ય કેટલું પણ મુશ્કેલ હોય, આપણે વિનયશીલ રહેવું જોઈએ. એક વ્યવસ્થાપકે ગરમમિજાજવાળા ના હોવું જોઈએ. ક્રોધના સમયે વ્યક્તિની બુદ્ધિ ભ્રષ્ટ થઈ જાય છે. બુદ્ધિ ભ્રષ્ટ થવી ખુદને સમાપ્ત કરવા જેવું છે.

મહાભારતના યુદ્ધ દરમિયાન ભગવાન કૃષ્ણ પાંડવો તરફથી હતા. પરંતુ તેઓ કૌરવોની તરફથી લડી રહેલા બધા વડીલો પ્રત્યે પણ એટલા જ વિનયશીલ હતા. દુશ્મનોની સાથે પણ વિનયી બની રહેવું એક મહાન કળા છે. એક વ્યવસ્થાપકમાં આ કળાનું હોવું જરૂરી છે. જ્યારે પણ આપણે કોઈ કઠોર અને અલોકપ્રિય નિર્ણય લેવો પડે, ત્યારે પણ આપણે વિનયી રહેવું પડે.

૩૬. આત્મપ્રશંસા પ્રત્યે સંકોચી

યોગ્ય વિચારધારા રાખવાવાળો વ્યક્તિ આત્મપ્રશંસા સાંભળીને મુગ્ધ નથી થતો. એને આ સાંભળવામાં સંકોચ થાય છે. ભગવાન કૃષ્ણ સત્યની સાકાર મૂર્તિ હતા. બાળપણના દિવસોમાં જ એમણે કેટલાય એવા પરાક્રમો કર્યા, જે સામાન્ય માણસના વશની વાત ન હતી. એમણે શક્તિશાળી રાક્ષસોને માર્યા. યુવા કાળ દરમિયાન એમણે કેટલાય લોકોની મદદ કરી. દરેક અવસર પર કૃષ્ણથી લાભાન્વિત લોકોએ એમના કામની ભારો-ભાર પ્રશંસા કરી. પરંતુ કૃષ્ણએ ખુદ આને પોતાના કર્તવ્યનો ભાગ માન્યો. તેઓ ક્યારેય પ્રશંસાથી પ્રભાવિત નથી થયા.

પ્રશંસાનો કોઈ પણ વ્યક્તિ પર પણ સકારાત્મક પ્રભાવ પડે છે. એનાથી મનોબળ વધે છે. પરંતુ આપણે એના આવેગમાં વહેવું ના જોઈએ. યોગ્ય વિચારધારા રાખવાવાળો વ્યક્તિ આત્મપ્રશંસા સાંભળીને સંકોચી થઈ જાય છે. એનાથી પ્રભાવિત થવું નિંદનીય છે.

૩૭. શરણાર્થીઓ માટે આશ્રય

પાંડવ પોતાના પિતરાઈ ભાઈ કૌરવોની સાથે જુગારની રમતમાં પોતાની સર્વનિષ્ઠ પત્ની દ્રૌપદીને હારી ગયા. કૌરવોમાં સૌથી મોટા દુર્યોધને પોતાના નાના ભાઈ દુઃશાસનને પ્રતિષ્ઠિત લોકોથી ભરેલા દરબારમાં દ્રૌપદીનું ચીરહરણ કરવાની આજ્ઞા આપી. પાંડવ આ નિર્ણયનો વિરોધ કરવાનો નૈતિક અધિકાર

ગુમાવી ચુક્યા હતા. ત્યાં કોઈ દ્રૌપદીની મદદ કરવાવાળું ન હતું. એણે ત્યાં બેઠેલા શ્રેષ્ઠ અને બહાદુરજનોથી પોતાની લાજ બચાવવાની આજીજી કરી. પરંતુ કોઈએ એની મદદ ના કરી. કોઈમાં દુર્યોધન અને દુઃશાસનનો વિરોધ કરવાની હિમ્મત ન હતી. અંતમાં એમણે ભગવાન કૃષ્ણની પ્રાર્થના શરૂ કરી દીધી. એણે કહ્યું - ''હે ગોવિન્દ, આ દુનિયામાં તમારા સિવાય બીજું કોઈ નથી, જે મારા જેવી અસહાય સ્ત્રીની મદદ કરે. હું તમારી શરણમાં આવી છું.'' દુઃશાસને દ્રૌપદીની સાડીને ખેંચવાનું શરૂ કર્યું. દ્રૌપદીએ પોતાની આંખો બંધ કરી લીધી. તેઓ ભગવાન કૃષ્ણના જાપ કરી રહી હતી. આશ્ચર્યચિત કરવાવાળો નજારો સામે આવ્યો. કૃષ્ણ ત્યાં પ્રગટ થઈ ગયા અને સાડી પ્રદાન કરવા લાગ્યા. સાડીનો અંત આવ્યો જ નહીં. દુઃશાસન થાકીને જમીન પર પડી ગયો. આ રીતે દ્રૌપદીની લાજની રક્ષા થઈ. જે પણ ભગવાન કૃષ્ણની શરણમાં આવ્યા, ભગવાને એમની રક્ષા કરી.

દૂરદર્શી વ્યવસ્થાપક સાચ્ચા સાથીઓની ભૂલોને ક્ષમા કરીને એમની રક્ષા કરે છે. એનાથી ભૂલ કરવાવાળા વ્યક્તિ ક્યારેય ભૂલ નથી દોહરાવતા. એક વિશેષ પરિપ્રેક્ષ્યમાં કોઈ નિર્ણય ખોટો હોઈ શકે છે, પરંતુ ઇરાદા સાચ્ચા હોવા જોઈએ.

૩૮. હંમેશાં સુખી

સુખ અને દુઃખ જીવનના અભિન્ન અંગ છે. એનાથી કોઈ ના નથી કરી શકતું. પરંતુ સંપૂર્ણ જીવનકાળમાં કૃષ્ણને દુઃખે ક્યારેય સ્પર્શ ન કર્યો. એમના દ્વારા આપવામાં આવેલા ગીતાના ઉપદેશ દુઃખથી બહાર નિકળવાનો ઉત્તમ રસ્તો છે. ધર્મની સ્થાપના માટે પોતાના સગા-સંબંધીઓને જ દુશ્મનોના રૂપમાં મારવાના વિચારથી અર્જુન ઊંડા દુઃખમાં ડૂબી ગયો હતો. તે ભાવનાના અતિરેકમાં વહી રહ્યો હતો અને કર્તવ્યને નજરઅંદાજ કરી રહ્યો હતો. એક રાજાનું કર્તવ્ય છે કે તે પોતાની પ્રજાની રક્ષા કરે અને ધર્મની સ્થાપના કરે. એણે ભાવનાત્મક વિચારોથી પ્રભાવિત ના થવું જોઈએ. સત્યના રસ્તા પર ચાલીને પોતાના કર્તવ્યના પાલન કરવાથી મહાન કાર્ય બીજું કશું નથી હોતું. અર્જુનને વિચલિત થવાથી રોકવા માટે ભગવાન કૃષ્ણએ ગીતાનો ઉપદેશ આપ્યો. એમણે સંપર્ણ માનવતાને દુઃખના સાગરથી બહાર નિકાળવાનો પ્રયત્ન કર્યો. મનની શાંતિને પ્રાપ્ત કરી લેવી જીવનની સૌથી મોટી સફળતા છે. ખાસ કરીને એમના માટે જેઓ જીવનના રહસ્યને સમજી ચૂક્યાછે. ભગવાન કૃષ્ણ મહાન યોગી હતા. એમણે ગીતાના માધ્યમથી શાશ્વત શાંતિનો સંદેશ આપ્યો. શાશ્વત શાંતિ પ્રાપ્ત કર્યા વગર કોઈ હંમેશાં સુખી નથી રહી શકતો.

એક સારો વ્યવસ્થાપક દરેક દિવસે થવાવાળી ઉથલ-પુથલને પોતાના વ્યક્તિત્વ પર હાવી નથી થવા દેતો. તે આ વસ્તુઓને નિયંત્રિત કરીને પોતાના વ્યક્તિત્વનો માલિક ખુદ બની જાય છે. આથી હંમેશાં સુખી રહે છે.

૩૯. ભક્ત વત્સલ (ભક્તોને પ્રેમ કરવાવાળા)

ભગવાન કૃષ્ણ પોતાના ભક્તોનું હંમેશાં ધ્યાન રાખતા હતા. તેઓ એમની રક્ષા માટે કોઈ પણ હદ સુધી જઈ શકતા હતા. એમણે રાક્ષસો અને દુર્જન રાજાઓની સાથે યુદ્ધ કર્યું. ઘણાં બધા યુદ્ધ એમણે ફક્ત પોતાના ભક્તો માટે જ લડ્યાં. એમના ભક્ત ખૂબ જ ધાર્મિક પ્રવૃત્તિના લોકો હતા. ઈશ્વરના અવતારોનો ઉદ્દેશ્ય જ છે- ધર્મની સ્થાપના. ભગવાન વિષ્ણુએ પોતાના બધા અવતારોમાં આ ઉદ્દેશ્યને પૂરો કર્યો. ભગવાન કૃષ્ણને સર્વશક્તિમાન ઈશ્વરનો સાક્ષાત્ અવતાર માનવામાં આવ્યા છે. ભગવાન કૃષ્ણ ફક્ત પોતાના ભક્તો માટે યુદ્ધ જ કરી રહ્યાં ન હતા બલ્કે એમની ધાર્મિક ઇચ્છાઓની પૂણ પૂર્તિ કરી રહ્યાં હતા. ભારતમાં, ખાસ કરીને હિન્દુઓની વચ્ચે ભગવાન વિષ્ણુને સર્વશક્તિમાન ઈશ્વર માનવામાં આવ્યા છે. ભગવાન કૃષ્ણ મથુરામાં કંસને મારવાના ઉદ્દેશ્યથી પ્રવેશ કરી રહ્યાં હતા, તો એક કુબડી મહિલા એમને મળીને એમના માથા પર ચંદનનો લેપ લગાવવા ઇચ્છી રહી હતી. ભગવાન કૃષ્ણ મહિલાના ઇરાદાને સમજી ગયા અને જાણીજોઈને એના રસ્તાથી પસાર થવા લાગ્યા. એમણે એનો પ્રસ્તાવ સ્વીકારી લીધો. ભગવાન કૃષ્ણએ પીઠના કુબડા ભાગને સ્પર્શ કર્યો. આ કોમળ સ્પર્શથી એક ચમત્કાર થયો. તે એક સુંદર મહિલા બની ગઈ, એની પીઠ બિલ્કુલ સારી થઈ ગઈ. ભગવાન કૃષ્ણના સંબંધમાં આવી સેંકડો વાર્તાઓ છે.

એક સારો બૉસ પોતાના અધીનસ્થ કર્મચારીઓની સારસંભાળ રાખે છે. તે પોતાના સહયોગીઓના હિતોની રક્ષા કરે છે. એને પોતાના કર્મચારીઓથી આદર મળે છે. તે લોકો માટે કોઈ પણ પ્રકારનું જોખમ સહન કરવા માટે તૈયાર રહે છે.

૪૦. પ્રેમવશ

ભગવાન કૃષ્ણ ફક્ત પ્રેમના જ વશીભૂત હતા. તેઓ ભક્તોના નિયંત્રણમાં હતા. એમના હૃદયમાં રાધા માટે એક સ્થાયી સ્થાન હતું. કૃષ્ણ કેટલાય પ્રકારની ગતિવિધિઓમાં વ્યસ્ત રહેતા હતા. દરેક સંબંધને જાળવી રાખવા મુશ્કેલ હતા. પરંતુ એમણે કોઈ પણ સંબંધને ભુલાવ્યા નહીં. જ્યારે પણ કોઈ રાધાની વાત

કરતું, તેઓ ઊંડા ધ્યાનમાં ચાલી જતા. એમણે કહ્યું - ''રાધા મારું હૃદય છે.'' રાધા એમના બાળપણનો પ્રેમ હતી. તેઓ આખી જિન્દગી એને ના ભુલાવી શક્યા.

તેઓ પોતાની પાલક માતા યશોદાને પણ ક્યારેય ના ભૂલ્યા. એમના માતા-પિતા મથુરાની જેલમાં હતા. એમનું પાલન-પોષણ નંદ અને એમની પત્ની યશોદાએ કર્યું. અલગ હોવા છતાં તેઓ પોતાના બાળપણના મિત્ર સુદામાને ક્યારેય ના ભૂલી શક્યા. એમનો પ્રેમ એકનિષ્ઠ હતો. એમના માટે પ્રેમી અને પ્રેમિકાની વચ્ચે કોઈ અંતર ન હતું. બંને એક આત્મા હતા. મૈથિલી સાહિત્યના મહાન કવિ વિદ્યાપતિએ કહ્યું છે - ''હંમેશાં કૃષ્ણની યાદોમાં ખોવાયેલા રહેવાને કારણે રાધા એમની સાથે એકાકાર થઈ ગઈ.''

અનુસન માધવ માધવ રટૈત રટૈત.

ભગવાન કૃષ્ણએ પોતાના પ્રેમનું વ્યાવહારિક ઉદાહરણ બતાવ્યું. આ ફક્ત માનસિક સ્તર પર ન હતું.

૪૧. સર્વશુંભકર (બધાનું ભલું ઈચ્છવાવાળા)

આધુનિક સમયમાં મહાત્મા ગાંધીએ રસ્કિનની પુસ્તક ''અનટૂ ધ લાસ્ટ'' વાંચીને નિષ્કર્ષ કાઢ્યો કે બધાની ભલાઈમાં જ વ્યક્તિગત ભલાઈ સમાયેલી છે. કૃષ્ણએ ગીતા સંવાદમાં કહ્યું - ''બુદ્ધિશાળી વ્યક્તિ પરમાત્મા અને એક કીડીમાં એક જ તત્ત્વ જુએ છે.'' મોટી-મોટી વસ્તુઓ નાની વસ્તુઓને મળવાથી જ બને છે.

આધુનિક સમયમાં ઘણી બધી સમસ્યાઓનું મૂળ પક્ષપાતપૂર્ણ દૃષ્ટિ છે. લોકો કેટલાક ખાસ લોકો અને કેટલાક ખાસ સમૂહોના કલ્યાણ વિશે વિચારે છે. આપણે યોજનાકર્મી વિસ્તૃત વિસ્તાર પર વિચાર નથી કરતા. એક અકથિત સંકીર્ણતા એમની બુદ્ધિમતાને ચારે બાજુથી ઘેરી વળી છે. જૂના સમયથી ચાલી આવી રહેલી સમસ્યાઓનું સમાધાન શોધવામાં જ એમની સારી પ્રવીણતા વ્યર્થ જઈ રહી છે. એમની પાસે એકનિષ્ટ દૃષ્ટિ નથી. આજકાલ તેઓ સમગ્ર વિકાસ કરે છે. સમગ્ર વિકાસ અર્થાત્ સર્વતોમુખી વિકાસ, જે લાંબા સમય સુધી ચાલે. પરંતુ જો આપણે સાચા અર્થોમાં સમગ્ર વિકાસનું વાતાવરણ પ્રાપ્ત કરવું છે, તો આપણે જાત-જાતના વર્ગીકરણથી ઉપર ઉઠવું પડસે.

એમણે કંસ અને એમના બીજા દુર્જન સાથીઓને વ્યક્તિગત બદલા માટે નથી માર્યા. અંગત પસંદ અને નાપસંદના આધાર પર કોઈને સફળતા નથી મળતી. એમણે માનવ જાતિના કલ્યાણ માટે કામ કર્યું. એમના ક્રિયાકલાપોમાં એક સંદેશ હતો. આ સંદેશ દરેક સમયમાં ઉપયોગી છે, આથી સર્વકાલિક છે.

૪૨. પ્રતાપી

દુર્જનોના દિલોમાં આતંક પેદા કરવા માટે એમનું નામ જ પૂરતું હતું. જ્યારે કૃષ્ણએ કંસને હરાવીને મારી નાંખ્યો, એના પછી કોઈ પણ રાજા કૃષ્ણની વિરુદ્ધ જવા ઇચ્છતા ન હતા. બધા ધાર્મિક લોકોએ એમને સર્વશક્તિમાન ઈશ્વર માનવાનું શરૂ કરી દીધું. એવા લોકો જે નિર્દોષ લોકોને પરેશાન કરી રહ્યાં હતા અને પોતાનો રસ્તો બદલવા તૈયાર ન હતા, એમને હાર સ્વીકારવી પડી. ફક્ત શક્તિશાળી હોવું જ પૂરતું નથી. એની સાથે-સાથે પ્રતાપી પણ થવું પડે છે.

લોકોને એક યોગ્ય વ્યવસ્થાપકના કામની જાણકારી હોવી જોઈએ. ડૉ. એ.પી.જે. અબ્દુલ કલામે ભારત માટે મિસાઈલો તૈયાર કરી. ત્યાંની જનતા અને સરકાર એમના કામથી પ્રભાવિત હતી. એમને ભારતના રાષ્ટ્રપતિ પદ પર આસીન થવાનો પ્રસ્તાવ મળ્યો. એમણે ના ફક્ત આ પ્રસ્તાવને સ્વીકાર્યો બલ્કે દેશના સર્વોચ્ચ પદ પર બેસીને પણ પોતાના કર્તવ્યનું પાલન એ જ ઉત્સાહથી કર્યું, જેના માટે તેઓ પ્રસિદ્ધ હતા.

ભગવાન કૃષ્ણના કાળમાં બધાને વિશ્વાસ હતો - ''જ્યાં કૃષ્ણ છે, ત્યાં ધર્મ છે.'' એમણે ખુદને સત્યના સાધકની રીતે સાબિત કર્યા. એમની પાસે સત્ય માટે કામ કરવાનું સાહસ હતું અને પોતાના ઈરાદાઓને સફળ બનાવવાની પ્રતિબદ્ધતા હતી.

લોકો એક સારા વ્યવસ્થાપકના નામ પર પોતાની સેવા કે સંસાધન આપવા માટે તૈયાર હોય છે. જ્યારે કોઈ વ્યક્તિ સમર્પણ, પ્રતિબદ્ધતા, દૂરદષ્ટિની સાથે-સાથે બધાની ભલાઈ માટે કામ કેર છે, તો એનું નામ આદરની સાથે લેવામાં આવે છે. આવા વ્યવસ્થાપક થવા માટે ઘણો ત્યાગ કરવો પડે છે. શ્રી નારાયણ મૂર્તિએ એકનિષ્ઠ થઈને અત્યંત અનુશાસનની સાથે કામ કર્યું. એમણે પોતાની કંપની 'ઇન્ફોસિસ'ને વિશ્વસ્તરીય સંસ્થા બનાવી દીધી. આ ઊંચાઈ પર પહોંચ્યા પછી એમણે બીજા યોગ્ય સહકર્મીને કંપનીનો કાર્યભાર આપી દીધો. હવે તેઓ કરોડો લોકો માટે પ્રેરણાસ્રોત બની ગયા છે.

૪૩. કીર્તિ

તત્કાલીન વિશ્વમાં ભગવાન કૃષ્ણની પ્રસિદ્ધિ બધી દિશાઓમાં ફેલાઈ ચુકી હતી. આવી પ્રસિદ્ધિ કોઈને એક ક્ષણમાં નથી મળતી. આ સામાન્ય જિંદગીને

ઉત્તમ બનાવવા માટે સાચી દિશામાં કરવામાં આવેલા સતત પ્રયત્નોનું પરિણામ હતું. જે આ રીતથી કામ કરે છે,એમને સાચ્ચી ખ્યાતિ મળે છે. દરેક સમાજમાં નિઃસ્વાર્થ સેવાના સેંકડો ઉદાહરણ મળી જશે. ભગવાન કૃષ્ણનો કોઈ વ્યક્તિગત એજેન્ડા ન હતો. એમનું એક મિશન હતું. વ્યક્તિગત એજેન્ડા પર કામ કરવામાં કોઈ ખરાબી નથી. પરંતુ આ જનસામાન્યનું ધ્યાન આકર્ષિત નથી કરતું. જે જનસામાન્ય માટે નિઃસ્વાર્થ ભાવથી કામ કરે છે, એમને બેદાગ પ્રસિદ્ધિ મળે છે.

કૃષ્ણએ કોઈ વ્યક્તિગત રાજતંત્ર પર કામ નથી કર્યું. એમણે પોતાના કલ્યાણકારી કામોના ફળની ચિંતા ક્યારેય નથી કરી.

તમે જે પ્રાપ્ત કરો છો, એના માટે યાદ નથી કરવામાં આવતા. સમાજને તમારાથી જે મળે છે, તે યાદગાર બને છે. કૃષ્ણએ સમાજને ઘણું બધું આપ્યું. પરંતુ બદલામાં કશું ના લીધું. તેઓ સતત જોતા રહ્યાં. જેઓ પોતાની સંસ્થાને આપવામાં વિશ્વાસ રાખે છે, એમને પ્રાકૃતિક રીતે આપોઆપ જ મળે છે. આપવું મહત્ત્વપૂર્ણ છે.

૪૪. સ્વભાવથી મધુર

ભગવાન કૃષ્ણ મોટાભાગના લોકોને પ્રેમ કરતા હતા. પરંતુ બધાને નહીં. કોઈ પણ દુર્જન વ્યક્તિથી પ્રેમ નથી કરી શકતું. તેઓ કંસ, શકુની, શિશુપાલ, જરાસંઘ વગેરે પ્રત્યે મધુર ભાવ રાખતા ન હતા. આ બધા લોકો કુખ્યાત હતા અને અંત સુધી સાધારણ લોકોને નુકસાન પહોંચડતા રહ્યાં.

ત્યાં સુધી કે ઈસા મસીહના પણ દુશ્મન હતા. તેઓ ષડ્યંત્રના શિકાર થઈ ગયા. ગાંધીજીને પોતાના જીવનનો ત્યાગ કરવો પડ્યો. આથી કોઈના માટે પણ મોટાભાગના લોકોને પ્રેમ કરવો શક્ય છે, દરેકને નહીં. એક સારા અને યોગ્ય વ્યવસ્થાપકના અનેક પ્રશંસક અને કેટલાક દુશ્મન હોય છે. તે મોટાભાગના લોકો સાથે મધુર સંબંધ રાખે છે.

ભગવાન કૃષ્ણ સ્વભાવથી મધુર હતા. આથી બાળપણના દિવસોમાં જ એમણે લોકોનું ધ્યાન પોતાની તરફ ખેંચ્યું. એમને દરેક ક્ષેત્ર સાથે જોડાયેલા માણસ પ્રેમ કરતો હતો.

ધ્યાનપૂર્વક પ્રયત્ન કરવાથી આપણો સ્વભાવ મધુર બને છે. જો કોઈમાં આ ઈશ્વરની ભેટ છે, તો એક મહાન વરદાન છે.

૪૫. સાધુ સમાશ્રય

ભગવાન કૃષ્ણની પાસે સાધુજનોને આશ્રય મળતો હતો. એમના દરવાજા સાધુઓ માટે હંમેશાં ખુલ્લાં રહેતા હતા. એમણે ના ફક્ત સાધુઓ, બલ્કે બીજા

દાતૃક-દયાળુ જીવોને પણ આશ્રય આપ્યો. દેવતાઓના રાજા ઈન્દ્રના ક્રોધથી એમણે સંપૂર્ણ વ્રજ ભૂમિને બચાવી. એમણે નિર્વાસિત પાંડવોને પોતાના રાજ્યમાં શરણ આપી. એમણે ગરીબ સુદામાને આશ્રય આપ્યો. એમણે એક શક્તિશાળી હાથીને એક મગરના જાનલેવા કબ્જામાથી બચાવ્યો. એમણે જરાસંઘના સતત હુમલાથી મથુરાના ભોળા-નિર્દોષ લોકોને બચાવ્યા.

એક સક્ષમ વ્યક્તિએ સાધુજનોને આશ્રય આપવો પડ્યો. જ્યાં સુધી શક્ય હોય, એમની મદદ કરવી જોઈએ.

૪૬. નારી ગણ મનોહારી

ભગવાન કૃષ્ણ સંદુર અને પ્રેમાળ હતા. પોતાના બાળપણમાં જ એમણે કેટલીય સુંદરીઓનું દિલ જીત્યું. એ બધાના મનમાં કૃષ્ણ માટે પવિત્ર પ્રેમ હતો. એમાં રાધા, લલિતા અને વિશા પ્રમુખ છે. પોતાના યૌવનમાં એમની આઠ પત્નીઓ હતી. તેઓ બધી પોતાના સમયની સુંદર સ્ત્રીઓ હતી. ભગવાન કૃષ્ણ એ બધાનું ધ્યાન રાખતા હતા. કોઈના મનમાં એમના માટે કોઈ ફરિયાદ ન હતી.

આધુનિક સમાજમાં બહુવિવાહ પ્રચલિત નથી. પરંતુ સુંદરીઓનું દિલ જીતવું પણ એક કળા છે. પોતાની પ્રેમિકા કે પત્નીને સાચા અર્થોમાં ખુશ કરવી એક મહાન સફળતા છે. સુખી વૈવાહિક જીવન વ્યતીત કરવું દરેક કાળ માટે એક પ્રશંસનીય કાર્ય છે. ઘરમાં અને કાર્યાલયમાં મહિલાઓનું સન્માન આજના સમયની જરૂરિયાત છે.

૪૭. સર્વઆરાધ્ય

ભગવાન કૃષ્ણનું સન્માન બધા કરે છે. કૌરવોની તરફથી લડી રહેલા ભીષ્મ અને દ્રોણાચાર્ય પણ દુશ્મનોના તરફદાર કૃષ્ણનો આદર કરતા હતા. વૃંદાવનમાં તેઓ સર્વોચ્ચ ઈશ્વરના રૂપમાં પૂજવામાં આવતા હતા. મથુરા અને દ્વારકામાં સર્વશક્તિશાળીના રૂપમાં એમની આરાધન કરવામાં આવતી હતી. રાજાઓની વચ્ચે તેઓ પોતાના અદ્વિતીય ચમત્કારિક વ્યક્તિત્વને કારણે ચર્ચામાં રહેતા હતા. પાંડવો માટે તેઓ મહાગુરુ હતા. એમના વગર પાંડવ પોતાના અસ્તિત્વ વિશે વિચારતા જ ન હતા. એમની અનુપસ્થિતિમાં મથુરાની ગોપીઓએ લાંબા વિરહનું જીવન વિતાવ્યું.

આપણે બધાનો આદર કરવો જોઈએ. જે બધાનો આદર કરે છે, એમને સૌથી આદર મળે છે. એક યોગ્ય નેતા બધાના આદરનો પાત્ર હોય છે.

૪૮. સમૃદ્ધિવાન

ભગવાન કૃષ્ણ સર્વતોમુખી સમૃદ્ધિના પર્યાયવાચી બની ગયા હતા. એમનું રાજતંત્ર દ્વારકા એ દિવસોમાં ધન-સંપદાનું સ્ત્રોત માનવામાં આવતું હતું. આ એક સમુદ્રી શહેર હતું. અહીંયા કાર્ય-વેપાર ફળી-ફૂલી રહ્યો હતો. ભગવાન કૃષ્ણનું વ્યક્તિત્વ દિવ્ય ગુણોથી હર્યુ-ભર્યુ હતું.

એમણે ખુદ સર્વોન્મુખી સમૃદ્ધિનું જીવન જીવ્યા. સર્વતોમુખી સમૃદ્ધિથી તાત્પર્ય છે કે ધનની સાથે-સાથે શાંતિ અને સુખની ઉપલબ્ધિ. એમની પત્ની રુકમણીને ધનની દેવી લક્ષ્મીનો અવતાર માનવામાં આવતો હતો. બાળપણમાં એમણે એક સંપન્ન ગોવાળીયા નંદે પાલન-પોષણ કરીને મોટા કર્યા. એમના મોટાભાગના મિત્ર ધનવાન હતા. એમણે પોતાના એક ગરીબ મિત્ર સુદામાને ધનવાન વ્યક્તિ બનાવ્યા. આપણે પોતાની મંડળીને સંપન્ન બનાવવાનો પ્રયત્ન કરવો જોઈએ. જો તમારી આસ-પાસ ધનવાન અને સાચ્ચા લોકો છે, તો નિશ્ચિત રીતે ત્યાં શાંતિ અને સમૃદ્ધિ હશે. સંપન્ન સમુદાયમાં વ્યક્તિ શાંતિપૂર્ણ અને સુખદ જીવન વ્યતીત કરે છે.

૪૯. મહાનતા (વરીયતા)

ભગવાન કૃષ્ણને મહાનતમ લોકોની વચ્ચ પણ મહાન કહેડાવવાનું ગૌરવ પ્રાપ્ત હતું. એમના કાળના સંતજનો અને પ્રબુદ્ધ લોકોએ એમને મહાનતમની સંજ્ઞા આપી. યુધિષ્ઠિરે જ્યારે પોતાના નવા રાજતંત્રમાં રાજાઓ, સંતો અને પ્રબુદ્ધ લોકોની સભા બોલાવી, તો એમણે પોતાના દાદા ભીષ્મથી કહ્યું - ''પ્રથમ સ્થાન કોને આપવામાં આવે?'' ભીષ્મએ કોઈ અચકાટ વગર તરત જ જવાબ આપ્યો - ''જ્યાં ભગવાન કૃષ્ણ હાજર હોય ત્યાં આ સવાલ નથી ઉઠતો. પ્રથમ સ્થાનનો પ્રસ્તાવ ફક્ત એમના જેવા સક્ષમ વ્યક્તિને જ આપી શકાય છે.''

એક મહાન નેતાને પ્રથમ સ્થાન એના લોકો દ્વારા ખુદ આપવામાં આવે છે. એને આ પ્રાપ્ત કરવા માટે કોઈ સમીકરણ હલ નથી કરવું પડતું. એમની મહાનતાના કારણે સફળતા ખુદ એમના પગલાં ચૂમે છે.

૫૦. સર્વશક્તિમાન ઈશ્વર

ભગવાન કૃષ્ણની કોઈ અવહેલના નથી કરી શખતું. એમણે જે ઈચ્છ્યું, એને પ્રાપ્ત કર્યું. ફક્ત ભગવાન જ આવું કરી શકે છે. એક શક્તિશાળી વ્યક્તિ પોતાની

ઇચ્છાનુસાર વસ્તુઓને પ્રાપ્ત કરવા માટે અથાગ મહેનત કરી શકે છે. એને એમાંથી ઘણી બધી વસ્તુઓ પ્રાપ્ત કરવામાં સફળતા પણ મળે છે. પરંતુ દરેક વસ્તુ એ પણ પ્રાપ્ત નથી કરી શકતો. સાધારણ માણસની એક સીમા હોય છે. પરંતુ ઈશ્વર અસીમ છે.

ભગવાન કૃષ્ણનો આ ગુણ માનવેતર હતો. પરંતુ આપણે અલગ-અલગ કળાઓ અને ગુણોમાં પારંગતતા પ્રાપ્ત કરવાનો પ્રયત્ન કરવો જોઈએ.

૫૧. હંમેશાં સ્વરૂપ સંપ્રતાપી (સ્વનિયંત્રિત)

ભગવાન કૃષ્ણ દરેક પ્રકારના ભુલાવાથી અપ્રભાવિત રહેતા હતા. તેઓ આત્મનિયંત્રણનું જીવતું-જાગતું ઉદાહરણ હતા. 'સ્વનિયંત્રણ' અર્થાત્ પોતાના ઉપર નિયંત્રણ ઘણી મોટી સફળતા છે. બીજાને નિયંત્રિત કરતાં પહેલાં આપણે ખુદને નિયંત્રિત કરવાની જરૂર છે. લોકો દુનિયા જીતવા માટે નિકળી તો જાય છે, પરંતુ એમનું પોતાના ઉપર નિયંત્રણ નથી રહેતું. અંતે તેઓ પોતાના લક્ષ્ય સુધી નથી પહોંચી શકતા. એમનું સપનું અધૂરું રહી જાય છે. આથી તેઓ હારેલા અનુભવે છે.

આત્મનિયંત્રણ માટે સૌથી પહેલાં આપણે પોતાની અંદર નજર કરવી પડે છે. પોતાના વ્યક્તિત્વને સારી રીતે સમજવું પડે છે. આપણા આંતરિક વ્યક્તિત્વ પર ધૂળ અને ગંદકીના પડો હોય છે. એને સાફ કરવા માટે આપણે પોતાના વ્યક્તિત્વના બધા પડોને સ્વચ્છ રાખવા પડે છે. એમાંથી કેટલાક પડો પરિવાર દ્વારા લાદવામાં આવે છે, કેટલાક સમાજ દ્વારા અને કેટલાક પોતાના કાર્યકલાપ અને વિચારો દ્વારા.

૫૨. સર્વજ્ઞ (બધું જ જાણવાવાળા)

ઘણાં બધા લોકો અલગ-અલગ વસ્તુઓને જાણી શકે છે. કેટલાક લોકો મોટાભાગની વસ્તુઓ વિશે જાણે છે. પરંતુ બધું જ જાણવાવાળો કોઈ નથી હોતો. આપણે પહેલાં જ માનવીય સીમાઓની વાત કરી ચુક્યા છીએ. ભગવાન કૃષ્ણ સર્વજ્ઞ હતા. આ એમનો માનવેતર ગુણ હતો. ફક્ત ઈશ્વર જ બધું જ જાણવાવાળા હોઈ શકે છે. એક સામાન્ય માણસ ઘણું બધું જાણવાવાળો હોઈ શકે છે, વિદ્વાન થઈ શકે છે, પ્રબુદ્ધ થઈ શકે છે, પરંતુ સર્વજ્ઞ નથી થઈ શકતા.

આપણે ઘણી બધી વસ્તુઓને જાણવાનો પ્રયત્ન કરવો જોઈએ. આપણે ચતુર્મુખી અનુભવ લેવાનો પ્રયત્ન કરવો જોઈએ. પરંતુ એ પણ સત્ય છે કે સર્વજ્ઞ હોવું મનુષ્ય માત્રના વશથી પરે છે.

૫૩. નિત્ય નૂતન (હંમેશાં નવીન)

ભગવાન કૃષ્ણના વ્યક્તિત્વનું મુખ્ય આકર્ષણ એમની નવીનતા હતી. એમના સાહચર્યમાં કોઈએ ક્યારેય એકરસતા નથી અનુભવી.

કેન્દ્રમાં બની રહેવા માટે આપણે પોતાના વ્યક્તિત્વમાં હંમેશાં નવીનતા જાળવી રાખવી પડે છે.

નવી-નવી વિચારધારા લઈને સામે આવવાવાળા વ્યક્તિ જ મહાન નેતા બને છે. ગતિવિધિઓના કેન્દ્રમાં જળવાઈ રહેવા માટે વિચારોની નવીનતા જ મૂળમંત્ર છે. વિચારોની નવીનતાના અભાવમાં વ્યક્તિત્વની નવીનતાનો સ્વાદ નથી ચાખી શકાતો.

લાંબા સમય સુધી જળવાઈ રહેવા માટે નિત્ય નૂતન થવું પડે છે.

વિચારોની નવીનતા મેનેજમેન્ટ ગુરુનું લક્ષ્ય અને વ્યક્તિત્વની નવીનતા એનો મંત્ર હોવો જોઈએ.

૫૪. સચ્ચિદાનંદ વિગ્રહ

ભગવાન કૃષ્ણ એક દિવ્ય અવતાર હતા. આપણે કેટલીક વિશેષ પ્રકારની દિવ્યતા પ્રાપ્ત કરવાનો પ્રયત્ન કરી શકીએ છીએ. પરંતુ એક દિવ્ય અવતાર થવું અશક્ય છે.

વિચારોમાં દિવ્યતા શક્ય છે. પરંતુ શરીરના અંગ-પ્રત્યંગ દિવ્ય હોવા અશક્ય છે. આ એવો ગુણ છે, જેને કોઈ કળા કે વિજ્ઞાન કે ધ્યાનથી પ્રાપ્ત નથી કરી શકાતો.

૫૫. સર્વસિદ્ધ

આપણે એવા યોગીઓ વિશે સાંભળી રાખ્યું છે, જેમની પાસે અદ્વિતીય શક્તિ હતી. એક સામાન્ય માણસની પાસે એ નથી હોતું. ભગવાન કૃષ્ણની પાસે લગભગ બધી યોગ શક્તિઓ હાજર હતી. તેઓ સર્વગુણ સંપન્ન હતા. સાધારણ માણસ એવો નથી હોતો. એક સારા નેતાએ અલગ-અલગ પ્રકારના ગુણ અને શક્તિ પ્રાપ્ત કરવાના પ્રયત્ન કરવા જોઈએ. એમાં મગજની શક્તિની સાથે-સાથે શારીરિક શક્તિ પણ સામેલ છે. આપણે ઈચ્છીએ તો શક્તિશાળી શરીર અને મગજ પ્રાપ્ત કરી શકીએ છીએ.

૫૬. ચિંતનથી પરે મહાશક્તિ

ભગવાન કૃષ્ણની પાસે ભૌતિક નિયમોની ઉપર જવાની તાકાત હતી. એમણેપોતાના પડછાયાથી સૂરજને ઢાંકી દીધો. એનાથી મહાભારતના બધા

યોદ્ધાઓને સૂર્યાસ્તનો ભ્રમ થઈ ગયો. અર્જુને જયદ્રથને સૂર્યાસ્તથી પહેલાં મારી નાંખવાના સોગંદ લીધા હતા. નહીંતર તે ખુદ ચિતાગ્નિમાં સમાઈ જતો. જયદ્રથ, અર્જુનને આગમાં કૂદતા જોવા માટે આવ્યો. અચાનક આકાશમાં સૂર્ય નજરે આવવા લાગ્યો. આ બપોરનો સમય હતો. ભગવાન કૃષ્ણએ અર્જુનને એક પણ ક્ષણ ગુમાવ્યા વગર જયદ્રથને મારી નાંખવાનો આદેશ આપ્યો. એણે એવું જ કર્યું. કોઈ સાધારણ વ્યક્તિ ભૌતિક નિયમોથી અલગ નથી જઈ શકતો. પરંતુ મહાશક્તિ એવું કરી શકે છે.

૫૭. કોટિબ્રહ્માનંદ વિગ્રહ

મહાભારતના યુદ્ધથી ઠીક પહેલાં ભગવાન કૃષ્ણએ અર્જુનને પોતાનું વિશ્વરૂપ જોવાના આશીર્વાદ આપ્યા. એણે ભગવાન કૃષ્ણના શરીરની અંદર કેટલાય બ્રહ્માંડના દર્શન કર્યાં. આ સાધારણ માણસ માટે શક્ય નથી. આ ચમત્કારો દ્વારા પણ શક્ય નથી. આથી, આ પ્રેરણા માટે નહીં, સૂચના માટે હતું.

એક નેતાએ પણ આ જ રીતે ચમત્કારિક હોવું જોઈએ.

૫૮. અવતારવાલી વિજય (બધા અવતારોનો આધાર)

ભગવાન કૃષ્ણ ફક્ત એક અવતાર ન હતા. એમનામાં બધા અવતારોનો યોગ હતો. એમના વિશ્વરૂપમાં બધા અવતાર પ્રગટ હતા. તેઓ બધા અવતારોના આધાર હતા.

અમનું બહુઆયામી વ્યક્તિત્વ, વિશ્વરૂપ, દિવ્ય ગુણ, ચમત્કાર, યોગશક્તિ, સાહસ, તીક્ષ્ણતા અને બીજા કેટલાય ગુણ આ કથનની પુષ્ટિ કરે છે.

૫૯. સદ્‌ગતિ દાયક

ભગવાન કૃષ્ણ દ્વારા જે માર્યા ગયા, એમને સદ્‌ગતિ પ્રાપ્ત થઈ. દુર્જનોએ બિલ્કુલ અંતિમ ક્ષણમાં ભગવાન કૃષ્ણના દિવ્ય રૂપને જાણ્યૂ અને એમને મોક્ષ મળી ગયો. 'સત્ય'નું જ્ઞાન પોતાનામાં મોક્ષ પ્રાપ્ત કરવાનું જ છે. અંતિમ ક્ષણોમાં સત્યનું જ્ઞાન મેળવીને દુર્જનોએ પણ મોક્ષ પ્રાપ્ત કર્યો.

૬૦. મોક્ષ પ્રાપ્ત કરવાવાળાઓનું ધ્યાનાકર્ષણ કેન્દ્ર

જેમણે મોક્ષ પ્રાપ્ત કર્યો, ભગવાન કૃષ્ણ એમનું ધ્યાનાકર્ષણ કેન્દ્ર હતા. તેઓ યોગીઓના રાજા કહેવામાં આવતા. ધાર્મિક અને નૈતિક વ્યક્તિ બધાનું ધ્યાન

પોતાની તરફ ખેંચે છે. ભગવાન કૃષ્ણ ખુદ ધાર્મિકતા અને નૈતિકતાના સ્રોત હતા. તેઓ દિવ્ય ગુણોથી ભરેલા હતા.

આપણે પોતાના ગુણોને કારણે આદર પ્રાપ્ત કરીએ છીએ. આપણને પોતાના સ્ટાફ કે અધીનસ્થ કર્મચારીથી આદર મળી શકે છે. પરંતુ તે ક્ષણિક હોય છે. જો સાચ્ચો આદર પ્રાપ્ત કરવો છે, તો આપણી અંદર માનવીય સંવેદનાઓ અને દયાળુતા હોવી જોઈએ. સાચ્ચો આદર પ્રાપ્ત કરવો એક મહાન સફળતા છે. મહાન લોકો દ્વારા આદર પ્રાપ્ત કરવો મહાનતમ ઉપબબ્ધિ છે.

૬૧. સર્વભૂત લીલા (અદ્ભુત ચમત્કાર)

ભગવાન કૃષ્ણએ પોતાના સંપૂર્ણ જીવનકાળમાં અદ્ભુત ચમત્કાર કર્યા. આ પ્રકારની કાર્યવાહી સામાન્ય માણસની પહોંચથી બહારની વસ્તુ છે. આપણે એમની લીલા વિશે સાંભળીને આશ્ચર્યચકિત થઈ જઈએ છીએ. એક નેતા ચમત્કારિક હોઈ શકે છે. એણે કેટલીક અદ્વિતીય ભૂમિકા નિભાવવી જોઈએ. તે કંઈક અલગ રીતે મીલના પથ્થરોને પાર કરી શકે છે. એની આ અદ્વિતીય ક્ષમતાથી એના અનુયાયીઓને પ્રેરણા મળશે.

૬૨. અતુલ્ય માધુર્ય

ભગવાન કૃષ્ણનું માધુર્ય અતુલ્ય હતું. સંતજન, ઋષિ-મહર્ષિ, ગ્રામીણ સ્ત્રીઓ, ગોપી, રાજા, રાજકુમાર બધા કૃષ્ણની મધુરતા પ્રત્યે આકર્ષિત હતા. આ શાશ્વત હતું. સામાન્ય રીતે, કોઈના વ્યક્તિત્વની મધુરતા એના માટે અમૃતનું કામ કરે છે. મધુરતાના આધાર પર ઘણાં લોકો સફળતા પ્રાપ્ત કરે છે.

મધુરતા, સફળતાની પ્રથમ સીડી છે. એક નેતાના વ્યક્તિત્વમાં મધુરતા જરૂર હોવી જોઈએ. ભગવાન કૃષ્ણની પાસે શાશ્વત મધુરતા હતી. આથી એ અતુલનીય છે.

૬૩. મુરલી સ્વરથી ત્રણેય લોક વિજય

ભગવાન કૃષ્ણ સંગીત અને નૃત્યુમાં પારંગત હતા. તેઓ વાંસળીવાદનની તરફ અત્યંત આકર્ષિત હતા. એમને જ્યારે પણ સમય મળતો, તેઓ વાંસળી વાદન કરતા હતા. ત્યાં સુધી કે મહાભારતના યુદ્ધ દરમિયાન પણ તેઓ વાંસળી પોતાના સાથે જ રાખે છે. એમને એટલો પ્રેમ હતો કે પોતાની પ્રેમિકા રાધાના અનુરોધ છતાં તેઓ એમને એ ન આપી શક્યા.

સંગીતનું જ્ઞાન કોઈના વ્યક્તિતમાં ચાર ચાંદ લગાવી દે છે. એક નેતાએ કળા, સંગીત અને સાંસ્કૃતિક ગતિવિધિઓમાં રુચિ રાખવી જોઈએ. ત્યાં સુધી કે બહુરાષ્ટ્રીય કંપનીઓ પણ સંગીતના કાર્યક્રમો આયોજિત કરાવે છે. તે કળા અને સંસ્કૃતિમાં વધારો કરે છે. આને સૌંદર્ય-જ્ઞાનની સાથે કરવામાં આવવાવાળા વેપારની સંજ્ઞા આપવામાં આવી છે.

૬૪. અસાધારણ રૂપલાવણ્ય

ભગવાન કૃષ્ણની સુંદરતા અસાધારણ હતી. એમની કોમળતા, મધુરતા અને સુંદરતાથી વિશ્વના દરેક પ્રાણી સમ્મોહિત હતા.

સુંદર ચહેરો ઈશ્વરીય વરદાન છે. આ ઘણાં લોકને આકર્ષિત કરે છે. એક દુર્જન વ્યક્તિ પણ સુંદરતાથી આકર્ષિત થઈ જાય છે. માનવીય ઈતિહાસમાં એવા ઉદાહરણ ભરેલાં પડ્યાં છે, જ્યાં રાજાઓએ સુંદરતાને કારણે પોતાના રાજમુગટ છોડ્યાં. ભગવાન કૃષ્ણના સુંદર વ્યક્તિત્વ અને આકર્ષણની વૈશ્વિક દરકાર હતી.

આ ચોસઠ ગુણોમાંથી મોટાભાગના સામાન્ય માણસમાં જોઈ શકાય છે. પરંતુ કેટલાંક ગુણ એવા છે, જે નિશ્ચિત રીતે ઈશ્વરમાં જોવા મળે છે. સમયની માંગ અનુસાર ભગવાન કૃષ્ણના કેટલાક ગુણોને અલગ પરિપ્રેક્ષ્યમાં રાખીને આપણે એમનાથી પ્રેરણા ગ્રહણ કરી શકીએ છીએ, એમાંથી કેટલાક તો સતત પ્રયત્નથી પ્રાપ્ત કરી શકાય છે. કેટલાક ગુણ જન્મજાત હોય છે. મને લાગે છે કે જેઓ જીવનના કોઈ પણ ક્ષેત્રમાં ઉત્કૃષ્ટ પ્રદર્શન કરવા ઈચ્છે છે, એમના માટે આ ચોસઠ ગુણોનું વર્ણન સૂચનાપ્રદ અને મદદરૂપ સાબિત થશે.

ભાગ ૨

ભગવાન કૃષ્ણ અને સંગઠનના સ્તર પર મેનેજમેન્ટ

૩

સંગઠનની સમજ

વદન્તિ તત્ત્વવિદસ્તત્ત્વં યજ્જ્ઞાનમદ્વયમ્ ।
બ્રહ્મેતિ પરમાત્મેતિ ભગવાનિતિ શબ્દ્યતે ॥

- શ્રીમદ્ ભાગવત

લોકો અલગ-અલગ માધ્યમોથી સત્યને જાણવા તેમજ સમજવાનો પ્રયત્ન કરે છે તેમ છતાં બધા માધ્યમ અને બધા માર્ગ એકસમાન જ હોય છે. ઈશ્વરને જ બ્રહ્મ, પરમાત્મા અને ભગવન્ વગેરે ભિન્ન નામોથી પોકારવામાં આવે છે. આથી ઈશ્વરને જાણવાના બધા ભિન્ન માર્ગ અંતમાં એક જ બિંદુ પર મળે છે.

માનવ મસ્તિષ્ક દુનિયાના કિંમતી રત્નોનો ખજાનો છે. પરંતુ આ ઝેરનો મહાસાગર પણ છે. અહીંયા શબ્દ સાધારણ છે, પરંતુ એનો ઉપયોગ રૂપકની જેમ કરવામાં આવી રહ્યો છે.

રૂપકનો અર્થ સમજવા માટે આપણે કેટલાક વિશેષ પ્રકારના સંકલન-વ્યકલન કરવા પડે છે. આપણે અહીંયા 'રત્ન' અને 'ઝેર'નું સ્થાનીય માન સમજી શકીએ છીએ. એનું કોઈ મૌખિક માન નથી, ફક્ત સ્થાનીય માન છે.

કૉમ્પ્યૂટર વિજ્ઞાનમાં આપણે ગીગા ફેક્ટરનો અભ્યાસ કરીએ છીએ. જીવન ના તો એટલું યાંત્રિક છે અને ના તો વૈજ્ઞાનિક. આપણે પૂરી રીતથી કલાત્મક જીવન પણ નથી જીવતા. આ કેટલાય પ્રકારના 'જો' અને 'તો'ના મળવાથી બનેલ છે. આપણું જીવન કાંટાઓથી ભરેલું છે, જેમાં કોઈ સુંદરતા નથી. એક આદર્શવાદી માટે જીવન ફૂલોની પથારી છે. એક યાંત્રિક વ્યક્તિ માટે જીવન તથ્યો અને આંકડાઓનો સમૂહ છે. એમાંથી કોઈ પણ પૂરી રીતે સત્યની નજીક નથી.

જીવન એક પ્રકારનું વિજ્ઞાન છે, આ કળા પણ છે અને વાણિજ્ય પણ. પરંતુ આ બધાથી અલગ અને વધારે આ કંઈક એવું છે, જેને કોઈ ટેકનીકી પદથી પરિભાષિત નથી કરી શકાતું. આ એક અબૂઝ પહેલી છે. પરંતુ એક ચતુર અને સાવધાન વ્યક્તિ આને વધારે હદ સુધી ઉકેલી દે છે.

આ દિશામાં પહેલું પગલું સમજદારી છે. સમસ્યાઓની સાચી સમજમાં એનું નિદાન છુપાયેલી રહે છે. આપણે કેવી રીતે સમજીએ?

સમજવાની સૌથી સારી રીત છે કે આપણે 'શું' છીએને સમજી લઈએ. સામાન્ય રીતે આપણે ના ફક્ત 'શું છે'ને અણજોયું કરીએ છીએ, બલ્કે એને નકારીએ પણ છીએ. એટલું જ નહીં, આપણે આ પ્રશ્નથી ભાગીએ પણ છીએ. કેમ નહીં? ભાગવું ઘણું સરળ છે. ઓછામાં ઓછા લોકો તો આ જ છે. પરંતુ આ કેટલીય સમસ્યાઓનું મૂળ છે. સત્ય એ જ છે કે ભાગવું ઘણું સરળ નથી. તમારી જિંદગી હંમેશાં તમારી સાથે-સાથે ચાલે છે.

આ વિચારોનું સ્પષ્ટીકરણ આપતાં પહેલાં અને વિષયની વ્યાખ્યા કરતાં પહેલાં કેટલાક બીજા વિચારોની વિવેચના જરૂરી છે.

સામાન્ય રીતે આપણે પોતાની જિંદગીને પોતાના ભૌતિક અસ્તિત્ત્વનો એક ભાગ સમજીએ છીએ. અહીંયા '૬', '૯' છે. અર્થાત્ મામલો બિલ્કુલ વિપરીત તો નથી. પરંતુ અનુભૂતિઓના જળ પ્રતિબિંબ અને દર્પણ પ્રતિબિંબના કૉકટેલ (મિશ્રણ)ની જેમ છે. મારા કહેવાનો અર્થ એટલો છે કે એક વ્યક્તિ પોતાના જીવનનો ભાગ હોય છે. આશ્ચર્યજનક લાગે છે?શું, એવું નથી? પહેલી નજરમાં?...હા. પરંતુ ઊંડે ઉતર્યા પછી. નહીં.

આણું જીવન ઘણી બધી વસ્તુઓનો મિશ્રણ છે. એના કેટલાક નિર્ધારક તત્ત્વ છે. એમાંથી કેટલાક નિમ્નાંકિત છે :-

- સમાજ, જેમાં આપણે જન્મ લઈએ છીએ,
- માતા-પિતા
- પાલન-પોષણ,
- વ્યક્તિગત સમજ-વિચાર,
- બાળપણ અને તરૂણાવસ્થાની મિત્રતા,
- સાહિત્ય/કલા/વિજ્ઞાન,
- કુલ અનુભવ
- લક્ષ્ય અને આદર્શ
- પરિસ્થિતિઓ

આ તત્ત્વો સિવાય બીજી પણ અનેક વસ્તુઓ છે. એમાંથી કેટલીક કે મોટાભાગના નિર્ધારક તત્ત્વોમાં જો નકારાત્મકતા વધારે હોય છે, તો વ્યક્તિ વિશેષના વ્યક્તિત્ત્વ પર નકારાત્મક છાપ નજરે પડવા લાગે છે. અહીંયા આપણને કૉમ્પ્યૂટર સાયન્સમાં પ્રયોગ થવાવાળા ગીગા ફેક્ટરની ઉપયોગિતા સમજમાં આવે છે. અવસાદગ્રસ્ત વિચારોની વધારે માત્રા, નકારાત્મકતાની ઊંચી ટકાવારી, એક વ્યક્તિની અંદર નબળાઈઓની વધેલી આવૃત્તિ એના મગજને ઝેરનો મહાસાગર બનાવી દે છે. આ મહાસાગર હંમેશાં શાંત નથી રહેતો. જેવી હવાની ગતિ થોડી તેજ થાય છે, લહેરો નજરે આવવા લાગે છે. વ્યક્તિ નકારાત્મકા બતાવવા લાગે છે. એનું વ્યક્તિત્વ કચરાંના ઘરનું બની જાય છે, જે આંતરે દિવસે દુર્ગંધ ફેલાવતું રહે છે.

બરાબર એવી જ રીતે જો કોઈ વ્યક્તિમાં ઉપર વર્ણિત નિર્ધારકોમાં સકારાત્મક વસ્તુઓની ટકાવારી વધારે છે, તો તે સકારાત્મક પ્રવૃત્તિનો હોય છે. એનો વ્યવહાર સકારાત્મક અને પ્રેરણાદાયી હોય છે. એનું મગજ દુનિયાના કિંમતી રત્નોનો ખજાનો બને છે. તે એક વૈજ્ઞાનિક હોઈ શકે છે, એક કલાકાર હોઈ શકે છે, એક નાયક હોઈ શકે છે, એક ખેલાડી હોઈ શકે છે, બીજાઓનું કલ્યાણ કરવાવાળો એક સફળ વ્યવસાયી હોઈ શકે છે. ભલે એનું ધંધો જે હોય, આ બધાથી ઉપર તે એક સારો માણસ બને છે.

પરંતુ કોઈ વ્યક્તિ એકલો પોતાના વ્યક્તિત્વ કે પોતાની જિંદગી માટે જવાબદાર નથી હોતો. કેટલીક વસ્તુઓ પર વ્યક્તિનું નિયંત્રણ જરૂર હોય છે, પરંતુ દરેક વસ્તુ પર નથી હોતું. નિઃસંદેહ પ્રયત્ન કરીને તે ખુદને બદલી શકે છે. આથી આપણે જેવા પણ છીએ અને જે પણ છીએ, એમાં કેટલાય નિર્ધારક તત્ત્વોનો યોગ હોય છે. કેટલાક આપણે જવાબદાર છીએ, પરંતુ બધા માટે નહીં. આ આપણાં નિયંત્રણમાં નથી. આથી માનવ જીવન ભૌતિક અસ્તિત્વનો ભાગ નથી. આપણું જીવન આપણાં ભૌતિક અસ્તિત્વથી ક્યાંય બહાર પણ છે. એવામાં, આપણે શું કરી શકીએ છીએ? આપણે પોતાની અંદરની નકારાત્મકતાને દબાવીને સકારાત્મક તત્ત્વોને ઉભારવાના પ્રયત્ન કરી શકીએ છીએ. સકારાત્મકતા અમૃતની જેમ છે, જે સંપૂર્ણ ધરતી પર અહીં-તહીં ફેલાયેલી છે. એ જીવનના દરેક ક્ષેત્રમાં આપણી મદદ કરે છે.

કેમ કે આપણી અંદર અને બહાર નકારાત્મકતાનું એવું વર્ચસ્વ છે, કે આપણે બહુધા એ નથી વિચારી શકતા કે 'શું છે' આપણે હંમેશાં 'શું નથી' અથવા 'શું હોવું જોઈએ' વિશે વિચારીએ છીએ. આ નકારાત્મક દૃષ્ટિને કારણે આપણી આંખો કમળાગ્રસ્ત થઈ જાય છે. 'શું છે' એ સમજ્યા પછી આપણે આગલા ચરણમાં 'શું હોવું જોઈએ' પર વિચાર કરવો જોઈએ.

'શું છે', એ સમજવા માટે આપણે વધારે પ્રયત્ન કરવો પડે છે. કેટલાક લોકો જેમ કે ભગવાન કૃષ્ણ, બુદ્ધ, ઓશો, જે. કૃષ્ણમૂર્તિ વગેરે મહાનુભાવોએ આને ધ્યાનની પ્રક્રિયા બતાવી છે. બીજા કહે છે કે કોઈ વેરભાવ વગર કે પસંદ-નાપસંદની વસ્તુઓને જોવાનો અભ્યાસ છે. વસ્તુતઃ આ બંને એક જ પ્રકારની વસ્તુ છે. ધ્યાન અને જાત-જાતની ગ્રંથિઓથી ગ્રસ્ત મન સાથે-સાથે નથી ચાલી શકતા. ગ્રંથિરહિત મગજ ધ્યાનની અવસ્થામાં હોય છે. એ સમયે આપણે 'શું છે'નું યોગ્ય વિશ્લેષણ કરી શકીએ છીએ.

ભૂતકાળના અનુભવોને કારણે મગજમાં કેટલાય પ્રકારની ગ્રંથિઓ ઘર કરી લે છે. એનાથી મુક્ત થઈને જિંદગી પસાર કરવી મુશ્કેલ તો છે પરંતુ અશક્ય નથી. ભગવાન કૃષ્ણએ એને શક્ય કરી બતાવ્યું. આપણે પણ એવું કરી શકીએ છીએ.

એક સંગઠનના કેટલાય ઘટક હોય છે - માનવ સંસાધન અને તત્ત્વ કે બિન માનવ સંસાધન (ઈન્ફ્રાસ્ટ્રક્ચર, નાણાંકીય, ટેકનીક, બજાર સુધી પહોંચ) સામેલ છે. આ કોઈ પણ સંગઠનના મૂળભૂત તત્ત્વ છે. એક સંગઠનનું લક્ષ્ય હોય છે કે તે સંસાધનોના યોગ્ય ઉપયોગ માટે સકારાત્મક વાતાવરણ તૈયાર કરે, જેથી લક્ષ્ય સુધી પહોંચી શકાય. સંગઠનની ઊંચી ઉડાન માટે સમુચિત 'લોકેશન' પરમાવશ્યક છે. જો કે આજકાલ સંવાદોનું સંપ્રેષણ (આપ-લે) એટલું સરળ થઈ ગયું છે કે એને બીજી રીતથી પણ પરિભાષિત કરી શકાય છે. પરંતુ એની મહત્તાને નકારી નથી શકાતી. પરંતુ સંગઠનના લક્ષ્ય સાથે જ કાર્યશૈલી એની આત્મા હોય છે. કોઈ 'મોટો' નથી હોતો. 'શું છે' અને 'શું નથી' એની ચિંતા તેઓ નથી કરતા.

જો તમે સિક્કાનું એક પાસુ જોવામાં સક્ષમ છો, તો તમને બીજું પાસું જોવામાં વધારે પરેશાની નહીં થાય. 'શું છે' એને સમજવું સૌથી મહત્ત્વપૂર્ણ છે. એનાથી 'શું નથી' એનો પણ બોધ થઈ જાય છે.

જીવનની ના તો કોઈ 'ગ્રાન્ડ ફાઈનલ' હોય છે અને ના તો કોઈ અંતિમ બિંદુ હોય છે. એનો કોઈ ચરમોત્કર્ષ નથી, એમાં કોઈ માઉંટ એવરેસ્ટ નથી હોતો. અહીંયા ચઢાવ પછી ઉતાર છે. ચાંદ એક પક્ષમાં બળવાન થતો દેખાય છે અને બીજા પક્ષમાં શનૈઃ શનૈઃ ઉતાર પરહોય છે. આ ના તો મજબૂત છે અને ના તો ફક્ત એક અવધારણા. આ બંનેની વચ્ચે, બંનેનું જ મિશ્રણ છે.

પોતાની દૃષ્ટિ સાફ કરવા માટે તમારે મજબૂત રેટિનાની જરૂર પડશે. તમારે પોતાની દોષપૂર્ણ દૃષ્ટિ સાફ કરવી પડશે, કેમ કે એવી આંખોથી બધું જ દોષપૂર્ણ જ દેખાય છે. તમારે પોતાની ગ્રંથિઓને ઉખાડી ફેંકવી પડશે. એના માટે ભૂતકાળને છોડવો પડશે. જ્યાં એની સુખદ સ્મૃતિઓના અહેસાને આપણે નથી છોડવા

ઇચ્છતા, ત્યાં જ રિક્ત અનુભવ આપણો પીછો કરતાં રહે છે. આપણે એનાથી ભાગી નથી શકતા. એમ પણ પલાયનતા કોઈ બાબતનું નિરાકરણ નથી હોતી.

એક સંગઠન કોઈ વ્યક્તિને એની મેધા, યોગ્યતા અને અનુભવોના આધાર પર નિયુક્ત કરે છે. ભૂતકાળમાં ગયા વગર આપણે કોઈના અનુભવોની તપાસ કેવી રીતે કરી શકીએ છીએ. પોતાના અનુભવોનો ઉપયોગ કરવા માટે આપણે ભૂતકાળમાં જઈએ છીએ. જ્યાં સુધી આપણે ગાડી ચલાવવાનું ના શીખીએ, આપણા માટે ગાડી ચલાવવી અશક્ય છે. જ્યારે આપણે ડ્રાઇવ કરી રહ્યાં હોઈએ છીએ, તો રસ્તા પર પોતાનું ધ્યાન કેન્દ્રિત કરીએ છીએ. અર્થાત્ વર્તમાન પર ધ્યાન લગાવીએ છીએ. પરંતુ આપણું ધ્યાન આપણા એ પ્રયત્નોનું પરિણામ છે, જે આપણે ભૂતકાળમાં કર્યા હતા. આથી અનુભવોનું સમુચિત સમાયોજન વર્તમાનની ઉત્તમતા માટે જરૂરી છે. પરંતુ વર્તમાનમાં ચાલવા માટે આપણે એના પર ધ્યાન કેન્દ્રિત કરવું પડે છે. કટુ સ્મૃતિઓ, ગ્રંથિઓ, નકારાત્મકતા, નબળાઈઓ અને ચૂકી ગયેલા લક્ષ્યોની વિવેચના આપણાં મગજમાં કચરો જમા કરી દે છે. એનાથી આપણી દૃષ્ટિ દોષપૂર્ણ થઈ જાય છે.

મગજમાં, સમાજ, માતા-પિતા, ધર્મ, પરિસ્થિતિઓ, ભ્રામક શિક્ષા પદ્ધતિ અને એવી જ કેટલીય વસ્તુઓ દ્વારા જે કચરો જમા થાય છે, એને આપણે સંયત પ્રયત્નથી બહાર કાઢીએ છીએ. આપણા બાળપણના દિવસોથી જ આ આપણને પરેશાન કરતો રહે છે. જે દિવસે આપણએ 'શું છે' પર વિચાર કરવાનું શરૂ કરીએ છીએ, આપણે પોતાના સંગઠનને સાચ્ચા અર્થમાં સમજવા લાગીએ છીએ. આ પ્રકારનો દૃષ્ટિકોણ રાખવાથી આપણે અપેક્ષાકૃત ખુશ રહીએ છીએ. આપણે બૉસની આશાઓ, અધીનસ્થ કર્મચારીઓની ભાવના, સહકર્મીઓની ઇચ્છા અને અંદર-બહારની લહેર સમજવા લાગીએ છીએ. જેની પાસે આવી સમજદારી આવી જાય છે, તે આરામથી શાસન કરે છે. ભગવાન કૃષ્ણની પાસે આવી જ સમજદારી હતી.

ક્યારેક-ક્યારેક કોઈ રોજગારકર્મીને સંગઠનની બહાર કાઢી મૂકવામાં આવે છે, કેમ કે તે સંગઠનને સમજી નથી શકતો. ક્યારેક-ક્યારેક સંગઠનની કાર્યશૈલી અથવા કોઈ બૉસ કામ કરવાવાળાઓને નથી તપાસતો અને તે ખુદ સંગઠન છોડી દે છે. આત્મનિર્ણય પણ સમજનું જ પરિણામ છે. સમજનો અભાવ સંગઠનની બીમારીઓને કારણે બની જાય છે.

ભગવાન કૃષ્ણનું જીવન એમની સમજદારીનો ઍનસાઇક્લોપીડિયા છે. એના કેટલાક અંશ આ પ્રકારે છે -

કૃષ્ણએ પોતાના જીવનમાં કેટલાય પ્રકારની વિષમતાઓ જોઈ. એમની જ્ઞાનેન્દ્રિયો વધારે તેજ હતી. એમનામાં વસ્તુઓને પકડવાની વિચિત્ર ક્ષમતા હતી.

તેઓ જેલમાં જન્મ્યા. એમના માતા-પિતાને કોઈ અપરાધિક ગતિવિધિ માટે નહીં, બલ્કે પોતાની સારાઈઓને કારણે જેલમાં બંધ કરવામાં આવ્યા. કંસ (કૃષ્ણના મામા)ને એ વિશ્વાસ હતો કે દેવકીનો આઠમો પુત્ર એને મારી નાંખશે. તે એટલો ડરી ગયો હતો કે એણે પોતાની બહેન દેવકીને એના પતિ વાસુદેવની સાથે જેલમાં બંધ કરી દીધા. જેથી તે એના પુત્રને મારી શકે. સંયોગવશ, વાસુદેવે ગોકુળમાં પોતાના મિત્ર નંદ રાયની પાસે પોતાના પુત્રને સુરક્ષિત રાખવાની વ્યવસ્થા કરી લીધી.

કૃષ્ણના ચરિત્ર સાથે જોડાયેલી કેટલીય વાર્તાઓ રચવામાં આવી છે. કંસે ભયાનક રાક્ષસી પૂતનાને કૃષ્ણને મારવા માટે મોકલી. તે વેશ બદલીને ગોકુળની એક મહિલાના રૂપમાં કૃષ્ણની પાસે પહોંચી. એણે બાલકૃષ્ણને ખોળામાં લીધો અને દૂધ પિવડાવવાનું શરૂ કરી દીધું. પરંતુ કૃષ્ણને જ્ઞાન થઈ ગયું કે આ એની માતાના વક્ષ નથી. એમની સમજદારીથી એમને સ્ત્રીના ઇરાદાને ઓળખવામાં મદદ મળી. આ રીતે એમણે પોતાનો જીવ બચાવ્યો. સુરક્ષા અને સમજદારી માટે પ્રથમ ચરણ સારી સમજ છે. સાધારણ રીતે પણ એ જોવા મળે છે કે, બાળક પોતાની માતા અને બીજી સ્ત્રીઓના સ્પર્શમાં અંતર કરી લે છે. એનાથી એ પણ સાબિત થાય છે કે કૃષ્ણની જ્ઞાનેન્દ્રિઓ બાળપણથી જ અપેક્ષાકૃત તેજ હતી.

બાળપણમાં એમણે કંસ દ્વારા મોકલવામાં આવેલા કેટલાય રાક્ષસોને માર્યા. એનાથી એમને અનાપેક્ષિત ઘટનાઓની પ્રકૃતિ સમજમાં આવી ગઈ. સાથે જ એમની અંદરની જિજીવિષા ના ફક્ત જાગૃત થઈ, બલ્કે તીવ્ર પણ થઈ. એમને પોતાના પ્રારંભિક સમયમાં વધારે વિષમતાઓ સહન કરવી પડી. એનો મુકાબલો એમણે જે બહાદુરીની સાથે કર્યો કે લોકોને એમનામાં અદ્વિતીય શક્તિ અને યોગ્યતા નજરે આવી. તેઓ એમને પરમાત્મા સ્વરૂપ સમજવા લાગ્યા. એ બધાને કારણે કૃષ્ણ યુદ્ધ અને પ્રેમ બંનેનું સમાન ભાવથી ગ્રહણ કરવામાં સક્ષમ થયા. વ્રજની સુંદરીઓની વચ્ચે રહીને પણ એમણે પોતાનું સંતુલન ના ગુમાવ્યું. એમણે કંસનું ધન, એની શક્તિ, એની સેના અને લોકોમાં એના માટે પ્રતિક્રિયાને સારી રીતે સમજી લીધા હતા. આથી તેઓ કંસને મારવામાં સફળ થયા. કંસના દુર્જન સહયોગી જે રીતથી થોડા-થોડા દિવસો પછી કૃષ્ણ પર આક્રમણ કરી રહ્યા હતા, એનાથી લોકોમાં કંસ પ્રત્યે ક્રોધનો ભાવ ભરાતો જઈ રહ્યો હતો. કૃષ્ણ પોતાના સામર્થ્યને જાણતા હતા. એમને દુશ્મનોની શક્તિ અને એમની નબળાઈઓનું જ્ઞાન હતું. જ્યારે એમને લોકોના પ્રેમ અને ભાવનાનો અહેસાસ થયો, તો એમણે સમાજના દુશ્મનો વિરુદ્ધ યુદ્ધ છેડી દીધું. સર્વવ્યાપી ભગવાન કૃષ્ણનો સહયોગ મેળવીને યથોચિત્ત સાધનોના અભાવ છતાં પાંડવોએ કૌરવોની વિરુદ્ધ નિર્ણાયક લડાઈ લડી. યોગ્ય સમજ રાખવાવાળો એક માણસ પણ મૂરખોની સેનાથી વધારે

શક્તિશાળી છે. કેમ કે જ્યારે લડાઈ નિર્ણાયક હોય તો મગજ જીતે છે અને બુદ્ધિહીન હારે છે. સારી સમજ માટે જાગૃત ઇન્દ્રિયો અને સ્પષ્ટતાની જરૂર હોય છે. કૃષ્ણની જ્ઞાનેન્દ્રિયો અદ્વિતીય રૂપથી વિકસિત હતી. એમણે વર્તમાનને સોનેરી કરવા માટે ભૂતકાળના અનુભવોનો ઉપયોગ કર્યો. તેઓ કોઈ વસ્તુથી જકડાઈને રહેતા ન હતા. આથી જીવનના દરેક ક્ષેત્રમાં તેઓ વિજયી બન્યા.

સારી સમજ માટે આપણે ભગવાન કૃષ્ણની જેમ જ નિમ્નાંકિત વસ્તુઓનું ધ્યાન રાખવું જોઈએ. (આપણે કૃષ્ણની જેમ ખુદને પરાભૌતિક શક્તિથી યુક્ત ના સમજવા જોઈએ.) આપણે એમાં છુપાયેલા અર્થને સમજવો જોઈએ.

- ભૂતકાળના અનુભવોનો ઉપયોગ વર્તમાનની ઉત્તમતા માટે થવો જોઈએ. આપણે કોઈ વસ્તુને પકડીને ના રહેવું જોઈએ.
- વસ્તુઓનું ગ્રહણ કોઈ વૈમનસ્ય વગર કરો.
- એના નિહિતાર્થને સમજો.
- એના પછી એની તુલના બીજી વસ્તુઓથી કરો.
- તુલના પછી એ વસ્તુના સંબંધમાં બીજાઓના અભિપ્રાય લો.
- વસ્તુઓની જે છબીને તમે પોતાના મગજમાં ઉતારી છે, તે ઉપયોગી છે કે નહીં?
- પહેલાં જુઓ કે શું ચાલી રહ્યું છે. શું આ સાચું છે?
- શું તમારી તરફથી કોઈ બદલાવ જરૂરી છે?
- શું તમે બદલાવ લાવવાની સ્થિતિમાં છો?
- કોઈ વસ્તુ/સંગઠનને સમજતાં પહેલાં તમારો ખુદને સમજવાની જરૂર છે.
- એક તળાવની ઊંડાઈ જાણવાની જરૂર તરવા માટે છે. એની ઊંડાઈ માપવી તમારું લક્ષ્ય નથી.
- કોઈ અડચણ વગર કામ કરીને ઉત્કૃષ્ટ પ્રદર્શન માટે સમજની જરૂર હોય છે. સારી સમજ સાધન છે, અંતિમ ઉદ્દેશ્ય નહીં.
- સારું લક્ષ્ય પ્રાપ્ત કરવા માટે સારા સાધનની જરૂર હોય છે. આથી આપણી સમજ પાક્કી હોવી જોઈએ.

૪

લક્ષ્યનું નિર્ધારણ (આ જ લક્ષ્ય કેમ)

અન્તવન્ત ઈમે દેહા નિત્યસ્યોક્તાઃ શરીરિણઃ ।
અનાશિનોઽપ્રમેયસ્ય તસ્માદ્યુધસ્વ ભારત ॥

- શ્રીમદ્ ભગવદ્ગીતા

આ શરીરનો, જેમાં અજર, અમર અને શાશ્વત આત્માનો વાસ હોય છે, નાશ થવો નક્કી છે. આથી પોતાના લક્ષ્યની પ્રાપ્તિ હેતુ સંઘર્ષ કરો.

કૃષ્ણ દ્વારા પોતાના લક્ષ્યની ઘોષણાનો ક્યાંય ઉલ્લેખ નથી. પરંતુ એમના દ્વારા કરવામાં આવેલા કાર્યોથી આ વાતની પુષ્ટિ થાય છે કે એમણે સત્યનો રસ્તો અપનાવ્યો. જે સત્યના દુશ્મન હતા તથા ઋષિઓ અને નિર્દોષો માટે જોખમ પેદા કરતા હતા, ભગવાન કૃષ્ણ એમનો નાશ કરી દેતા હતા. આ જ આધાર પર એમને ભગવાન વિષ્ણના સાક્ષાત્ અવતાર કહેવામાં આવ્યા. હિન્દૂ ધર્મની માન્યતાઓ અનુસાર વિષ્ણુ સર્વોચ્ચ ઈશ્વર છે. એમને સંપૂર્ણ જગતના પાલક કહેવામાં આવે છે.

એ સ્પષ્ટ છે કે સદ્ગુરુઓનું કોઈ વ્યક્તિગત લક્ષ્ય નથી હોતું. તેઓ વ્યક્તિગત જરૂરિયાતો અને ઇચ્છાઓથી ઉપર ઉઠી ચુક્યા હોય છે. જો તમારી કોઈ ભૌતિક જરૂરિયાત કે ઇચ્છા નથી, તો તમે ગુરુ છો. આવા ગુરુઓની સમક્ષ મિશન હોય છે. જેનો એકમાત્ર ઉદ્દેશ્ય માનવ સમાજની ઉત્તમતા છે. સામાજિક નિયમોને સ્થાપિત કરવાના ક્રમમમાં એમને કેટલાય બિનસામાજિક તત્ત્વો સાથે મુકાલબો કરવો પડે છે.

બીજાને બચાવવા માટે આપણે પહેલાં ખુદને બચાવવા પડે છે. કૃષ્ણએ જીવનના પ્રારંભિક વર્ષોમાં જ આ સત્યને સમજી લીધું હતું. એમને જાણ હતી કે બિન

સામાજિક તત્ત્વોને સમાપ્ત કર્યા વગર સામાજિક નિયમ સ્થાપિત નથી કરી શકાતા. એ દિશામાં પહેલું પગલું હતું, ખુદને વિષમતાઓથી બચાવવા. એમણે ખુદને અને પોતાના માણસોને રાક્ષસોના ઉત્પાતથી બચાવ્યા. આ રાક્ષસ કોણ હતા? તેઓ કંસના માણસ હતા. તેઓ વેશ બદલીને લોકોને પરેશાન કરવામાં પ્રવીણ હતા. આવા તત્ત્વ દરેક યુગમાં જોવા મળે છે. ક્યારેક-ક્યારેક કોઈ ક્રૂર શાસકના પ્રભાવમાં આવીને અથવા ક્યારેક-ક્યારેક વિશેષ વિચારધારાને વશીભૂત થઈને આવા તત્ત્વ નિર્દોષ લોકોને પરેશાન કરવા લાગે છે. સંગઠનના સ્તર પર કેટલીક અનપેક્ષિત અડચણો પેદા થાય છે. ક્યારેક-ક્યારેક સંગઠનની અંદર કે બહારથી પણ વિરોધી કે પ્રતિદ્વન્દ્વીઓ દ્વારા મુશ્કેલ પરિસ્થિતિ પેદા કરવામાં આવે છે. આવા તત્ત્વોને દૂર કર્યા વગર અથવા એમના પ્રભાવને ઉદાસીન કર્યા વગર આગળ વધવું મુશ્કેલ હોય છે. એના પછી આપણે સંગઠન વગર અડચણના કાર્ય-સંચાલન પર ધ્યાન આપવાનું હોય છે. જ્યાં સુધી સંગઠનનું સંચાલન સુચારૂ રૂપથી ના થાય, તમે લાભ નથી કમાઈ શકતા. લાભ કમાયા વગર પ્રતિદ્વન્દ્વીથી મુકાલબો મુશ્કેલ છે. તમે દુશ્મનોને હરાવી નથી શકતા. ફક્ત એક શક્તિશાળી વ્યક્તિ/સંગઠનની પ્રતિસ્પર્ધાનો સામનો કરી શકે છે. એક શક્તિશાળી વ્યક્તિ જ રેસ જીતી શકે છે.

અડચણોને ઓળખવાની જરૂર છે. એક માણસના જીવનમાં કેટલાય વિકલ્પ હોય છે. યુવા વર્ગની સામે અલગ-અલગ પ્રકારની કારકિર્દીની તક છે. એક સંગઠનની સામે પણ અલગ-અલગ પ્રકારના સેંકડો વિકલ્પ હોય છે. એક વ્યક્તિને લોભાવવા માટે સેંકડો આકર્ષક એસાઇન્મેન્ટ હોય છે. પરંતુ એ પૂરી રીતે વ્યક્તિગત પસંદ પર નિર્ભર કરે છે કે કોઈ વ્યક્તિ કઈ રીતે લક્ષ્ય બનાવે છે. અહીંયા આપણે બધાથી સારા અને ખરાબ લક્ષ્યની વાત નથી કરી રહ્યાં. આ એક તુલનાત્મક અવધારણા છે. આ વ્યક્તિ, સ્થાન અને સમયની અનુસાર બદલાય છે. આ વ્યક્તિ પર નિર્ભર કરે છે. સંગઠનની બાબતમાં નિર્ણય લેવાવાળાઓ/નિદેશકોના સમૂહ પર નિર્ભર કરે છે કે તેઓ કયા પ્રકારનું લક્ષ્ય બનાવે છે. જો તમે ગરમ કપડાં બનાવી રહ્યાં છો, તો તમારું બજાર ઠંડો દેશ હશે. તમે પોતાના માલને ગરમ જળવાયુવાળા દક્ષિણ આફ્રીકામાં સપ્લાય નહીં કરો.જો તમે એસ્ટ્રોલૉજીથી સંબંધિત પત્રિકા કાઢી રહ્યા છો, તો તમારા ક્લાઇન્ટ ઇસ્લામિક દુનિયાના લોકો નથી હોઈ શકતા. કેમ કે તેઓ મનુષ્ય માત્ર પર ખગોળીય પ્રભાવનો વિશ્વાસ નથી કરતા. આથી લક્ષ્ય સ્થાન, વિચારધારા, વ્યક્તિ અને પરિસ્થિતિઓ અનુસાર બદલાતું રહે છે. ઠીક એવી જ રીતે ઇસ્લામના કટ્ટર અનુયાયી પૈસાની લેણ-દેણ

કે વ્યાજખોરીનો વ્યવસાય નથી પસંદ કરી શકતા. કેટલાક લોકો પૈસા બનાવવા ઈચ્છે છે, પરંતુ એમના કેટલાક પરંપરાગત વિચાર હોય છે. આ વિચારોથી દૂર હટીને તેઓ પૈસા નથી બનાવતા.

કેટલાક લોકો પૈસા રોકવા ઈચ્છે છે. પરંતુ સ્ટૉક માર્કેટમાં પૈસા રોકાણ કરવાથી ડરે છે. તેઓ સુરક્ષિત રમત રમવા ઈચ્છે છે. તેઓ રિયલ એસ્ટેટમાં પૈસા લગાવવા ઈચ્છે છે. તેઓ સસલાની જેમ દોડ નહીં, કાચબાની ચાલમાં ચાલવા ઈચ્છે છે. પરંતુ દરેક રસ્તાના થોડા પાસા મજબૂત તો થોડા નબળા હોય છે. કોઈ પણ ચાલ આપણી આશાઓની હદ સુધી સુરક્ષિત નથી હોતી. જ્યાં સુધી આપણે જોખમ નથી ઉઠાવતા, આપણને કશું પ્રાપ્ત નથી થતું. પડારોથી જિંદગીમાં રોમાન્સ આવે છે. જો તમે તળાવમાં તરવાનું જાણો છો, તો આ તમારા માટે હંમેશાં આનંદનો સ્રોત રહેશે. જો તમારામાં આ કળા નથી, તો તળાવ તમને હંમેશાં ભયભીત જ કરશે. એક અનુભવી નાવિક સમુદ્રી તોફાનના આગમન પહેલાં જ એને જાણી લે છે. તે એ જ અનુસાર પરિસ્થિતિઓને નિયંત્રિત કરે છે.

પોતાનું લક્ષ્ય નિર્ધારિત કરતાં પહેલાં તમારે ખુદને સમજવા પડશે. ખુદને સમજવા માટે તમારે વાસનાઓથી સંચાલિત થવાનું નથી. એના માટે તમારે પોતાના પગ મજબૂત ધરાતળ પર રાખવા પડશે. કૃષ્ણના સમયમાં ભારતીય ઉપમહાદ્વીપના ઘણાં બધા રાજા અહીંયાની રાજનીતિને પોતાની મહત્ત્વાકાંક્ષા અને કલ્પનાઓ અનુસાર વાળવા ઈચ્છતા હતા. એમને પોતાના લક્ષ્યના ઔચિત્ય વિશે વિચારવું પડ્યું. મિશન 'શું છે?' 'ગોલ' અથવા ઉદ્દેશ્ય વ્યક્તિગત હોય છે. આ અસ્થાયી પણ હોઈ શકે છે અને સ્થાયી પણ. 'ટારગેટ' એક વિશેષ પ્રૉજેક્ટ કે ઉત્પાદન કે એસાઇનમેન્ટ સાતે જોડાયેલું હોય છે. 'મિશન' શાશ્વત છે. એમાં કેટલીક વ્યક્તિગત ઝીણવટતા હોઈ શકે છે, પરંતુ એનો પરિપ્રેક્ષ્ય વિસ્તૃત હોય છે. કૃષ્ણનું એક મિશન હતું. એમનો ઉદ્દેશ્ય દુર્જનોનો નાશ કરીને ઉત્તમ દુનિયાની સ્થાપના કરવાનો હતો. આવા વૃહત્તર લક્ષ્યને પ્રાપ્ત કરવા માટે એક વ્યક્તિની અંદર કેટલાય ગુણ હોવા જોઈએ. શક્તિ, બુદ્ધિ, કૂટનીતિ, પ્રામાણિક ઇરાદો, યુદ્ધ કૌશલ, સમજાવવાની ક્ષમતા, મોહક વ્યક્તિત્વ, સમય તેમજ પરિસ્થિતિની સમજ, પ્રભાવોત્પાદકતા, અથાગ મહેનત અને વસ્તુનિષ્ઠતા સિવાય સમયની માંગને પૂરી કરવી પડે છે. કૃષ્ણમાં આ બધા ગુણ હાજર હતા. આથી પોતાનું મિશન પૂરું કરવામાં તેઓ સફળ રહ્યાં.

૫

લક્ષ્ય પ્રાપ્ત કરવાનો વિકલ્પ

નિયતં કુરુ કર્મ ત્વં કર્મ જ્યાયો હ્યકર્મણઃ ।
શરીરયાત્રાપિ ચ તે ન પ્રસિદ્ધ્યેદકર્મણઃ ॥

- શ્રીમદ્ ભગવદ્ગીતા

તમે જે કર્મ પૂર્વનિર્ધારિત કરી ચુક્યા છો, એને કરો કેમ કે કશું ન કરવાથી કંઈક કર્મ કરવું ઉત્તમ છે. કર્મ વગર તમારા નશ્વર શરીરનું અસ્તિત્વમાં રહેવું પણ શક્ય નથી.

લક્ષ્ય નિર્ધારિણ પર નિર્ણય કરતાં પહેલાં આપણે એના વિકલ્પો પર જરૂર વિચાર કરવો જોઈએ. લક્ષ્ય (Goal) લાંબા સમયની યોજનાથી પ્રાપ્ત થાય છે. ટારગેટ સમય સીમાથી બંધાયેલો હોય છે. લક્ષ્ય (Goal) પ્રાપ્ત કરવા માટે આપણે નિયમિત રૂપથી ટારગેટ પ્રાપ્ત કરવો પડે છે.

હંમેશાં નિર્ણય બદલવો મુશ્કેલ છે. એનાથી આખું માળખું ગરબડ થઈ જાય છે. આથી આપણે પહેલેથી જ યોગ્ય વિકલ્પ પસંદ કરવો જોઈએ. ક્યારેક-ક્યારેક લક્ષ્ય (Goal) ટારગેટ પ્રાપ્ત કરવાના ક્રમમાં કેટલાક જરૂરી બદલાવ કરવા પડે છે. પરંતુ એ બિલ્કુલ વિરોધાભાસી ના હોવું જોઈએ. જે મોટું વિચારે છે, એ જ મોટો થાય છે. લક્ષ્યનું નિર્ધારણ લાંબા સમય સુધી ઊંચી વિચારધારાનું પરિણામ છે. સામાન્ય રીતે લોકો ટારગેટ નક્કી કરી લે છે. એમાં કશું ખોટું નથી. લોકોનું એના માટે અલગ-અલગ સ્તર હોય છે.

ભગવાન કૃષ્ણએ લક્ષ્ય પ્રાપ્ત કરવા માટે હંમેશાં અલગ-અલગ વિકલ્પો પર વિચાર કર્યો. એમના ટારગેટ અને લક્ષ્ય (Goal) માં કોઈ વિરોધાભાસ ન હતો. જિંદગી એમના માટે એક પ્રવાહની જેમ હતી. એમણે કેટલાક સારા અને કેટલાક

ખરાબ દિવસ જોયા. પણ તેઓ હંમેશાં સંયમિત રહેતા હતા. એમનામાં અદ્ભુત તાર્કિક શક્તિ હતી. પરંતુ એમના જીવનમાં એક લય હતો. લયબદ્ધતા સંતુલિત જીવનમાં જ જોવા મળે છે.

કૃષ્ણ સામાન્ય જિંદગી જીવી રહ્યાં હતા. તેઓ મિત્રોની સાથે રમતા હતા. બાલકાઓની મંડળી કરતા હતા. તેઓ દરેક પ્રકારની સારી ગતિવિધિઓમાં રહેતા હતા. પરંતુ દુર્જન શક્તિઓ એમના જીવનમાં દખલઅંદાજી કરી રહી હતી. એમનો કોઈ વ્યક્તિગત ટારગેટ કે લક્ષ્ય (Goal) ન હતા.

એમણે સમાજ માટે કેટલીય લડાઈઓ લડી. દુર્જનોનો નાશ કર્યો. એમનું સમગ્ર જીવન માનવ માત્રના કલ્યાણ માટે સમર્પિત હતું. એમના હજારો સહચર સમાજ માટે જોખમકારક હતા. એના આતંકથી છુટકારો અપાવવા માટે આતંકનું રાજ સમાપ્ત કરવું જરૂરી હતી.

કંસના રાજનો અંત એમના બાળપણનો ઉદ્દેશ્ય હતો. એને પ્રાપ્ત કરવા માટે એમણે ટારગેટ નિર્ધારિત કર્યા. એમાં પૂતના, મુષ્ટિક, બકાસુર, ચષ્નૂર અને બીજા રાક્ષસોનો વધ સામેલ હતો. એ સમયે ભારતમાં વ્યાપ્ત બધી ખરાબ શક્તિઓની વચ્ચે ગઠબંધન હતું. એને તોડવા માટે એમણે બધી ગેરઆતંકી શક્તિઓને જોડવી પડી. જરાસંઘ, શિશુપાલ, દંતવસ્ત્ર, દુર્યોધન અને શકુની બધા એક જ થાળીમાં ખાનારા હતા. ભગવાન કૃષ્ણએ આ બધાને મોતને ઘાટ ઉતાર્યા.

આમના ખાત્મા માટે એમણે કેટલીક લડાઇઓ લડી, કેટલાક યુદ્ધ કર્યા તો કેટલીક યોજનાઓ પણબનાવી. એમણે ભીમ જેવા યોદ્ધાને જરાસંઘને મારવા માટે પ્રેરિત કર્યો. પોતાના મિશનમાં સફળ થવા માટે આપણે પોતાના માટે સમય અને સ્થાનની જરૂર હોય છે. જેથી આપણે એના વિશે વિચારી શકીએ. તેઓ પોતાના નજીકના સંબંધીઓની સાથે મથુરાથી દ્વારકા આવી ગયા. આપણે કારણ વગરના નાના-મોટા ઝઘડાઓમાં પોતાની ઊર્જા વ્યર્થ ના ગુમાવવી જોઈએ.

કંસના મૃત્યુ પછી એના સસરા જરાસંઘ ક્રોધથી ઉકળી રહ્યાં હતા. તેઓ જ્યારે-ત્યારે મથુરા પર આક્રમણ કરી રહ્યાં હતા. નિર્દોષ મથુરાવાસીઓ એના આતંકથી બચવા મથુરા છોડીને દ્વારકા આવી ગયા. એમણે નજીકના લોકોને આમાં એમનો સાથ આપ્યો. આ રીતે એમણે બીજા લોકોને પણ આ પ્રકારની શક્તિઓનો નાશ કરવા માટે પ્રેરિત કર્યા. જરાસંઘ ભીમ દ્વારા રાજસૂય યજ્ઞ દરમિયાન માર્યો ગયો. શકુની અને દુર્યોધન જેવા લોકો મહાભારતના યુદ્ધમાં માર્યા ગયા.

જે અપરાધીઓને બચાવે છે, એમને સુરક્ષિત રસ્તો ના બતાવવો જોઈએ. ભીષ્ણ અને દ્રોણાચાર્ય સારા લોકો હતા. પરંતુ કૌરવોની સાથે ઊભા થઈને એમણે

ખોટાનો સાથ આપ્યો. કૃષ્ણ એમની યોગ્યતાના પ્રશંસક હતા. પરંતુ અપરાધીઓનો સાથ આપવાની સજા એમને પણ મળી.

આપણને પોતાના જીવનમાં કેટલાય વિકલ્પ જોવા મળે છે. જ્યાં વિકલ્પ વધારે હોય, ત્યાં પસંદગી મુશ્કેલ થઈ જાય છે. પરંતુ જ્યારે વિકલ્પ એક જ હોય છે, તો પસંદગીનો પ્રશ્ન નથી ઉઠતો. પસંદગી ટારગેટથી નિર્ધારિત થાય છે. ધાર્મિક ટારગેટ પ્રાપ્ત કરવા માટે આપણએ ધાર્મિક રસ્તો પસંદ કરવો પડે છે. પવિત્ર સાધ્ય પ્રાપ્ત કરવા માટે સત્ય સાધનોનું અનુકરણ કરવું જોઈએ. નહીંતર લાંબા સમય સુધી ટકી રહેવું મુશ્કેલ છે.

જલદી પ્રાપ્ત થવાવાળી સફળતામાં આકર્ષણ હોય છે. ડૈફોડિલ વધારે આકર્ષક ફૂલ છે. પરંતુ એની જિંદગી ઘણી નાની છે. આથી નેતૃત્વ કરવાવાળાને જલ્દબાજીમાં પ્રાપ્ત સફળતા આકર્ષિત નથી કરતી. સ્થાયિત્વ વગર નેતૃત્વનું કોઈ ભવિષ્ય નથી હોતું. એક નેતાએ ટારગેટ પ્રાપ્ત કરવા માટે પોતાની ભાવનાઓ પર કાબૂ કરવો પડે છે. ભીષ્ણ અને દ્રોણાચાર્ય સારી પ્રકૃતિના હોવા છતાં ખોટાનો પક્ષ લઈ રહ્યા હતા. આથી કૃષ્ણને એમના વધની યોજના નક્કી કરવામાં અચકાટ ના થઈ. તેઓ માનવ સભ્યતાની વિરુદ્ધ ઊભા હતા. આથી ટારગેટ પ્રાપ્ત કરવાની દિશામાં જ પસંદગી કરવી જોઈએ.

૬

જેવું વાવશો, તેવું લણશો

કિં કર્મ કિમકર્મેતિ કવયોઽપ્યત્ર મોહિતાઃ ।
તત્તે કર્મ પ્રવક્ષ્યામિ યજ્જ્ઞાત્વા મોક્ષ્યસેઽશુભાત્ ॥

- ગીતા

જ્ઞાની લોકો પણ કર્મ અને કુકર્મનું નિર્ધારણ કરવામાં ભ્રમિત રહે છે, પરંતુ ચિંતિત ન થાઓ કેમ કે હું તમને આ શીખવીશ અને મારી શિક્ષાની મદદથી તમે સમસ્ત નકારાત્મક પ્રભાવોથી મુક્ત થઈ જશો.

આ પુસ્તકમાં ક્યાંય પણ એ નથી બતાવવામાં આવ્યું કે મહાભારતની લડાઈ કેમ લડવામાં આવી? આ પ્રશ્નના જવાબમાં કેટલીક પંક્તિઓનો ઉલ્લેખ કરવો જરૂરી છે. ખાસ કરીને, એ લોકો માટે જેઓ ભારતીય સંસ્કૃતિથી સારી રીતે પરિચિત નથી. કહેવામાં આવે છે કે મહાભારત એક એવો ગ્રંથ છે, જેમાં લગભગ દરેક પ્રકારના વિચાર સંગ્રહીત છે. મને લાગે છે કે આટલો લાંબો-પહોળો દાવો ગ્રંથના લેખકે નહીં કર્યો હોય, બલ્કે આ એ ટીકાકારની પંક્તિ રહી હશે, જે મહાભારતની મહિમાથી અભિભૂત હતો. પછી પેઢી-દર-પેઢી આ કથન ચાલતું રહ્યું અને આજ સુધી ચાલી રહ્યું છે. આ પુસ્તકમાં જીવનની વિવિધતા સંબંધિત જેટલા પ્રકારના ચિત્ર હાજર છે, એને કોઈ નકારી નથી શકતું.

મૂળ રીતે આ કુરુ રાજવંશની વાર્તા છે. આ પ્રાચીન ભારતમાં સદીઓ સુધી એક પ્રમુખ રાજતંત્ર રહ્યું. એનું સામ્રાજ્ય હસ્તિનાપુરમાં હતું. મહાભારતની વાર્તામાં કેટલીય અલગ-અલગ વાર્તાઓ ગુંથવામાં આવી છે. નિઃસંદેહ આ પુસ્તકમાં સૌથી મહત્ત્વપૂર્ણ કૃષ્ણની વાર્તા જ છે, પરંતુ એની સાથે-સાથે આમાં કેટલાય નાના-નાના યુદ્ધોનો પણ ઉલ્લેખ છે. આ બધા યુદ્ધોમાં સૌથી વિધ્વંસક પાંડવો અને કૌરવોની વચ્ચેની લડાઈ છે. આ લડાઈમાં ભગવાન કૃષ્ણ કોઈની

તરફથી લડવાવાળા યોદ્ધા ન હતા, પરંતુ તેઓ પાંડવોના પ્રમુખ યોજનાકર્મી હતા, આ સિવાય તેઓ અર્જુનના સારથી પણ હતા.

કૌરવ ધૃતરાષ્ટ્રના પુત્ર હતા અને પાંડવ પાંડુના પુત્ર હતા. ધૃતરાષ્ટ્ર અને પાંડુ ભાઈ હતા. ધૃતરાષ્ટ્ર જન્માંધ હતા. આમ તો ધૃતરાષ્ટ્ર મોટા ભાઈ હતા, પરંતુ અંધ હોવાને કારણે એમને રાજસિંહાસન ના આપવામાં આવ્યું. એમના નાના ભાઈ પાંડુને હસ્તિનાપુરના રાજા બનાવવામાં આવ્યા. જો કે ધૃતરાષ્ટ્ર પોતાના નાના ભાઈને પ્રેમ કરતા હતા, પરંતુ રાજગાદી પ્રત્યે પોતાની આસક્તિને તેઓ છુપાવી ના શક્યા.

પાંડુ નૈતિકતાની સાથે શાસન કરી રહ્યાં હતા. તેઓ એક મહાન યોદ્ધા હતા. એમણે કેટલીય લડાઈઓ લડી અને પોતાના રાજતંત્રનો વિસ્તાર કર્યો. એમની પ્રજા એમનો ખૂબ જ આદર કરતી હતી, પરંતુ નિયતિને કંઈક બીજું જ મંજૂર હતું. એક દિવસ પાંડુ શિકાર પર ગયા હતા, ભૂલથી એમનું તીર એક ઋષિના હૃદયમાં જઈ વાગ્યું. ઋષિવર એ સમયે પત્ની સાથે પ્રેમ-લીલા કરી રહ્યાં હતા. હકીકતમાં ઋષિ અને એમની પત્ની બંને જ હરણ થઈ ગયા હતા. એ સમયે તેઓ ઊંડા પ્રેમમાં ડૂબી ગયા હતા. રાજાને લાગ્યું કે કોઈ હરણ ક્રીડા કરી રહ્યું છે. તેઓ એને દૂરથી જોઈ રહ્યાં હતા, પરંતુ ઋષિ પ્રેમ-લીલામાં એટલા તલ્લીન હતા કે એમને બહારની દુનિયાની કોઈ ખબર જ ન હતી. જ્યારે તેઓ પ્રેમમાં ખોવાયેલા હતા, ત્યારે તીર આવીને એમના દિલમાં વાગ્યુ અને એમના પ્રાણપંખેરૂ ઉડી ગયા. નારાજ ઋષિએ મરતાં પહેલાં પાંડુને શ્રાપ આપ્યો - ''જ્યારે પણ તું પોતાની પત્નીની નજીક આવીશ તે પ્રેમના ચરમ પર પહોંચવાના ઠીક પહેલાં મરી જઈશ.''

પાંડુ એક નૈતિક વ્યક્તિ હતા. એમને પોતાની ભૂલનો અહેસાસ થયો. તેઓ ઊંડા શોકમાં ડૂબી ગયા. તેઓ જ્યારે પોતાના રાજતંત્રમાં પાછા આવ્યા તો ઊંડા પશ્ચાતાપમાં ડૂબેલા હતા. એમણે રાજતંત્ર પોતાના ભાઈને પોતાના પ્રતિનિધિ તરીકે સોંપી દીધું. તેઓ પોતાની બંને પત્નીઓ અને પાંચેય પુત્રોની સાથે જંગલમાં ચાલ્યા ગયા. ત્યાં પાંડુની જિંદગી સાધારણ પ્રકારે કોઈ અડચણ વગર પસાર થઈ રહી હતી, સમય વ્યતીત થવાની સાથે-સાથે પાંડુ, ઋષિ દ્વારા આપવામાં આવેલા અભિશાપને ભૂલી ગયા. એક વખત તેઓ પોતાની બીજી પત્ની માદ્રીની નજીક આવવા લાગ્યા, આ જ એમના માટે જીવલેણ સાબિત થયું. પાંડુ મૃત્યુને પ્રાપ્ત થઈ ગયા, દુઃખી થઈને માદ્રી પોતાના પતિની ચિતાની સાથે સતી થઈ ગઈ. બધું જ ગુમાવીને કુન્તી પોતાના પાંચેય અવયસ્ક પુત્રોની સાથે હસ્તિનાપુર આવી ગઈ.

પાંડના મૃત્યુ પછી ધૃતરાષ્ટ્રે રાજગાદી પર કબ્જો કરી લીધો. લાંબા સમય સુધી એની આ જ ઈચ્છા હતી અને એણે એને પૂરી કરી લીધી. એના સો પુત્ર હતા, જે કૌરવોના નામથી ઓળખાતા હતા. ધૃતરાષ્ટ્રનો સૌથી મોટો પુત્ર દુર્યોધન

હતો, પરંતુ તે પાંડવોમાં શ્રેષ્ઠ યુધિષ્ઠિરથી નાનો હતો. રાજગાદી પર યુધિષ્ઠિરનો સ્વાભાવિક રૂપથી અધિકાર બનતો હતો, પરંતુ ધૃતરાષ્ટ્રને આ મંજૂર ન હતું. આથી તે નવી-નવી ચાલ ચાલવા લાગ્યો.

હસ્તિનાપુરના દરબારમાં પ્રતિષ્ઠિત લોકોએ યુદ્ધિષ્ઠિરનું સમર્થન કર્યું, પરંતુ તેઓ ધૃતરાષ્ટ્રના કારણે અન્યાયની વિરુદ્ધ નિર્ણાયક સ્વરમાં કશું ના કહી શક્યા. પોતાના ધૃતરાષ્ટ્ર અને મામા શકુનિન આશરાથી દુર્યોધને પાંડવોને પરેશાન કરવાનું શરૂ કરી દીધું. એણે એમને જીવતા સળગાવવાના પ્રયત્નથી લઈને જુગારમાં હરાવીને રાજતંત્રને હડપવા સુધીના પ્રયત્ન કર્યા.

અંતમાં, પાંડવોએ પોતાની પીડાની વાર્તાને સમાપ્ત કરવા માટે રાજતંત્ર પ્રાપ્ત કરવાનું એવું સમાધાન કાઢવાનો નિર્ણય લીધો જે સદ્દ્ભાવના પૂર્ણ થાય, પરંતુ દુર્યોધનના ઈરાદા પ્રામાણિક ન હતા. તે ધૃતરાષ્ટ્રની અનિંયત્રિત મહત્ત્વાકાંક્ષાઓનો ફક્ત એક પ્રતિનિધિ હતો. તે પાંડવોને જમીનનો એક ઇંચ પણ આપવા તૈયાર ન હતા. ભગવાન કૃષ્ણએ દુર્યોધનને સમજવાવાનો ખૂબ જ પ્રયત્ન કર્યો, પરંતુ રાજદૂતની પ્રતિષ્ઠાની વિરુદ્ધ એણે ભગવાન કૃષ્ણને જ બંદી બનાવવાનો પ્રયત્ન કર્યો, પરંતુ તે એવું કરવામાં સફળ ના થયો. આથી મહાભારતની લડાઈ લડવામાં આવી. એમાં કૌરવોની સમગ્ર સેના નષ્ટ થઈ ગઈ, આ પ્રકારે, 'તમે જેવું વાવો છો, તેવું જ લણો છો.''

આ તકને જવા ના દો. જીવન નાનું છે, સમય નિકળતો જઈ રહ્યો છે. સમય અને સમુદ્રની લહેર કોઈની રાહ નથી જોતી. ''લોખંડ પર હથોડો ત્યારે જ મારો, જ્યારે તે ગરમ હોય.'' બહુધા લોકો આ ઉક્તિઓના નિહિતાર્થ પર ધ્યાન નથી આપતા, તેઓ પોતાની વર્તમાન જરૂરિયાતો અનુસાર જ કાર્ય કરે છે. નિઃસંદેહ આપણે પોતાની તાત્કાલિક જરૂરિયાતોનું ધ્યાન રાખવું જોઈએ, પરંતુ એ જરૂરિયાતોને આપણે કોઈ પણ રીતે અર્થાત્ નૈતિકતા અને અનૈતિકતાનો ભાવ ત્યાગીને પૂરી ના કરવી જોઈએ, એનાથી બધા પ્રભાવિત થાય છે. જો તમે કોઈને દગો આપો છો, તો તમે સમય વિશેષ માટે એનું નુકસાન કરો છો, પરંતુ તમે ખુદ ખોટા રસ્તા પર ચાલી નિકળો છો, જ્યાંથી પાછા ફરવું સરળ નથી હોતું.

આ સંબંધમાં કેટલાય ઉદાહરણ જોવા મળે છે. ભગવાન કૃષ્ણ અને એમના ભક્તોના જીવન, મહાભારતનું યુદ્ધ અને આધુનિક કૉર્પોરેટ સેક્ટરમાં આવા ઉદાહરણ જોઈ શકાય છે.

આધુનિક સમયમાં, મહાત્મા ગાંધી આ નીતિ પર ચાલ્યા. એમણે સ્વતંત્રતાની લડાઈ સત્ય અને અહિંસાના બળ પર લડવાનું નક્કી કર્યું. આ નિર્ણયની પાછળ

ઊંડો અર્થ છુપાયેલો હતો. રાજાઓએ અસ્ત્ર-શસ્ત્રનો સહારો લઈને પોતાના રાજતંત્રની સ્થાપના કરી હતી. રાજ્યોની બનાવટનો સિદ્ધાંત જ 'બળવાન જ સાચો છે' હતો. શક્તિશાળી નબળાઓને કબ્જામાં લઈને એમના પર શાસન કરતા હતા. રાજ્યોનો મૂળભૂત આધાર જ ખૂન-ખરાબી અને દગાબાજી હતો. ગાંધીજી આ સમીકરણને બદલવા ઇચ્છતા હતા. તેઓ ભારતને એક એવા રાષ્ટ્રના રૂપમાં જોવા ઇચ્છતા હતા, જ્યાં કોઈનું શોષણ ન થાય. સત્ય અને અહિંસાના માર્ગ પર ચાલીને જ આ ઉદ્દેશ્યને પ્રાપ્ત કરી શકાતો હતો. ખોટા રસ્તા પર ચાલીને કોઈ સાચ્ચા લક્ષ્યની પ્રાપ્તિ નથી કરી શકતું. આનો એ અર્થ ક્યારેય નથી કે, ગાંધીજી કોઈ ભાવુક આદર્શવાદી હતા અને કોઈ યૂટોપિયાની શોધમાં હતા. તેઓ રાજ્યોના મૂળભૂત માળખાં અને લોકોના સ્વભાવથી સારી રીતે અવગત હતા. પોતાના જીવનમાં એમણે કેટલાય દુર્જનોનો સામનો કરવો પડ્યો. અહિંસા ના તો વ્યાવહારિક પરિસ્થિતિઓથી ભાગવા માટે અપનાવવામાં આવી હતી અને ના તો એની પાછળ કોઈ ધાર્મિક કૃત્યનો વિચાર હતો, બલ્કે આ કારણ અને પ્રભાવના સિદ્ધાંતને ઓળખવા માટે સમજી-વિચારીને કરવામાં આવેલો પ્રયત્ન હતો. તમે જેવા બીજ વાવો છો, તમારે એવ જ પાક કાપવા માટે તૈયાર રહેવું જોઈએ.

દુર્યોધન અને એની સમસ્ત કૌરવ સેના અધોગતિને પ્રાપ્ત થઈ. ભગવાન કૃષ્ણ જીવનનું સત્ય ''જેવું વાવશો, તેવું લણશો''થી સારી રીતે અવગત હતા. દ્રૌપદીના સ્વયંવરમાં જ્યારે કર્ણ રાખવામાં આવેલી શરતોને પૂરી કરવાવાળો હતો, તો ભગવાન કૃષ્ણએ દ્રૌપદીને કર્ણના પ્રયત્નો પર સવાલ ઊભા કરવાની સલાહ આપી. દ્રૌપદીએ કૃષ્ણની વાતનું અનુસરણ કર્યું. કેટલાક વિદ્વાનોએ આને કૃષ્ણનો પક્ષપાતપૂર્ણ વર્તન માન્યું છે, પરંતુ કૃષ્ણ કર્ણનો સ્વભાવ જાણતા હતા. કર્ણ ખુદ ચરિત્રવાન હતો, પરંતુ એની સંગતિ દુર્જનોની સાથે હતી. એનામાં દુર્યોધન અને એના સાથીઓનો વિરોધ કરવાનું સાહસ ન હતું. કૃષ્ણને દ્રૌપદીથી વધારે આશા હતી. તેઓ ઇચ્છતા હતા કે નૈતિક વ્યક્તિઓના શાસન સ્થાપિત કરવાના એમના મિશનમાં દ્રૌપદી સહભાગી બને. ભારતવર્ષમાં પાંડવ નૈતિકતાના પ્રતીક હતી. આથી કૃષ્ણએ દ્રૌપદીના સ્વયંવરમાં અર્જુનને શરતો પૂરી કરવા માટે પ્રેરિત કર્યા.

આપણે સારી રીતે સમજી-વિચારીને જ કોઈ મોટું કામ કરવું જોઈએ. જો દ્રૌપદીના લગ્ન કર્ણથી થયા હોત, તો ભારતનો ઇતિહાસ બિલ્કુલ અલગ હોત. આથી કૃષ્ણએ પોતાના જીવન અને ગીતાના ઉપદેશોના માધ્યમથી ક્રિયા-કલાપોમાં શુદ્ધતાનો સંદેશ આપ્યો છે.

૭

વધારાના ઘટક, રિસ્ક મેનેજમેન્ટ

હતો વા પ્રાપ્યસ્યસિ સ્વર્ગં જિત્વા વા ભોક્ષ્યસે મહીમ્ ।
તસ્માદુત્તિષ્ઠ કૌન્તેય યુદ્ધાય કૃતનિશ્ચયઃ ॥

- ગીતા

હે કુંતીપુત્ર! જો આ યુદ્ધમાં તું મૃત્યુનું વરણ કરે છે, તો તમને સ્વર્ગમાં તારા સ્થાનની પ્રાપ્તિ થશે, પરંતુ જો તું વિજયી થાય છે, તો તું આ સંસારનો સમ્રાટ બનીશ. આથી ઉઠ અને યુદ્ધ કર.

સાવધાની વગર સાહસ કરવું મૂરખોનું કામ છે. જીવનના દરેક ક્ષેત્રમાં વધારાના ઘટક હાજર હોય છે. એક સજાગ વ્યક્તિ આ ઘટકોનો વિચાર જરૂર કરે છે.

કૌરવ અને પાંડવ બંને પક્ષ એક જ પ્રકારના બહાદુર તેમજ શક્તિશાળી હતા, પરંતુ કૌરવ ફક્ત બહાદુર હતા. કર્ણ એક મહાન યોદ્ધા હતો અને શકુનિ ચાલાક તેમજ દુષ્ટ હતો. જો તમે દુષ્ટતા કરશો તો તમારી પોતાની જ છબી ખરાબ થશે. પ્રત્યેક વ્યક્તિએ યોજના બનાવીને જ ચાલવું જોઈએ. ભગવાન કૃષ્ણ એક સાચ્ચા યોજનાકર્મી હતા. એમણે પાંડવોના રસ્તામાં આવવાવાળા વધારાના ઘટકો અથવા એમ કહો કે અડચણોની પૂરી જાણકારી હતી. આ અડચણોનો મુકાબલો કરવા માટે એમણે યોજના બનાવી રાખી હતી. રિસ્ક પ્રબંધન (વ્યવસ્થા)ની બધી વ્યવસ્થા ભગવાન કૃષ્ણની પાસે હતી.

તાજેતરમાં જ જાપાનના તટવર્તી વિસ્તારમાં એક મોટી લહેરે જાન-માલને વધારે નુકસાન પહોંચાડ્યું. એણે જાપાનના કેટલાય ન્યૂકલિયર રિએક્ટરોને ખરાબ રીતે ક્ષતિગ્રસ્ત કરી દીધા. જાપાને આ જોખમને ઓછામાં ઓછું કરવાનો ઘણો

પ્રયત્ન કર્યો. તે આ પરિસ્થિતિઓને દૂર કર્યા પછી ફરીથી ઊભા થયા. જો એણે વધારાના ઘટકોને દૂર કરવા માટે પહેલેથી યોજના ના બનાવી હોત તો તે રિસ્ક પ્રબંધન ના કરી શકતા. આ તો જાપાનનો કિસ્સો હતો. જરા વિચારો, વિકાસશીલ દેશોનું શું થશે?

આપણે પોતાના અંગત, સંગઠનાત્મક અને રાષ્ટ્રીય જીવનમાં અલગ-અલગ પ્રકારની પ્રાકૃતિક તેમજ નાણાંકીય હોનારતોનો સામનો કરવો પડે છે. અલગ-અલગ સ્તરો પર આપણે જોઈએ છીએ કે લોકોની પાસે રિસ્કથી લડવા માટે સુયોગ્ય વ્યવસ્થા નથી હોતી. જ્યારે હોનારતો સામે આવીને ઉભી હોય છે, તો તેઓ એના નિરાકરણના ઉપાય શોધવા લાગે છે. મોટાભાગના પરિણામ, આપમી આશાઓ પ્રમાણે હોય છે. આથી આપણી અંદર આશાથી વિપરીત આવેલા પરિણામોનો સામનો કરવા માટે ભાવનાત્મક બળ હોવું જોઈએ.

એક સારો યોજનાકર્મી આગળનું વિચારે છે. એની પાસે ભવિષ્ય માટે યોજનાઓ હોય છે. કૃષ્ણ વધારાના ઘટકો પ્રત્યે સાવધાન રહેતા હતા. તેઓ હોનારતોના સમયે કામ કરવા માટે હંમેશાં તૈયાર રહેતા હતા. તેઓ હોનારત-વ્યવસ્થામાં સિદ્ધહસ્ત હતા.

યુદ્ધ ક્ષેત્રમાં અર્જુનના પુત્ર અભિમન્યુની નૃશંસ હત્યા થઈ. એનાથી ઘાયલ અર્જુને મુખ્ય ષડયંત્રકારી જયદ્રથને બીજા દિવસે સાંજ સુધી મારી નાંખવાની પ્રતિજ્ઞા લીધી, સાથે જ અર્જુને એ પણ સોગંદ લીધા કે જો તે પ્રતિજ્ઞા ના પૂરી કરી શક્યો તો ખુદ આગમાં કૂદીને જીવ આપી દેશે. એણે સોગંદ તો લઈ લીધા, પરંતુ એની પાસે જયદ્રથને મારવા માટે કોઈ યોજના ન હતી. અર્જુનની પાસે એની બહાદુરી સિવાય કોઈ યોજના ન હતી. સામાન્ય રીતે એવી પરિસ્થિતિમાં કોઈ બહાર નથી નિકળતું, કેમ કે યોજનાની અનુપસ્થિતિમાં જીતનો આનંદ બીજા ઉઠાવે છે. જો અર્જુનને જયદ્રથ ના મળ્યો હોત, તો એણે આત્મહત્યા કરી લીધી હોત. સંદેશ સ્પષ્ટ હતો, પાંડવોની સત્યનિષ્ઠાથી બધા અવગત હતા. આથી કૌરવોએ જયદ્રથને છુપાવીને રાખવાની યોજના બનાવી.

બીજા દિવસે જ્યારે યુદ્ધ શરૂ થયું તો રણક્ષેત્રથી જયદ્રથને અનુપસ્થિત જોઈને અર્જુન નિરાશ થઈ ગયો. દુશ્મનને શોધવામાં જ અર્જુને આખા દિવસનો મોટાભાગનો સમય ગુમાવી દીધો. ભગવાન કૃષ્ણ સમજી ગયા કે આ વ્યર્થમાં કરવામાં આવવાવાળો અભ્યાસ છે. અર્જુનની શોધનું કોઈ ફળ નથી મળવાનું. ભગવાન કૃષ્ણએ પોતાની જાદુઈ શક્તિનો પ્રયોગ કર્યો. બધા એ રીતે સમ્મોહિત થયા કે એમને સૂર્યાસ્તનો આભાસ થયો. અર્જુન માટે આગની ચિતા તૈયાર થઈ.

એના ભાઈ અને પરિવારના બીજા લોકો એને અંતિમ વિદાય આપવા માટે ત્યાં એકઠાં થયા. કૌરવ લોકાચાર બતાવવા માટે ત્યાં જમા થયા. તેઓ ખુશીથી ફૂલ્યા નહોતા સમાઈ રહ્યાં, કેમ કે અર્જુન વગર પાંડવ લડતા જ નહીં અને ત્યારે કૌરવોની જીત સુનિશ્ચિત હતી. અર્જુનનું મૃત્યુ જોવા માટે જયદ્રથ પણ ત્યાં આવ્યો. જ્યારે અર્જુન ચિતામાં જવા લાગ્યો તો બધા રોઈ રહ્યાં હતા, પરંતુ કૃષ્ણએ એને ત્યાં અસ્ત્ર-શસ્ત્રની સાથે જવા માટે કહ્યું. ભગવાન કૃષ્ણએ રોવા-ધોવામાં પોતાના સમય બરબાદ ના કર્યો, બલ્કે તેઓ એનો જીવ બચાવવાના પ્રયત્નમાં લાગી રહ્યાં. અર્જુન જ્યારે ચિતાની પાસે ઊભો હતો ત્યારે જ જયદ્રથ ત્યાં આવી પહોંચ્યો, એની ખુશીની સીમા ન હતી. આની વચ્ચે ભગવાન કૃષ્ણએ પ્રકૃતિથી પોતાનો જાદુઈ સ્પર્શ પાછો લઈ લીધો. ભગવાન કૃષ્ણએ અર્જુનને પોતાના દુશ્મનોને મારી નાંખવાનો આદેશ આપ્યો. અર્જુને પોતાના ધનુષથી તીર કાઢ્યું અને જયદ્રથ પર નિશાન સાધ્યું. તીર સીધા જયદ્રથને લાગ્યું અને તે અંતને પ્રાપ્ત થયો. પાંડવોની ટોળીમાં ખુશીની નવી લહેર દોડી ગઈ. આ ભગવાન કૃષ્ણના માસ્ટર સ્ટ્રોકના પરિણામસ્વરૂપ જ શક્ય થયું.

અનાપેક્ષિત પરિસ્થિતિઓનો સામનો કરવા માટે એક બુદ્ધિશાળી વ્યવસ્થાપકની પાસે કેટલાક બંદોબસ્ત જરૂર હોય છે. કૃષ્ણની પાસે રિસ્ક પ્રબંધન માટે હંમેશાં કંઈકને કંઈક રહેતું હતું. એમના જીવનમાં કેટલાય એવા ઉદાહરણ જોવા મળે છે. એક વખત ઈંદ્ર દેવ ક્રોધિત થઈ ગયા. એમણે પ્રકૃતિની તાકાતોને આદેશ આપ્યો કે તેઓ વૃંદાવનની નજીકના વિસ્તાર વ્રજભૂમિને પૂરી રીતે ડૂબાડી દે. વ્રજવાસીઓના પ્રાણોની રક્ષા કરવી કૃષ્ણનું કર્તવ્ય હતું. તેઓ વ્રજની જનતા અને બધા જાનવરોને ગોવર્ધન પહાડીની તળેટીમાં લઈ આવ્યા. ઈંદ્ર દેવતાઓમાં સર્વશ્રેષ્ઠ છે, આ કિંવદન્તી પ્રચલિત હતી. કૃષ્ણએ લોકોમાં ફેલાયેલી આ અવધારણાઓને સમાપ્ત કરી. જો કોઈ રાષ્ટ્ર પોતાના પર્યાવરણની સુરક્ષા માટે સમર્પિત છે, તો ના તો ત્યાં દુકાળ પડશે કે વરસાદનો અભાવ રહેશે અને ના તો પૂર આવશે. એમણે ઈન્દ્રને એમની સ્થઈતિથી અવગત કરાવ્યા. તેઓ હકીકતમાં એક મેનેજમેન્ટ ગુરુ હતા, જેમની પાસે પ્રાકૃતિક હોનારતોનો સામનો કરવા માટે ઉપાય હતા. આજના આધુનિક યુગમાં વિકસિત રાષ્ટ્રોની પાસે પણ પ્રાકૃતિક હોનારતોનો સામનો કરવા માટે કોઈ ખાસ ઉપાય નથી. આથી કૃષ્ણના જીવન અને એમના દ્વારા આપવામાં આવેલી શિક્ષા દરેક કાળ અને દરેક યુગ માટે પ્રેરણાદાયી છે.

૮

નિયત બિન્દુ ચાર્ટ અને એનાથી પરે (પ્રારૂપ પરિવર્તન માટે તૈયાર)

યા નિશા સર્વભૂતાનાં તસ્યા જાગર્તિ સંયમિ ।
યસ્યાં જાગ્રતિ ભૂતાનિ સા નિશા પશ્યતો મુનેઃ ॥

- ગીતા

જ્યારે બીજા લોકો નિદ્રામગ્ન થઈ જાય છે, ત્યારે એક જ્ઞાની મનુષ્ય જાગૃત રહે છે અને જ્યારે બધા જાગૃત થઈ જાય છે, તો એ જ્ઞાની આત્મા વિશ્રામ કરે છે.

પ્રત્યેક અર્થવ્યવસ્થાનો એક નિશ્ચિત આધાર હોય છે. પ્રત્યેક સંગઠનની કાર્યશૈલીના કેટલાક આધારભૂત તથ્ય હોય છે. પ્રત્યેક વ્યક્તિની એક અલગ છાપ હોય છે, જેનાથી એમની મનોદશાની જાણ થાય છે. આ જ આધારભૂત તથ્યોને તમે મૌલિકતા કે વિશેષતા પણ કહી શકોછો. આના વગર અર્થવ્યવસ્થા/ સંગઠન/ વ્યક્તિનું કોઈ અસ્તિત્વ કે વિશેષતા નથી. આપણે પોતાની મૌલિકતા કે વિશેષતાને ના છોડવા જોઈએ, પરંતુ આપણે કટ્ટરપંથી પણ ના બનવું જોઈએ.

આપણે જ્યાં સુધી ગ્રહણશીલ હોઈએ છીએ, પ્રગતિ કરીએ છીએ. ગ્રહણશીલતા, કોઈ પણ વ્યક્તિને વિદ્વાન, ગુણી કે પ્રવીણ બનાવી શકે છે. ભારતમાં ગંગા પવિત્ર નદી તરીકે સન્માન મેળવે છે. એવો વિશ્વાસ કરવામાં આવે છે કે પોતાના અંતિમ સમયમાં, જેને ગંગા નદીના જળનું એક પણ ટીપું પ્રાપ્ત થઈ જાય છે, એની આત્માને મુક્તિ મળી જાયછે. આ ફક્ત ભાવનાત્મક સ્તર પર સત્ય છે કેમ કે અહીંયા આપણે શરીરની મુક્તિની વાત નથી કરી રહ્યાં, બલ્કે આત્માની મુક્તિની વાત કરી રહ્યાં છીએ. આ પૂરી રીતથી અનુભૂતિ પર

નિર્ભર છે આથી આપણે મુક્તિ અનુભવ કરી શકીએ છીએ. ગંગા પવિત્રતાનું પ્રતીક છે. પવિત્રતાના પથનું અનુસરણ કરીને આપણે પોતાના મન પર પડેલા વ્યર્થના ભારને હળવો કરી શકીએ છીએ. આથી જો કોઈ ગંગાના પવિત્ર જળને સાચા અર્થોમાં ગ્રહણ કરે છે, તો એની આત્મા સ્વચ્છંદ થઈ જશે. જ્યાં સુધી સાચ્ચા ઉદ્દેશ્યનું જ્ઞાન ન હોય અને એને પ્રાપ્ત કરવા માટે જોશ ન હોય, ત્યાં સુધી આપણે તથ્યોને નથી સમજી શકતા. આ જ્ઞાન વગર ધ્યાનમગ્ન થવું અશક્ય છે. અહીંયા ભારનો અર્થ સમાજ દ્વારા વ્યર્થમાં લગાવવામાં આવેલા બંધન છે.

ગંગામાં રહેવાવાળા દેડકાઓમાં આ ઊર્જા નથી હોતી, આથી તેઓ ઉન્મુક્ત આત્મા નથી બની શકતા. સાચ્ચી ઊર્જાનું સંચરણ કરવું ફક્ત એમના માટે શક્ય છે, જેમનામાં ગ્રહણશીલતા છે. બીજાઓ દ્વારા આપવામાં આવવાવાળા ઉપયોગી અને સકારાત્મક વિચારોને અપનાવવા જ ગ્રહણશીલતા છે. એના માટે જરૂરી છે કે તમારું મગજ ખુલેલું અને કાન ઊભા હોય.

આપણી મૌલિકતા આપણી તાકાત છે, પરંતુ પરિવર્તન પ્રકૃતિનો નિયમ છે. સૂર્ય અને ચંદ્રમા પણ સતત પરિવર્તનના સમયથી પસાર થાય છે. આ દુનિયામાં પરિવર્તન જ શાશ્વત છે. આપણે એક ફૂલને જોઈને એનું સૌંદર્ય અનુભવી શકીએ છીએ, પરંતુ 'આ સુંદર છે', એને બોલવામાં જેટલો સમય લઈએ છીએ, એ નાના જ સમયમાં જ એ ફૂલ બદલાઈ જાય છે. જો એને તોડવામાં આવે છે, તો મિનિટભરમાં જ એ વિખેરાઈને નષ્ટ થવા લાગે છે. જો આ છોડથી લાગેલું રહે ત્યારે પણ એનો આકાર, એના રંગનું ઘનત્વ, એની સુગંધ, એની સંરચના - બધું કેટલાય પ્રકારના પરિવર્તનથી પસાર થાય છે.

આણે ભલે પરિવર્તન સ્વીકાર કરીએ કે નહીં, પરંતુ આ પરિહાર્ય છે. પરિવર્તન સ્વીકાર કરવા માટે ઉચ્ચ સ્તરની માનસિક ઊર્જાની જરૂર હોય છે. સામાન્ય રીતે લોકો કોઈ નવી વસ્તુ, વ્યક્તિ કે વિચાર પ્રત્યે શંકાની સ્થિતિમાં રહે છે, પરંતુ જેમનામાં આત્મવિશ્વાસ છે, તેઓ એને સ્વીકાર કરે છે. સાચો આત્મવિશ્વાસ ત્યાં સુધી શક્ય નથી, જ્યાં સુધી શ્રદ્ધા ન હોય. અહીંયા શ્રદ્ધાનો અર્થ વ્યાપક છે, શ્રદ્ધા અર્થાત્ સંપૂર્ણ બ્રહ્માંડમાં શ્રદ્ધા છે. આ કોઈ વિશેષ ધર્મ કે પૂજાની વિશિષ્ટ પદ્ધતિ સાથે સંબંધિત નથી. શ્રદ્ધાનો અર્થ છે સત્યમાં શ્રદ્ધા. જે કોઈ પૂજા માટે પદ્ધતિ વિશેષનું અનુસરણ નથી કરતાં, તેઓ પણ સત્યમાં શ્રદ્ધા કરી શકે છે. આથી શ્રદ્ધાની રીતે કોઈ ધર્મ વિશેષથી નથી જોડાતા. જેનો સત્યમાં વિશ્વાસ છે, તેઓ સકારાત્મક અને નવીન વિચારધારાને સમજે છે અને એનામાં વિશ્વાસ પણ કરે છે. આથી એવા લોકોમાં ગ્રહણશીલતાની શક્યતા વધારે હોય છે, તેઓ

આત્મવિશ્વાસી હોઈ શકે છે. નવા વિચારોનું મંથન કરે છે અને એનો ઉપયોગ તેઓ પોતાના વ્યક્તિત્વ અને સંગઠનની ઉત્તમતા માટે કરે છે. આ રીતથી તેઓ પોતાના આધારભૂત માળખાંને મજબૂત કરી શકે છે.

નિરંતર નવા-નવા વિચાર લઈને આવવાવાળા સમાજ ઝડપથી પ્રગતિ કરે છે. એક સમય હતો જ્યારે યૂરોપીય દેશ સંપૂર્ણ દુનિયા પર રાજ કરતા હતા. આજકાલ સતત નવી શોધોને સામે લાવવામાં યૂ.એસ.એ. યૂરોપીય રાષ્ટ્રો કરતાં વધારે આગળ છે, આથી એને 'સુપર પાવર' કે 'મહાશક્તિ' કહેવામાં આવે છે. કેટલાક દશક પહેલાં તત્કાલીન યૂ.એસ.એસ.આર. અંતરિક્ષ શોધ અને રક્ષા મામલાઓમાં સિદ્ધહસ્ત હતું. અંતરિક્ષમાં વિચરણ કરવાવાળા પહેલા રૂસી અંતરિક્ષ યાત્રી જ હતો, પરંતુ યૂ.એસ.એસ.આર.ના વિકાસનો આર્થ્ક પક્ષ નબળો બની રહ્યો. ત્યાં એમાં ન ખાસ શોધ કરવામાં આવી અને ના તો કોઈ નવીનતા આવી. આથી એની નાણાંકીય સંસ્થા દિવસે દિવસે નબળી પડતી ગઈ. ખુદને અપગ્રેડ કરવા માટે ત્યાંની સરકારને કહેવું અને સાબિત કરવું પડ્યું કે તે આ દિશામાં સતત પ્રયત્ન કરી રહી છે અને આગળ પણ કરવા તૈયાર છે, પંરતુ આ પછીની ઘટના છે. ત્યાં સુધી સોવિયત સંઘની સંસ્થાઓ એટલી નિષ્ક્રિય થઈ ચુકી હતી કે તેઓ પરિવર્તન સ્વીકાર ના કરી શકી અને કેટલાક અલગ-અલગ દેશોમાં વિઘટિત થઈ ગયા. આજકાલ ચીન બીજાઓ માટે કરવામાં આવી રહેલી શોધ પર વધારે મહેનત કરે છે અને પછીથી એને પોતાની વેપારિક જરૂરિયાતો અનુસાર ફરીથી તૈયાર કરી લે છે.

ભારત એક પ્રાચીન રાષ્ટ્ર છે. આ સાંસ્કૃતિક રીતે પણ વધારે સંપન્ન છે. આણે કેટલાય ઉતાર-ચઢાવ જોયા છે. એની પાસે અખૂટ સાંસ્કૃતિક ધરોહર છે. સાહિત્યિક અભિલેખ અને સાંસ્કૃતિક ધરોહર નિત્ય નવીન વિચારધારા રાખવાવાળા મગજની તરફ ઈશારો કરે છે. આ તર્ક-વિતર્કમાં પારંગત ભારતીયોની વિચારધારાનો ઉચ્ચતમ નમૂનો છે, પરંતુ પરીવર્તી મધ્ય યુગથી શરૂ થઈને પ્રારંભિક ઓગણીસમી શતાબ્દી દરમિયાન આ પ્રકારની શોધ અને નવીન વિચારો પર ભારતીયોની પકડ નબળી થતી ગઈ. આ એવો સમય હતો, જ્યારે લોકો નૈતિકતાથી નીચે ઉતરી રહ્યાં હતા. તેઓ ગંભીર વિષયો પર વિચારવાને બદલે ખુદમાં લુપ્ત રહેતાં હતા. આ સમયે જમીનદાર બહુધા પોતાની જૂઠી પ્રતિષ્ઠા અને વિલાસી જીવનશૈલીને જાળવી રાખવામાં જ મશગૂલ રહેતા હતા. તેઓ દારૂ અને બીજી હલકી ટેવોના શિકાર થઈ ગયા. દરબારી કવિ પોતાની અનિયંત્રિત ભૌતિક ઇચ્છાઓની પૂર્તિમાં લાગી ગયા, પરંતુ ઓગણીસમી સદીમાં જ રાજા રામમોહન રાયે ભારતીય

પુનર્જાગરણનું રણશીંગુ ફૂંક્યું, એમનામાં નવીનતાને ધારણ કરવાવાળું મગજ હતું. એમણે ભારતની આધારભૂત લયને પકડી. એમણે પશ્ચિમની સારી વાતોને ગ્રહણ કરી, ત્યાંથી ભારતીય જાગરણ નિત નવી ઊંચાઈ પર ચઢવા લાગ્યા.

વાત ભલે બુદ્ધની હોય કે કાર્લ-માર્ક્સની, તેઓ એ સ્થિતિમાં એથી પહોંચ્યા કેમ કે તેઓ નિયત બિંદુ ચાર્ટથી દૂર ખસી ગયા, અર્થાત્ તેઓ કંઈક નવીનતા લઈને આવ્યા. અહીંયા એક ક્રાંતિ થઈ તેમજ કૃષ્ણ પોતાના સમયના મહાનતમ ક્રાંતિકારી હતા. એમને પોતાના સમય અને પરંપરાઓનું પૂરું જ્ઞાન હતું. એમની ગીતામાં અંગત મેઘા અને પારંપરિક બુદ્ધિમતાનો અદ્વિતીય સમન્વય છે. પોતાના સમયમાં તેઓ ભારતીય પરંપરાઓના મહાનતમ સંરક્ષક હોવાની સાથે મહાનતમ સર્જક બનીને પણ ઉભર્યા.

ભગવાન કૃષ્ણના મનમાં પોતાનાથી મોટા અને વિદ્વાનજનો પ્રત્યે ઊંડું સન્માન હતું. તેઓ એક વિશ્વાસી મિત્ર; એક આજ્ઞાકારી પુત્ર; એક સમર્પિત પ્રેમી; એક આજ્ઞાકારી અને તેજ શિષ્ય; એક મહાન ગુરુ અને એટલાં જ મહાન ક્રાંતિકારી હતા. તેઓ દરેક સમય માટે પ્રાસંગિક છે.

તેઓ સમાજને દુરસ્ત કરવા માટે અપ્રાસંગિક પરંપરાઓને બદલવા માટે તૈયાર હતા. તેઓ સમાજનો પરિચય નવીનતાથી કરાવવા ઇચ્છતા હતા. વ્રજવાસી શાંતિપૂર્ણ જીવન વ્યતીત કરી રહ્યાં હતા. એવા સમાજ માટે વન સંરક્ષણ ઘણું જરૂરી હતું. અહીંયા વન-સંરક્ષણ માટે ગોવર્ધનને ઇકોલૉજિકલ સંતુલનનું સંરક્ષણ અત્યંત જરૂરી હતું. (વ્રજનો પહાડી વિસ્તાર ગોવર્ધન પહાડી શ્રૃંખલાની ચારેય બાજુ ફેલાયેલો છે.) આથી ભગવાન કૃષ્ણએ વ્રજયવાસીઓને ઇંદ્રને બદલે ગોવર્ધનની પૂજા માટે પ્રેરિત કર્યા. ઇંદ્રની પૂજાનો વિરોધ એમણે સાંકેતિક રીતે કર્યો. એમના દ્વારા ગોવર્ધનની પૂજા માટે ઉઠાવવામાં આવેલું ક્રાંતિકારી પગલું ઇકોલૉજિકલ સંતુલનના સંરક્ષણ માટે આપવામાં આવેલો એક મહાન સંદેશ હતો.

કૃષ્ણ દ્વારા રુકમણીની સાથે લગ્ન પણ એક ક્રાંતિકારી પગલું હતું. રુક્મણીએ કૃષ્ણના મહાન કૃત્યો વિશે સાંભળી રાખ્યું હતું. રુકમણીએ પોતાના મનની અંદર એમની એક છબી બનાવી લીધી અને એમની આરાધના શરૂ કરી દીધી. રુકમણીના ભાઈ રુક્મિ એના લગ્ન શિશુપાલ સાથે કરાવવા ઇચ્છતા હતા. શિશુપાલ પોતાના કુકૃત્યો માટે બદનામ હતો. રુક્મણીએ પોતાની રક્ષાનો સંદેશ કૃષ્ણને મોકલીને લગ્નનો આગ્રહ કર્યો. એ જમાનામાં છોકરીને પિતા/ભાઈ/પતિની સંપત્તિ સમજવામાં આવતી હતી. આ પુરુષ પ્રધાન સમાજની દેણ હતી. એવામાં કૃષ્ણએ છોકરીની

ભાવનાઓનો આદર કરીને એને સ્વતંત્રતા આપી. જો રુક્મિએ રુક્મણીના લગ્ન એની ઇચ્છાનુસાર કોઈ સારા વ્યક્તિથી કરવાનો નિર્ણય લીધો હોત, તો કૃષ્ણ એનો વિરોધ ના કરતા, પરંતુ અહીંયા બાબત કંઈક બીજી જ હતી. રુક્મિ પોતાના છીછરાં રાજનીતિક ફાયદા માટે પોતાની બહેનને બલિ-વેદી પર બેસાડી રહ્યો હતો. એ સમયે ભારતીય ઉપમહાદ્વીપના બધા અસામાજિક તત્ત્વોથી એની સાંઠ-ગાંઠ હતી. મહિલાઓને પોતાની અંગત સંપત્તિની જેમ ઉપયોગ કરવો જઘન્ય અપરાધ છે. એમણે રુક્મિની ઇચ્છાની વિરુદ્ધ રુક્મણીને બચાવી. એમણે રુક્મણી સાથે લગ્ન રચીને એમને પોતાની રાણી બનાવી.

એક વખત રાજા કામરૂપે ભારતના અલગ-અલગ ભાગોથી સોલ હજાર મહિલાઓને બંદી બનાવી લીધી. ભગવાન કૃષ્ણએ રાજાને પરાજિત કરીને બધી મહિલાઓને ત્યાંથી સુરક્ષિત બહાર કાઢી. એ સમયની સામાજિક માન્યતાઓ અને પરંપરાઓ અનુસાર કોઈ પણ એ મહિલાઓને આશ્રય આપી શકતું ન હતું. કૃષ્ણએ એક મહત્ત્વપૂર્ણ નિર્ણય લઈને બધાને આશ્રય આપ્યો. બધી સોળ હજાર મહિલાઓ દ્વારકામાં કૃષ્ણના રાજતંત્રમાં સુખપૂર્વક રહેવા લાગી. આ એ સમયનું એક ક્રાંતિકારી પગલું હતું.

મહાભારતના યુદ્ધથી પહેલાં કૃષ્ણએ એ ઘોષણા કરી દીધી કે તેઓ કોઈ પક્ષ સાથે નહીં લડે, પરંતુ જ્યારે ભીષ્મ, અર્જુન અને એના સારથીની ઉપર અસ્ત્ર-શસ્ત્રનો વરસાદ કરવા લાગ્યા તો ભગવાન કૃષ્ણએ સત્યની જીતને સૌથી મહત્ત્વપૂર્ણ માનીને કામ કરવાનું શરૂ કર્યું. આ લક્ષ્યની પ્રાપ્તિ માટે અર્જુનની રક્ષા જરૂરી હતી. આથી તેઓ હાથમાં ચક્ર ધારણ કરીને ભીષ્ણ તરફ દોડ્યાં. વયોવૃદ્ધ ભીષ્ણ એક સારા વ્યક્તિ હતા. એમણે કૃષ્ણનું સન્માન કર્યું અને એમની સમક્ષ સમર્પણ કરી દીધું. કૃષ્ણ તરત જ ખુશ થઈ ગયા અને એમણે ભીષ્મને કોઈ નુકસાન ના પહોંચાડ્યું. પોતાના સંગઠનની ઉત્તમતા માટે જરૂરી છે કે આપણે સમય અનુસાર પોતાની પેનલમાં બદલાવ લાવીએ, પરંતુ પરિવર્તનનો રસ્તો અસામાજિક અને ખોટો ના હોવો જોઈએ.

૯

ટીમ ભાવના અને પ્રેરક નેતૃત્વ

યસ્ય દેવે પરા ભક્તિર્યથા દેવે તથા ગુરૌ ।
તસ્યૈવ કથિતા હ્યાર્થાઃ પ્રકાશન્તેઃ મહાત્મનાઃ ॥

- શ્વેતાશ્વતર ઉપનિષદ્

એ લોકો, જેમને ઈશ્વરમાં નિર્વિવાદિત અને અતૂટ શ્રદ્ધા હોય છે અને જેમના ગુરુ એટલી જ શ્રદ્ધાથી એમનો માર્ગ પ્રશસ્ત કરે છે, એ લોકોને ઈશ્વરની સાક્ષાત્ અનુભૂતિ થાય છે.

ભગવાન કૃષ્ણ એક મહાન ગુરુ, મહાન શિક્ષક તેમજ મહાન નેતા હતા. એમણે પોતાની ટીમને પ્રેરણા આપી, એમનો સંદેશ સાર્વકાલિક હતો. એના ઉપરાંત તેઓ પોતાના સમયમાં લોકતંત્રનો અવાજ હતા, એમણે લોકોનો અવાજ સાંભળ્યો, એનો અર્થ સમજ્યા અને એને મજબૂત આકાર આપ્યો. લોકતંત્રની અવધારણા નવી છે. આ આધુનિક યુગની દેણ છે, પરંતુ પ્રાચીન ભારતના વૈશાલી ગણરાજ્યમાં લોકતંત્રની પરંપરા સદીઓ પહેલાં પણ અખંડ હતી, તેથી લોકતંત્રનું અસ્તિત્વ અચાનક નથી ઉભર્યું. એના અસ્તિત્વમાં આવતાં પહેલાં આપણાં પૂર્વજોએ એના માટે સામૂહિક રીતે પ્રયત્ન કર્યા. આપણા દેશના ચિંતક પ્રાચીન કાળથી જ લોકોની કલ્પનાઓના અન્વેષી રહ્યાં હતા. ભારતને એક રાષ્ટ્ર બનાવવા માટે તર્ક-વિતર્કમાં પારંગત ભારતીયોની મહત્ત્વપૂર્ણ ભૂમિકા રહી છે. આપણે ઓજ જે પણ છીએ, પોતાના પૂર્વજોના સામૂહિક પ્રયત્નને કારણે છીએ. આ સંબંધમાં, માનવજાતિના ઈતિહાસમાં કૃષ્ણનો અવાજ એક મહત્ત્વપૂર્ણ વળાંક છે. ભગવદ્ ગીતા લાખો-કરોડો માટે પ્રેરણાનો સ્રોત છે. કુરુક્ષેત્રના યુદ્ધ મેદાનમાં ભગવાન દ્વારા ગીતાનો સંદેશ આપવામાં આવ્યો.

જ્યારે આપણે લોકતાંત્રિક અવાજ કે સામૂહિક ભાવના કે ખૂબ વધારે લોકોની સાથે ચાલવા અને પરસ્પર પ્રેરણા લેવાની વાત કરીએ છીએ, તો આપણે યાદ

રાખવું જોઈએ કે આ બધું જ ગીતામાં પહેલેથી હાજર છે. કૃષ્ણએ હંમેશાં બીજાઓનું ધ્યાન રાખ્યું છે. એક નેતા લોકોના કલ્યાણ માટે વિચારે છે, આથી તેઓ લોકોની સાથે લોકો માટે હતા. એવું કહેવામાં આવે છે કે એમના માતા-પિતા એક સાથે જેલમાં બંધ હતા, એમના જન્મ સમયે માતા-પિતાની બેડીઓ અને કારાવાસના દરવાજા આપમેળે ખુલી ગયા હતા. કૃષ્ણ અહીંયા માનવ-જાતિને સમસ્ત બંધનોથી મુક્ત કરાવવા માટે અવતરિત થયા હતા. બાળપણથી જ તેઓ ટીમ ભાવનાથી ઓત-પ્રોત હતા. બાળપણમાં તેઓ પોતાના મિત્રો સાથે રમ્યા કરતાં હતા. તો ગ્વાલ-બાળની ટોળીમાં આનંદ લેતા હતા, પરંતુ જરૂરના સમયે એમની મદદ પણ કરતા હતા. તેઓ એકલા પણ કંસ અને બીજા રાક્ષસોનો નાશ કરી શકતા હતા, પરંતુ એમણે એના માટે હંમેશાં મોટા ભાઈ બલરામની મદદ લીધી. અદ્વિતીય સાહસી હોવા છતાં એમણે બલરામની બહાદુરીની હંમેશાં પ્રશંસા કરી. એક સાચ્ચો નેતા પોતાની ટીમના સભ્યોને લક્ષ્ય પ્રાપ્ત કરવા માટે પ્રેરિત કરે છે અને એના સારા કારનામાઓની પ્રશંસા કરે છે. એક નેતા પોતાના અનુયાયીઓને સાચ્ચું ઇનામ આપે છે.

એક સારા નેતાએ યોય વ્યક્તિને કામ સોંપવું જોઈએ. કંસના નાશ પછી એના સસરા જરાસંઘે કૃષ્ણ અને નિર્દોષ મથુરાવાસીઓને સજા આપવા માટે મથુરા પર કેટલીય વખત આક્રમણ કર્યું. કૃષ્ણ જરાસંઘનો ઇરાદો સમજી ગયા. તેઓ જાણતા હતા કે જરાસંઘની વિરુદ્ધ યુદ્ધ નક્કી કરવું વ્યર્થ છે, આથી એમણે પોતાની રાજધાની દ્વારિકા બનાવી લીધી, પરંતુ જરાસંઘને સજા આપવી જરૂરી હતી. યુધિષ્ઠિરે જ્યારે રાજસૂય યજ્ઞનું આયોજન કર્યું તો કૃષ્ણએ ત્યાં ભીમ અને જરાસંઘની વચ્ચે યુદ્ધ કરાવ્યું. એમણે જરાસંઘને મારવા માટે ભીમને કેટલાય સંકેત આપ્યા. ભીમે એ સંકેતોનો સારી રીતે સમજ્યા અને જરાસંઘનો વધ કર્યો. આ કાર્ય માટે ભીમ યોગ્ય હતો. કોઈ પણ દળના નેતાને પોતાના દળના સભ્યોની વ્યક્તિગત ક્ષમતાનું જ્ઞાન હોવું જોઈએ, જેથી તે એના અનુસાર કાર્યભાર આપી શકે.

દ્રૌપદીની પોકાર પર ભગવાન એની લાજની રક્ષા માટે ખુદ ઉપસ્થિત થયા. શકુનિના કહેવા પર આયોજિત જુગારમાં યુધિષ્ઠિરે પોતાની બધી સંપત્તિ ગુમાવી દીધી. સંપત્તિની વાત તો દૂર છે, ત્યાં સુધી કે એણે પોતાના ચારેય ભાઈઓ અને બધાની પત્ની દ્રૌપદીને પણ ગુમાવી દીધા. દુર્યોધનના કહેવા પર દુઃશાસને દ્રૌપદીની સાડી ખેંચવાની શરૂ કરી. આ રીતે દુઃશાસન ભરી સભામાં દ્રૌપદીની લાજ ઉતારવા ઇચ્છતો હતો. ત્યાં દ્રૌપદીની મદદ માટે કોઈ ન હતું. સંકટના સમયમાં દ્રૌપદીએ કૃષ્ણને પ્રાર્થના કરી. તેઓ ત્યાં ઉપસ્થિત થઈ ગયા અને એમણે દ્રૌપદીની લાજ બચાવી લીધી. એક સાચો નેતા સંકટના સમયમાં આગળ આવીને પોતાના દળના લોકોની મદદ કરે છે. પાંડવોના વિજયના રસ્તામાંથી ભીષ્મને હટાવવા માટે એમણે શિખંડની મદદ લીધી. જ્યારે અર્જુન અને ભીષ્મની વચ્ચે શિખંડી

આવ્યો તો મહાન યોદ્ધા ભીષ્મે લડવાનું છોડી દીધું. આ દરમિયાન અર્જુને ભીષ્મની ઉપર સેંકડો બાણ છોડી દીધા, પરિણામસ્વરૂપ ભીષ્મ જમીન પર પડી ગયા. દળના નેતાને જાણ હોવી જોઈએ કે કોઈ વિશેષ કાર્ય માટે કયો વ્યક્તિ ઉપયોગી થશે.

એમણે યુધિષ્ઠિરને અશ્વત્થામાના મૃત્યુના સમાચાર આપવાનું કાર્ય આપ્યું. દ્રોણાચાર્યના એકમાત્ર પુત્રનું નામ અશ્વત્થામા હતું. ભીમને દ્રોણાચાર્યની સામે આ સંદેશ આપવા માટે કહેવામાં આવ્યું. દ્રોણાચાર્યને જ્યારે આ સમાચાર મળ્યા તો તેઓ એની પુષ્ટિ માટે યુધિષ્ઠિર પાસે આવ્યા. યુધિષ્ઠિરે કહ્યું - ''અશ્વત્થામા માર્યો ગયો, અશ્વત્થામા માણસ કે હાથી.'' તો કૃષ્ણએ શંખ ફૂંકી દીધો. શંખ ધ્વનિની વચ્ચે દ્રોણાચાર્યએ 'યા હાથી' સાંભળ્યું નહીં. એમને વિશ્વાસ થઈ ગયો કે એમનો પુત્ર અશ્વત્થામા માર્યો ગયો, ઊંડા દુઃખમાં ડૂબીને દ્રોણે પોતાના બધા અસ્ત્ર-શસ્ત્ર મૂકી દીધા. આ દરમિયાન ધૃષ્ટદ્યુમ્ન આવ્યો અને એણે તલવારથી દ્રોણનું માથું વાઢી નાખ્યું, એક નાતે દળમાં પોતાના સાથીઓને અલગ-અલગ જવાબદારીઓ સોંપી શકે છે, પરંતુ ત્યારે પણ એને સાવધાન રહેવું પડે છે. જેથી એનું કામ ઢંગથી કરી શકાય. જ્યારે પણ કોઈ વ્યક્તિને દિશાનિર્દેશની જરૂર હોય છે, તો દળના નેતાએ એની મદદ માટે આવવું પડે છે. દ્રોણ યુદ્ધમાં અમાનવીય કે ખરાબ તાકાતો તરફથી લડી રહ્યાં હતા. દ્રોણને રસ્તામાંથી હટાવ્યા વગર પાંડવોની જીત શક્ય ન હતી.

બીજી સૌથી મોટી અડચણ કર્ણને લઈને હતી. કર્ણની પાસે પોતાના ચિર-પ્રતિદ્વન્દ્વી અર્જુનને મારવા માટે એક જીવલેણ હથિયાર હતું. આ હથિયારની વિધ્વસંક ક્ષમતા શંકાથી પરે હતી. એણે પાંડવો તરફથી ઘટોત્કચને લડવા પર સવાલ કર્યો. ઘટોત્કચ ભીમનો પુત્ર હતો. તે ભીમની પત્ની હિડિમ્બાની કુખમાં જન્મ્યો હતો. હિડિમ્બા જંગલમાં પોતાના પુત્ર ઘટોત્કચની સાથે રહેતી હતી. ઘટોત્કચ એક શક્તિશાળી યોદ્ધા હતો. એને કેટલીય જાદુઈ કળાઓ આવડતી હતી. તે દુશ્મનોની ટોળીને નેસ્તોનાબૂદ કરવામાં સક્ષમ હતો, કોઈ એને રોકી શકતું ન હતું. અંતમાં દુર્યોધને કર્ણ પાસે જીવલેણ હથિયાર દ્વારા ઘટોત્કચ પર વાર કરવાનો આગ્રહ કર્યો. એણે પોતાના મિત્રને ખુશ કરવા માટે આ કરી દીધું. હથિયારનો ઉપયોગ કરીને એણે ઘટોત્કચને મારી નાખ્યો. એના પછી કર્ણની પાસે કોઈ એવું હથિયાર ન હતું, જેનાથી તે અર્જુનની સાથે લડી શકે, આથી કર્ણ અને અર્જુનની વચ્ચે જ્યારે અસલી યુદ્ધ શરૂ થયું, તો અર્જુને એને મારી નાંખ્યો. કૃષ્ણના સક્ષમ નેતૃત્વના બળ પર જ પાંડવ વિજયના રસ્તા પર આગળ વધ્યા. એક સાચ્ચો નેતા પોતાના સાથીઓની સાથે કામ કરીને આનંદ ઉઠાવે છે, એમને જવાબદારીઓ આપે છે, પરંતુ ખુદ સાવધાન રહે છે અને સંકટના સમયે સામે આવે છે. પ્રતિદ્વન્દ્વીઓનો ના ફક્ત મુકાબલો કરે છે બલ્કે પોતાની ટીમને જીતના અમૃતનો પણ સ્વાદ ચખાવે છે. આથી આપણે ટીમ ભાવના અને પ્રેરક નેતૃત્વને યાદ રાખવું જોઈએ.

૧૦

એક્સ-રે દૃષ્ટિ (તીક્ષ્ણ દૃષ્ટિ) (સારા-ખરાબની ઓળખ)

ઈશ્વરઃ પરમઃ કૃષ્ણઃ સચ્ચિદાનંદ વિગ્રહઃ ।
અનાદિરાદિગોવિન્દઃ સર્વકારણકારણમ્ ॥

- બ્રહ્મ સંહિતા

કૃષ્ણ સ્યવંમેવ ઈશ્વર છે. તે પરમજ્ઞાની અને પરમાનંદ છે. ઈશ્વરનો કોઈ આદિ અને અંત નથી હોતો. તે જ સમસ્ત કારણોનું મૂળ છે.

એક સાચ્ચા વ્યવસ્થાપકની પાસે એક્સ-રે દૃષ્ટિ હોવી જોઈએ. એને પોતાના સંગઠનની બીમારીઓનું જ્ઞાન હોવું જોઈએ. એનામાં સહયોગીઓના ઈરાદા ઓળખવાની ક્ષમતા હોવી જોઈએ.

એક સાચ્ચા મેનેજમેન્ટ ગુરુને પોતાના સાથીઓની ખૂબીઓ અને ખામીઓની જાણકારી હોવી જોઈએ. એને અનાજ ધોઈને અલગ કાઢવામાં અર્થાત્ ઉપયોગી અને અનુપયોગીની વચ્ચે વિભાજન રેખાની પૂરી જાણકારી હોવી જોઈએ. જિન્દગી ના તો ફૂલોની પથારી છે અને ના તો ફક્ત કાંટાઓથી ભરેલી છે. કોઈ પણ રાષ્ટ્ર કે સંગઠન ફક્ત નૈતિક કે સારા લોકોનું સમ્મિલન નથી હોતા. એમાં સારા અને ખરાબ બંને પ્રકારના લોકો હોય છે. એક વ્યવસ્થાપકની પાસે સારા કાર્યકર્તાને પ્રેરિત કરવાની અને ખરાબને ત્યાંથી દૂર કરવાની ક્ષમતા હોવી જોઈએ. એના માટે એક્સ-રે સમાન દૃષ્ટિ જોઈએ. એની મદદ માટે તે સંગઠનમાં વ્યાપ્ત ખરાબીઓની જાણ લગાવી લે છે. જે સક્રિય જીવન વ્યતીત કરે છે, એમને કેટલાય પ્રકારના લોકોનો સામનો કરવો પડે છે.

એ જરૂરી નથી કે પોતાના વિરોધીઓથી હંમેશાં લડાઈ કરવામાં આવે. જો ભવિષ્યમાં એનું કોઈ પરિણામ નથી નિકળવાનું અને એનાથી આપણા કોઈ ઉદ્દેશ્યની પૂર્તિ નથી થઈ રહી, તો આપણે આ લડાઈને અનદેખી કરવી જોઈએ,

પરંતુ જો આ લડાઈની અપેક્ષાથી ભવિષ્યમાં આપણને કોઈ નુકસાન થવાની શક્યતા હોય, તો આપણે એના કારણોને દૂર કરવા જોઈએ.

ભગવાન કૃષ્ણની પાસે જન્મજાત એક્સ-રે દૃષ્ટિ હતી. જ્યારે તેઓ દૂધપીતાં બાળક હતા, તો એમનો સામનો પૂતના નામની રાક્ષસીથી થયો હતો. પૂતના એક સુંદર સ્ત્રીનું રૂપ ધારણ કરીને કૃષ્ણને દૂધ પિવડાવવા પહોંચી. એનો ઈરાદો કૃષ્ણને મારવાનો હતો. કૃષ્ણએ એના રાક્ષસી સ્પર્શને ઓળખી લીધો. જ્યારે એણે બાલકૃષ્ણને દૂધ પિવડાવવાનું શરૂ કર્યું તો કૃષ્ણણે એને એવું ચૂસ્યું કે એના પ્રાણ નિકળી ગયા. જો એનો જીવ ના જતો, તો તે બીજાઓને પણ નુકસાન પહોંચાડી શકતી હતી. જો અયોગ્ય વ્યક્તિને દરવાજો ન બતાવવામાં આવે અર્થાત્ બહાર ન કાઢવામાં આવે, તો તે સંગઠનને નુકસાન પહોંચાડી શકે છે. એક સારો વ્યવસ્થાપક પોતાના સંગઠનની ઉત્તમતા માટે આ રીતે આગળ વધે છે. બાળપણના દિવસોમાં કૃષ્ણએ રમતો દરમિયાન ઘણા પ્રકારના જોખમોનો સામનો કર્યો, પરંતુ એમને જાખમોની જાણ જલદી થઈ જતી હતી. એક સિદ્ધહસ્ત વ્યવસ્થાપક ભવિષ્યમાં આવવાવાળા જોખમોની જાણ સરળતાથી લગાવી લે છે અને જલદી જ એને રસ્તામાંથી દૂર કરી દે છે. આ પૂરી પ્રક્રિયામાં એણે હંમેશાં પોતાની રક્ષા કરવી પડે છે. પોતાની રક્ષા કર્યા વગર કોઈને પોતાનું લક્ષ્ય પ્રાપ્ત નથી થતું.

ફક્ત ભદ્ર હોવું પૂરતું નથી. અંગત ઉત્થાન અને સામુદાયિક કલ્યાણ માટે તમારે પોતાની ભદ્રતાની રક્ષા કરવી પડશે. એવું કેટલીય વખત જોવા મળે છે કે તેજ અને ગુણી હોવા છતાં જ્યારે વ્યક્તિ કોઈ સંગઠનમાં કામ શરૂ કરે છે, તો ત્યાં લાંબા સમય સુધી ટકી નથી શકતો અથવા તો તે ખુદ સંગઠન છોડીને ચાલ્યો જાય છે અથવા ઉચ્ચ વ્યવસ્થા એને એવું કરવા માટે બાધ્ય કરી દે છે. કેટલાક મામલાઓમાં લોકો ઉત્તમ કારકિર્દી વિકલ્પ મેળવવા માટે સંગઠન છોડે છે, પરંતુ મોટાભાગના મામલાઓમાં લોકો પરિસ્થિતિઓ આગળ મજબૂર હોય છે.

જો તમે તીક્ષ્ણ બુદ્ધિ અને સક્ષમ છો, તો તમે મિત્ર અને દુશ્મનને ઓળખી શકો છો. અનાજથી દાણા અલગ કરવા માટે કોઈ ગણિતીય ધોરણ નથી હોતું, આ એક મનોવૈજ્ઞાનિક રમત છે. મગજની આ રમતમાં વ્યક્તિએ સાવધાનીથી આગળ વધવું પડે છે. આવેગમાં આવીને આપણે કોઈ નિષ્કર્ષ ના કાઢવો જોઈએ. કોઈ પણ વસ્તુની સમજ કેવી રીતે વિકસિત થાય, એના વિશે પાછલાં અધ્યાયોમાં વિસ્તારથી બતાવવામાં આવ્યું છે.

કૃષ્ણ જાણતા હતા કે પાંડવ સારા લોકો છે. તેઓ વિશ્વસનીય છે અને તત્કાલીન ભારતની સત્તા એમને સોંપી શકાય છે. તેઓ જાણતા હતા કે પાંડવોની જિંદગીમાં દ્રૌપદી સકારાત્મક ભૂમિકા અદા કરી શકે છે, આથી એમણે દ્રૌપદીને આગળ વધારી. એના સ્વયંવરથી કર્ણની ઉમદેવારી રદ કરાવી. કર્ણ, શકુનિ અને દુર્યોધન જેવા દુર્જનોના સંસર્ગમાં હતા. જો દ્રૌપદી કર્ણની પત્ની થઈ જતી, તો

એનાથી એની ભૂમિકા સંક્ષિપ્ત થઈ જતી. એમણે પોતાના સમયની રાજનીતિ અને રાજ-કાજમાં મહત્ત્વપૂર્ણ ભૂમિકા અદા કરી. એમણે ખુદને પાંડવોની પાછળ ઊભેલી સૌથી મોટી તાકાતની રીતે સિદ્ધ કર્યા. આથી કૃષ્ણનો નિર્ણય વૈધ હતો.

એમણે સંકટના સમયમાં દ્રૌપદીની મદદ કરી. રુકમણીને જ્યારે પોતાના સ્વયંવરના સમાચાર મળ્યા, તો એણે શ્રીકૃષ્ણની મદદ માંગી. એમણે નિર્ણય લીધો અને રુકમણીને પરેશાનીથી બહાર કાઢી. એમને પરિસ્થિતિની ગંભીરતાનો આભાસ થઈ ગયો હતો. એમને જાણ હતી કે રુકમણી રૂપવતી છે અને એમને પ્રેમ કરે છે. તે ભોળી અને ધાર્મિક છોકરી હતી. આવી પ્રેમિકાની મદદ કરવી જોઈએ. રુકમણઈનો ભાઈ રુક્મિ દૃષ્ટ પ્રકૃતિનો હતો. દુર્જનને સજા અને સજ્જનને ઇનામ મળવું જોઈએ. કૃષ્ણએ રુક્મિને યુદ્ધમાં પરાજિત કરી દીધો, પરંતુ રુકમણીને કારણે એનો જીવ બક્ષ્યો. એમણે રુકમણીનો હાથ થામ્યો. એનાથી લગ્ન કરીને એને પોતાની મહારાણી બનાવી. રુકમણીનું રૂપ-લાવણ્ય એટલું પ્રખર હતું કે એની તુલના દેવી લક્ષ્મી સાથે કરવામાં આવતી હતી. ભગવાન કૃષ્ણને ભગવાન વિષ્ણનો અવતાર કહેવામાં આવતા. ભગવાન વિષ્ણુને હિન્દુઓના સુંદરતમ અને સૌથી શક્તિશાળી દેવતાની સંજ્ઞા આપવામાં આવી છે. રુકમણીને દેવી માં લક્ષ્મીનો અવતાર કહેવામાં આવ્યો છે. વિષ્ણુની પત્ની લક્ષ્મી હતી. આ પ્રકારે કૃષ્ણ અને રુકમણીનો પ્રેમ પ્રાકૃતિક તેમજ શાશ્વત હતો. કૃષ્ણએ આ પ્રેમ-બંધનને નવીનતા આપી.

તેઓ દુર્યોધનના મામા શકુનિની દુષ્ટતાથી પૂરી રીતે જાણકાર હતા. તે દુર્યોધનને પાંડવોની સાથે યુદ્ધ કરવા માટે ઉકસાવતો રહેતો હતો, પરંતુ કૃષ્ણનો વિચાર હતો કે યુદ્ધ અંતિમ વિકલ્પે થવું જોઈએ. આપણે પોતાના દુશ્મનોથી પહેલાં સંવાદ સ્થાપિત કરવા જોઈએ. જ્યારે સંવાદથી વાત ના બને તો કૂટનીતિની મદદ લેવી જોઈએ, જો કૂટનીતિ પણ નિષ્ફળ થઈ જાય, તો એક મુસદ્દો તૈયાર કરવો જોઈએ. જો બધા વિકલ્પ અસફળ થઈ જાય તો આત્મ-રક્ષાર્થે શસ્ત્ર કે હથિયાર ઉઠાવવું જોઈએ. દ્રૌપદીએ પોતાની લાજ લૂટવાની ચેષ્ટા કરવાવાળા દુઃશાસનના લોહીથી પોતાના વાળોને ધોવાની પ્રતિજ્ઞા લીધી હતી. કૃષ્ણને આવી ઘણી-એવી પ્રતિજ્ઞાઓની જાણકારી હતી. બંને જ દળના લોકો મહાવિધ્વંસકારી લડાઈ લડવા માટે તૈયાર હતા, આથી તેઓ એમની વચ્ચે કોઈ ડીલ પર સમાધાન કરવાનો પ્રયત્ન કરી રહ્યાં હતા. કૂટનીતિ તેમજ માન્યતાઓ વિરુદ્ધ દુર્યોધને ભગવાન કૃષ્ણને બંદી બનાવવાનો પ્રયત્ન કર્યો, પરંતુ ભગવાને પોતાની દેવી-શક્તિ બતાવી અને ધૃતરાષ્ટ્રના દરબારમાં સુરક્ષિત પાછા આવી ગયા. શકુનિએ સંપૂર્ણ કુરુવંશના ખાત્માની પ્રતિજ્ઞા કરી હતી, કેમ કે એની બહેન ગાંધારીના લગ્ન હસ્તિનાપુરના અંધ રાજકુમાર ધૃતરાષ્ટ્ર સાથે કરી દેવામાં આવ્યા હતા. શકુનિના પિતા અને

ગાંધારના રાજા સૈન્ય શક્તિમાં એટલા સબળ ન હતા કે ભીષ્મના પ્રસ્તાવને નકારી શકતા. ગાંધારીના લગ્નના વર્ષો પછી પોતાના મૃત્યુ સમયે ગાંધારના રાજાએ પુત્ર શકુનિની સમક્ષ પોતાની બાધ્યતાનો ખુલાસો કર્યો. એમણે શકુનિને કુરુવંશનો નાશ કરવા માટે પ્રેરિત કર્યો. કૃષ્ણને આની જાણકારી હતી, આથી તેઓ એ બધાની રક્ષા કરવા ઇચ્છતા હતા, પરંતુ જ્યારે કોઈ વિકલ્પ શેષ ના રહ્યો તો એમણે ખરાબ શક્તિઓ વિરુદ્ધ યુદ્ધ શરૂ કર્યું. આ પોતાના સમયનું અંતિમ યુદ્ધ હતું. આ યુદ્ધ પછી પરિદૃશ્યથી દુર્જન ગાયબ થઈ ગયા અને એનાપછી સદીઓ સુધી ભારતીય ઉપમહાદ્વીપમાં શાંતિ અખંડ રહી.

અનાજમાંથી દાણા અલગ કરવા માટે અર્થાત્ સારા-ખરાબના અંતરને સમજવા માટે નિમ્નાંકિત ગુણ હોવા જોઈએ :

- તેજ મગજ
- વ્યાપક અનુભવ
- બેદાગ ગ્રહણશીલતા
- અલગ-અલગ ક્ષેત્રોનું જ્ઞાન
- કઠોર પરિશ્રમ
- સક્રિય જીવન
- સમ્મોહક વ્યક્તિત્વ
- સારું નેટવર્ક
- જીવનના અલગ-અલગ ક્ષેત્રોથી સંબદ્ધ લોકો સાથે મિત્રતા
- વિશ્વાસી અનુયાયીઓનું સક્ષમ સમૂહ
- સારાઈનો વધારો
- બુરાઈનો નાશ
- સંગઠનના કલ્યાણ માટે લક્ષ્યનું નિર્ધારણ
- ભાવનાઓને યોગ્ય દિશા આપવી
- પોતાના ક્ષેત્રમાં પારંગત
- આત્મવિશ્વાસ
- રિસ્ક પ્રત્યે નિર્ભીક

ભગવાન કૃષ્ણની પાસે ઉપર બતાવવામાં આવેલા બધા ગુણ હતા, સાથે જ તેઓ દૈવ-ગુણોના પણ ધારક હતા.

૧૧

સંક્ષેપમાં કહેવું બુદ્ધિમત્તા છે

ઉત્ક્રામન્તં સ્થિતં વાપિ ભુંજાનં વા ગુણાન્વિતમ્ ।
વિમૂઢા નાનુપશ્યન્તિ પશ્યન્તિ જ્ઞાનચક્ષુષઃ ॥

- ગીતા

અજ્ઞાની લોકો આ શરીરની રૂપાંતરણ પ્રક્રિયાને અને એ માર્ગને સમજી નથી શકતા, જેમાં આ શરીર અતિ ભોગ તેમજ આસક્તિમાં ફસાયેલું રહે છે, પરંતુ જેમના નેત્ર જ્ઞાનથી આલોકિત થઈ જાય છે, તેઓ સરળતાથી બધું જ જોઈ શકે છે.

અંગ્રેજી નાટકકાર વિલિયમ શેક્સપીયરે જ્યારે કહ્યું હતું - ''સંક્ષેપમાં કહેવું બુદ્ધિમત્તા છે'' તો એમને એ જાણ ન હતી કે સદીઓ પહેલાં કેટલાય ચિંતકોએ આને વ્યવહારમાં કરી બતાવ્યું છે અને કેટલીય આગળની સદીઓમાં આનો અભ્યાસ કરાશે. હકીકતમાં, એક કવિની કલ્પના સદીની નસ ઓળખે છે. તે શાશ્વત સત્યને પોતાનો અવાજ આપે છે.

માનવ જીવનમાં કેટલાય પ્રકારના જો-તો લાગેલા રહે છે. આપણે વાંકાચૂંકા રસ્તાથી પસાર થવું પડે છે. એક રસ્તાને પકડીને ચાલવું સળતા માટે જરૂરી છે. જીવનના દરેક ક્ષેત્રમાં ભાગમભાગ મચેલી છે. એમાંથી કેટલીક તો સમાજ દ્વારા ઉત્પન્ન કરવામાં આવેલી છે અને કેટલીક આપણા પૂર્વજો દ્વારા લાદવામાં આવી છે. કંઈક એવી બેમતલબની વસ્તુઓ પણ છે, જે આપણે વ્યક્તિગત સ્તર પર ઓઢી લઈએ છીએ. સંક્ષિપ્ત થવું મુશ્કેલ કામ છે. અહીંયા સંક્ષિપ્તનો અર્થ ના તો 'શૉર્ટકટ' છે અને ના તો 'અથાગ મહેનતથી પલાયન'. સંક્ષિપ્તતાનો અર્થ છે, જરૂરી વસ્તુઓને ગ્રહણ કરવી અને બિનજરૂરી વસ્તુઓને નકારવી.

ક્યારેક-ક્યારેક જરૂરથી વધારે બોલવું કે મ્હોંફાટ થવું પણ તમારા માટે કેટલાય પ્રકારની સમસ્યાઓ ઊભી કરી શકે છે. આ રીતથી બોલવા પર ભારે કિંમત

ચુકવવી પડે છે. સંયોગવશ, શિશુપાલની પાસે બાલ્યકાળમાં ચાર હાથ હતા. (એવું ગ્રંથોમાં લખવામાં આવ્યું છે. આ ફક્ત એક સત્ય બતાવવા માટે અને માનવ સમુદાયને નિર્દેશ આપવા માટે કહેવામાં આવ્યું છે.) એ ભવિષ્યવાણી કરવામાં આવી હતી કે એના બે હાથ જમીન પર પડશે અને એક સામાન્ય બાળક બની જશે, પરંતુ સાથે જ એ પણ કહેવામાં આવ્યું હતું કે જેના ખોળામાં એના બે હાથ પડશે, શિશુપાલ એના જ દ્વારા માર્યો જશે. ભગવાન કૃષ્ણનો શિશુપાલ સાથે પારિવારિક સંબંધ હતો.

એક વખત તેઓ શિશુપાલના ઘેર ગયા. એમણે બાલ શિશુપાલને ખોળામાં લીધો, ખોળામાં લેતાં જ એના વધારાના બે હાથ પડી ગયા. શિશુપાલની માતાએ કૃષ્ણને અનુરોધ કર્યો કે તેઓ એને નહીં મારે. કૃષ્ણએ શિશુપાલની માતાને આશ્વસ્ત કર્યા કે તેઓ એની સો ભૂલો માફ કરી દેશે, સો ભૂલો કરવા સુધી તેઓ એનો વધ નહીં કરે.

જેમ-જેમ સમય વીતી રહ્યો હતો, શિશુપાલની કૃષ્ણની સાથે વૈમનસ્યતા વધી રહી હતી. તે પોતાના ભાવનાઓને છુપાવી શકતો ન હતો. તે દરેક અવસર પર સર્વશક્તિમાન ઈશ્વરને અપમાનિત કરવા માટે તૈયાર રહેતો હતો. મહાભારતના યુદ્ધના ખૂબ પહેલાં જ્યારે યુધિષ્ઠિર નવનિર્મિત રાજ્ય ઇંદ્રપ્રસ્થના રાજા બન્યા, તો એમણે રાજસૂય યજ્ઞનું આયોજન કર્યું. એમાં ભારતીય ઉપમહાદ્વીપના અલગ-અલગ ભાગોમાં રાજાઓને આમંત્રિત કર્યા હતા. અતિથિઓમાં સર્વપ્રમુખ ભગવાન કૃષ્ણ હતા. શિશુપાલ પણ નિમંત્રિત હતો. કુરુ પરિવારના સર્વાધિક આદરણીય ભીષ્મે ઘોષણા કરી કે સૌથી પહેલાં ભગવાન કૃષ્ણને પૂજવામાં આવશે, આવા અવસર પર સર્વાધિક આદરણીય અતિથિની પૂજા કરવાની પરંપરા વર્ષો જુની હતી. પાંડવોએ ભીષ્મના નિર્દેશનો તરત પાલન કર્યો. શિશુપાલ સિવાય બધાએ આ નિર્ણયને સ્વીકાર કર્યો. શિશુપાલે ઈશ્વરની સાથે અભદ્રતા શરૂ કરી દીધી. પ્રારંભમાં ઈશ્વર હસ્યા, પછી એમણે શિશુપાલને સચેત કર્યો કે તેઓ એને સો ખરાબ શબ્દો માટે તો માફ કરી દેશે, પરંતુ જો તે સીમાનું ઉલ્લંઘન કરશે તો એણે એનું ફળ ભોગવવું પડશે. શિશુપાલે એમની એક ન સાંભળી, એની ગાળીઓનો દોર ચાલૂ હતો. જ્યારે એણે સોમોં શબ્દ કહ્યો તો કૃષ્ણણે પોતાનું વચન દોહરાવ્યું, પરંતુ તે તો જાણે પોતાના અંત માટે તૈયાર ઊભો હતો. જેવો જ એણે એકસો પાંચમો અપશબ્દ કહ્યો, કૃષ્ણએ પોતાનું સુદર્શન ચક્ર એના પર ફેંક્યું, એના સ્પર્શ માત્રથી એનું માથુ, ધડથી અલગ થઈને જમીનથી જઈને ટકરાયું. આ પૂરી પ્રક્રિયામાં કૃષ્ણએ પોતાની સંક્ષિપ્તતા જાળવી રાખી.

ભગવદ્‌ગીતામાં ભારતીય દર્શનનો નિચોડ જોવા મળે છે. એમાં પ્રઅપ્રત્યક્ષ રૂપથી ઉપનિષદનું જ્ઞાન વ્યક્ત કરવામાં આવ્યું છે. આ પુસ્તકના એક-એક

દોહાની વ્યાખ્યા એક પુસ્તકમાં કરી શકાય છે, પરંતુ ઈશ્વરે ફક્ત સાતસો દોહામાં જ કર્મ, ભક્તિ અને જ્ઞાન યોગનો સારગર્ભિત સંદેશ આપ્યો છે. આ શ્લોકોની રચના એટલી સુંદર છે કે એમાં એક સામાન્ય માણસ પણ ગાઈ શકે છે. યુદ્ધના ઠીક પહેલાં અર્જુનના મગજમાં સેંકડો સવાલ હતા. જ્યાં સુધી તાત્વિક જ્ઞાન ન થઈ જાય. મનુષ્યના મગજમાં સવાલ આવતા-જતા રહે છે, પરંતુ જ્યારે આ જ્ઞાન પ્રાપ્ત થઈ જાય છે, તો મનુષ્ય કર્મ-પથ પર નિકળી પડે છે. જ્યાં સુધી અર્જુનને શાશ્વત સત્યનું જ્ઞાન ન હતું, તે કર્મથી પલાયન થવા ઈચ્છતો હતો, પરંતુ જ્યારે ભગવાન દ્વારા એણે આ જ્ઞાન પ્રાપ્ત કર્યું તો તે કર્મ-પથ પર ઝડપથી અગ્રેસર થઈ ગયો. ઈશ્વરે ના ફક્ત અર્જુનને શાશ્વત સત્યનો અહેસાસ કરાવ્યો, બલ્કે યુદ્ધના પરિણામો વિશે સંકેત પણ આપી દીધો. આ પૂરી પ્રક્રિયા સંક્ષેપમાં કરવામાં આવી.

પાંચાલના રાજાની પુત્રી દ્રૌપદીએ જ્યારે સ્વયંવરમાં કર્ણની ઉમેદવારી અસ્વીકાર કરી તો કોઈને એનો આશય સમજમાં ના આવ્યો. કૃષ્ણએ એક પણ શબ્દ બોલ્યા વગર કર્ણની ઉમેદવારી રદ્દ કરવા માટે દ્રૌદીને સંકેત આપી દીધો. રાજાઓ અને રાજકુમારોની સભાએ પાંચાલીથી કર્ણની ઉમેદવારી નિરસ્ત કરવામાં આવવાનું કારણ જાણવા ઈચ્છ્યું. પાંચાલીએ એનો સુયોગ્ય જવાબ આપ્યો, પરંતુ કેટલાક દુર્જન આ ઉત્તરથી સંતુષ્ટ ન હતા. તેઓ આ પૂરી પ્રક્રિયાને બીજી દિશા આપવાનો ઈરાદો રાખતા હતા. એનાથી સ્વયંવર પોતાના લક્ષ્યથી ભટકી શકતો હતો. ત્યારે કૃષ્ણએ મોરચો સંભાળીને કહ્યું - ''અસ્વીકૃતિનું કારણ ચાહે જે પણ હોય, પરંતુ એક યુવતિને એનો પતિ પસંદ કરવાનો કે એને અસ્વીકાર કરવાનો પૂરો અધિકાર છે. જો કોઈ છોકરીને આ અધિકારથી વંચિત કરવામાં આવે, તો તે દિવસ પોતાના દેશ માટે કાળો દિવસ હશે.'' ભગવાન કૃષ્ણનું આ સંક્ષિપ્ત વકતવ્ય ના ફક્ત તાત્કાલિક પરિસ્થિતિઓ પર નિયંત્રણ કરવાવાળું હતું બલ્કે આવવાવાળી સદીઓ માટે પણ આ માર્ગદર્શક બન્યું.

દરેક બાબત પર એક વ્યવસ્થાપકે/બૉસે લાંબા-પહોળા સ્પષ્ટીકરણ આવાની જરૂર ના હોવી જોઈએ. લોકોને એની અખંડ કાર્યશૈલીમાં વિશ્વાસ હોવો જોઈએ. લોકોને એ વિશ્વાસ હોવો જોઈએ કે તે જે કંઈ પણ કરે છે, સંગઠનની ભલાઈ માટે કરે છે. મહાભારત યુદ્ધ દરમિયાન દ્રોણાચાર્યએ પાંડવોને મુશ્કેલીમાં નાખી દીધા હતા. તેઓ કૌરવોને વિજય અપાવવા માટે બિન-પરંપરાગત રીતોનો ઉપયોગ કરી રહ્યાં હતા. ભગવાન કૃષ્ણએ રણક્ષેત્રમાં દ્રોણાચાર્યને ઉખાડી ફેંકવા માટે ફક્ત એક વાક્યનો પ્રયોગ કર્યો. અર્જુનના પુત્ર અભિમન્યુની હત્યામાં દ્રોણાચાર્ય સામેલ હતા. યુદ્ધ માટે આ નિયમ પહેલાં નક્કી કરી લેવામાં આવ્યો હતો કે એક બહાદુર

વ્યક્તિથી ફક્ત એક જ વ્યક્તિ લડશે. કોઈ પણ વ્યક્તિની ચારેય તરફ યોદ્ધાઓનું સમૂહ નહીં હોય, પરંતુ અભિમન્યુને સિપાહીઓએ ચારેય તરફથી ગેરીને નૃંશસ પ્રકારે મારી નાખ્યો.

ભગવાન કૃષ્ણએ યુધિષ્ઠિર પર એક વાક્ય બોલવાનું દબાણ કર્યું. એ હતું - અશ્વત્થામા માર્યો ગયો, માણસ કે હાથી (અશ્વત્થામા હતો નરો વા કુંજરો). ભીમે આ સંદેશ દ્રોણાચાર્યની સન્મુખ આપ્યો. યુદ્ધના મેદાનથી દ્રોણાચાર્યને હટાવવા માટે આ એક વાક્ય પૂરતું હતું. યુધિષ્ઠિર વાક્યનો અંતિમ ભાગ (યા હાથી) જ્યારે બોલ્યા, તો કૃષ્ણએ શંખ ફૂંકી દીધો. દ્રોણે ફક્ત એટલું સાંભળ્યું - અશ્વત્થામા માર્યો ગયો, માણસ. આ સાંભળતા જ દ્રોણ ખરાબ રીતે નિરાશ થઈ ગયા. એમણે અસ્ત્ર-શસ્ત્ર જમીન પર ફેંકી દીધા. આ મહાભારતના યુદ્ધમાં નિર્ણાયક વળાંક બન્યો. આ લક્ષ્ય ફક્ત એક વાક્યમાં પ્રાપ્ત કરી લેવામાં આવ્યું, આથી સંક્ષેપમાં કહેવું બુદ્ધિમત્તા છે.

મોટાભાગના અભીષ્ટ ફળ કૃષ્ણના હાસ્ય સાથે જ મળી જતા હતા. વાક્યની વાત તો ઘણી દૂર છે, એમની વાંસળીમાં એ જાદૂ હતો કે એનો સ્વર સાંભળીને સેંકડો સુંદરીઓ એમની તરફ આકર્ષિત થઈ જતી હતી.

કાલયવનનો આતંક સંપૂર્ણ ભારતીય ઉપમહાદ્વીપમાં ફેલાયેલો હતો. એક વખત કાલયવને યુદ્ધ કરવા માટે એમનો પીછો કર્યો. કૃષ્ણ એક ગુફામાં ઘુસી ગયા, જ્યાં એક વ્યક્તિ ઊંડા ધ્યાનમાં ડૂબેલો હતો. ભગવાન કૃષ્ણએ એને પોતાના પીળા વસ્ત્રથી ઢાંકી દીધો અને ખુદ જઈને છુપાઈ ગયા. કૃષ્ણનો પીછો કરતાં-કરતાં કાલયવન પણ ગુફાની અંદર આવી ગયો, એણે કૃષ્ણ દ્વારા ઉપયોગમાં કરવામાં આવાવાળા પીળા વસ્ત્રની નીચે એક માણસને સૂતો જોયો. એને લાગ્યું કે કૃષ્ણ થાકીને સૂઈ રહ્યાં છે. એણે ઊંડા ધ્યાનમાં ડૂબેલા વ્યક્તિને પોતાના પગથી ધક્કો માર્યો, વ્યક્તિ જાગી ગયો. એ વ્યક્તિને એ વરદાન હતું કે જે પણ એને જગાવશે તે બળીને રાખ થઈ જશે. એ જ થયું અને કાલયવન જોતા-જોતા જ રાખના ઢેરમાં બદલાઈ ગયો. કાલયવનના મૃત્યુ પછી ભગવાન હસીને ત્યાં ઉપસ્થિત થયા. એમણે સૂઈ રહેલા માણસને વરદાન આપ્યું. આ પ્રકારે એમણે લડ્યાં વગર દુશ્મનનો નાશ કરી દીધો, આથી બુદ્ધિમતા જ આત્મ સંક્ષિપ્તતા છે.

પરંતુ સંક્ષિપ્તતા એટલી સરળતાથી પ્રાપ્ત નથી થતી. એના માટે વિચારોમાં સ્પષ્ટતા અને કર્મમાં અનુશાસનની જરૂર હોય છે. વિચાર અને કાર્યની વચ્ચે સુયોગ્ય તાલમેળ જરૂરી છે. કોઈ નિર્ણય પર પહોંચવા માટે સ્પષ્ટ જ્ઞાનની જરૂર હોય છે. આ બધું જ કૃષ્ણના વ્યક્તિત્વમાં હાજર હતું.

૧૨

બીજાના કામમાં દખલ ન આપો

સ્વભાવજેન કૌન્તેય નિબદ્ધઃ સ્વનેન કર્મણા ।
કર્તું નેચ્છસિ યન્મોહાત્કરિષ્યસ્યવશોઽપિ તત્ ॥

- ગીતા

તું ફક્ત થોડા સમય માટે નિષ્ક્રિયતાના પ્રભાવમાં રહેવાના કારણે મારા નિર્દેશોને અસ્વીકાર કરી રહ્યો છે, પરંતુ તું પોતાના સ્વભાવની બાહ્યતા અને અંતર્ગત પણ એવું જ કરીશ.

એક કહેવત છે 'ડોન્ટ પુટ યોર ફીટ ઇનટુ અનધર ઇંડિયન્સ મોકેજિ' અર્થાત્ બીજા રેડ ઇંડિયનના જૂતામાં પોતાના પગ ન નાખો. આ ઉત્તરી અમેરિકા મહાદ્વીપમાં પ્રચલિત એક જૂની કહેવત છે. અહીંયા ભારતીય અર્થાત્ ઇંડિયનથી અભિપ્રાય ઉત્તરી અમેરિકા મહાદ્વીપમાં રહેવાવાળા લોકોથી છે. જ્યારે ક્રિસ્ટોફર કોલંબસે ભારતીય ઉપમહાદ્વીપની શોધ પણ કરી ન હતી. 'મોકેજિન' રેડ ઇંડિયન દ્વારા ઉપયોગમાં કરવામાં આવવાળા જૂતાનું નામ છે. બીજાના જૂતામાં પગ રાખવાનો અર્થ છે બીજા માટે જગ્યા ના છોડવી. બીજાના મામલાઓમાં દખલઅંદાજી અનપેક્ષિત છે. એક અનામંત્રિત પર્યવક્ષેક જ બીજા ઇંડિયનના જૂતામાં પગ રાખવાવાળો કહેવામાં આવે છે.

આવા વક્તવ્ય દરેક સમય માટે પ્રાસંગિક છે, પરંતુ આ વસ્તુઓથી કોઈ વર્ગ-વિભેદ વગેરેનો સંકેત ના કાઢવો જોઈએ. આપણે પોતાના બાળકોને હંમેશાં નિર્દેશ આપીએ છીએ - " પોતાના કામથી મતલબ રાખો." આને આપણે બીજી રીતથી પણ કહી શકીએ છીએ, આપણે કહી શકીએ છીએ - "પોતાની ઊર્જા પોતાની સમસ્યાઓના સમાધાન માટે બચાવીને રાખો."

કોઈ એક ઘટનાને કારણે કોઈ મુહાવરો કે કહેવત તૈયાર નથી થતો. વર્ષોથી માનવ જાતિના અનુભવ અંતર્ગત જે જ્ઞાન પ્રાપ્ત થાય છે, એના જ આધાર પર

લોકોક્તિઓ બનાવવામાં આવે છે. જ્યારે આપણે કૃષ્ણના જીવન અને વ્યક્તિત્વ પર એક ઝડપી નજર નાખીએ છીએ, તો આપણને એવું લાગે છે કે ભગવાન કૃષ્ણએ ઘણાં બધા મામલાઓમાં દખલઅંદાજી કરી, પંરતુ જ્યારે આપણે એના પર ઊંડી દૃષ્ટિ નાખીએ છીએ તો આપણો વિચાર કંઈક અલગ જ થાય છે. ભગવાન કૃષ્ણનું વ્યક્તિત્વ એટલું વિશાળ અને એટલું ઊંડું છે કે જલ્દબાજીમાં એને જોઈને કોઈ નિર્ણય નથી લેવામાં આવી શકાતો. એમની આંખો વર્તમાન પર ટકેલી હતી, એમની દૃષ્ટિ ભવિષ્ય તરફ જતી હતી અને એમના સ્મરણમાં અતીતનો આંકડો હાજર હતો. કેટલીય ખરાબ તાકાતોએ ભય-મનોવિજ્ઞાનને વશીભૂત થઈને એમને નુકસાન પહોંચાડવાનો પ્રયત્ન કર્યો. એક ભવિષ્યવાણીના આધાર પર કંસે અલગ-અલગ રાક્ષસોની મદદથી કૃષ્ણને નુકસાન પહોંચાડવાનો પ્રયત્ન કર્યો, ભવિષ્યવાણી આ પ્રકારે હતી - ''દેવકી અને વાસુદેવનો આઠમો પુત્ર ભગવાન વિષ્ણુનો અવતાર હશે. એ જ કંસને મારશે.'' કંસની ઊંઘ હરામ કરવા માટે આ ભવિષ્યવાણી પૂરતી હતી. એણે કેટલાય દુર્ઘર્ષ દૈત્યોને કૃષ્ણને મારવા માટે મોકલ્યા. આ કૃત્યોમાં કૃષ્ણને જબરદસ્તી એક ભાગ બનવું પડ્યું. આ શક્તિઓ સાથે લડાઈ કરવા સિવાય કોઈ વિકલ્પ શેષ રહી ગયો ન હતો. તેઓ મહાભારતના યુદ્ધમાં પણ કોઈ એક તરફથી ઊભા ન હતા. દુર્યોધન અને અર્જુન બંનેએ જ દ્વારકા આવીને એમનાથી યુદ્ધમાં ભાગ લેવાનો અનુરોધ કર્યો. જ્યારે બંને દળોની વચ્ચે એક ફૉર્મ્યૂલા સ્વીકૃત થઈ ગયો તો યુદ્ધમાં કૃષ્ણ અર્જુનના સારથી બન્યા અને એમની યાદવ સેનાએ દુર્યોધનની તરફથી લડાઈ લડી. આથી આટલા મોટા નિર્ણાયક યુદ્ધમાં પણ એમણે બીજાના કામમાં હસ્તક્ષેપ કરવાનો પ્રયત્ન ના કર્યો.

આ સંદર્ભમાં એ યાદ રાખવું જરૂરી થઈ જાય છે કે આપણે બીજાઓના મામલામાં દખલઅંદાજી ના કરવી જોઈએ, પરંતુ જો કોઈ બાબત સામુદાયિક જીવન સાથે જોડાયેલી છે તો આપણે એનાથી ખુદને અલગ નથી કરી શકતા. સામુદાયિક જીવન સાથે જોડાયેલી વસ્તુઓનો પ્રભાવ વ્યક્ગિત જીવન પર પણ પડે છે. આખરે, દરેક વ્યક્તિ કોઈને કોઈ સમુદાયનો ભાગ અવશ્ય થાય છે. કૃષ્ણ વ્રજની છોકરીઓને પ્રેમ કરતાં હતા, પરંતુ એનાથી છોકરીઓના પારિવારિક જીવન પર કોઈ પ્રભાવ ન હતો. એમની ઉપસ્થિતિમાં વ્રજની ગોપીઓનું જીવન સમૃદ્ધ થયું. વ્રજવાસી એમના સંપૂર્ણ અસ્તિત્વથી પ્રેમ કરે છે. કૃષ્ણ એમના માટે જીવનના શ્વાસની જેમ હતા, જે એમનું પૂરું ધ્યાન રાખતા હતા. કૃષ્ણએ અલગ-અલગ પ્રકારની હોનારતોથી એમની રક્ષા કરી. એમણે પાંડવોના વૈવાહિક જીવનમાં કોઈ પ્રકારની દખલઅંદાજી ના કરી, પરંતુ જ્યારે પાંચેય પાંડવોમાંથી કોઈ પણ દ્રૌપદીની લાજ બચાવવામાં સક્ષમ ન હતા તો કૃષ્ણએ ઉપસ્થિત થઈને દ્રૌપદીની

મદદ કરી. એમને પોતાના માતા-પિતાના બંદી હોવાની પૂરી જાણકારી હતી, પરંતુ કંસની પરવાનગી લીધા વગર તેઓ ત્યાં ના ગયા. કંસે ભગવાન કૃષ્ણને મારવાના વિચારથી એમને આમંત્રિત કર્યા. જો કૃષ્ણએ શરુઆતમાં જ કંસને મારી નાંખ્યો હોત, તો તેઓ એના બીજા દુર્જન સહયોગીઓનો નાશ ના કરી શકતા. કંસે સુયોગ્ય નિમંત્રણ પ્રાપ્ત કરવાથી પહેલાં તેઓ એના બધા દુર્જન સહયોગીઓનો મારી ચુક્યા હતા. કંસને માર્યા પછી તેઓ પોતાના માતા-પિતાને મળ્યાં.

જ્યારે કૃષ્ણ રાધાની સાથે હતા તો ત્યાં બીજી ગોપીઓ જતી ન હતી. કૃષ્ણ પ્રત્યે લલિતાનો પ્રેમ પણ એટલો જ ઊંડો હતો, પરંતુ એણે પોતાની ભાવનાઓને છુપાવીને રાધાને આગળ વધવા માટે પ્રોત્સાહિત કર્યા. પ્રેમના ઇતિહાસમાં લલિતાનો આ ત્યાગ અનોખો છે. રાધા-કૃષ્ણ મિલનમાં તે ક્યારેય બાધા ના બની.

પરિસ્થિતિવશ, કૃષ્ણની કેટલીય રાણીઓ હતી. કૃષ્ણના જમાનામાં બહુવિવાહની પ્રથા પ્રચલિત હતી. આ અપરાધ ન હતો, પરંતુ તેઓ પોતાની કોઈ રાણીની સાથે હતા તો બીજી રાણીઓ એમને પરેશાન કરતી ન હતી. બધા બિન-દખલઅંદાજીની પરંપરાનું પાલન કરતા હતા.

ભગવાન કૃષ્ણના મોટા ભાઈ બલરામને જલદી ગુસ્સો આવી જતો હતો. તેઓ પોતાના મોટા ભાગી બલરામનો ખૂબ જ આદર કરતા હતા. કેટલાય એવા અવસર આવ્યા જ્યારે એમણે બલરામ પર પોતાનું સમર્થન કરવા માટે દબાણ બનાવ્યું. જ્યારે એમણે અર્જુન દ્વારા સુભદ્રાના અપહરણનું સમર્થન કર્યું તો બલરામ નારાજ થઈ ગયા. એમણે કહ્યું કે સુભદ્રા અર્જુન પ્રત્યે ઊંડા પ્રમમાં ડૂબી છે. આ કહીને એમણે બલરામને શાંત કર્યા. એમણે એ પણ બતાવ્યું કે સુભદ્રાની મરજીથી જ અર્જુને એનું અપહરણ કર્યું છે. એની સાથે જ એમણે બલરામને એવા સંબંધોનું મહત્ત્વ પણ સમજાવ્યું, પરંતુ એમણે બલરામની વ્યક્ગિત જિંદગીમાં કોઈ દખલઅંદાજી ના કરી. મહાભારત યુદ્ધના પહેલાં બંને જ દળના લોકોએ બલરામથી સંપર્ક કરીને પોતાની તરફથી લડાઈ લડવા માટે કહ્યું, પરંતુ એમણે કોઈ પણ બાજુથી લડવાની ના કહી. આ અવસર પર કૃષ્ણએ એના પર કોઈ દબાણ ન નાખ્યું. કૃષ્ણએ બલરામની નિષ્પક્ષતાનું સન્માન કર્યું. બીજી તરફ જો બલરામ યુદ્ધમાં ભાગ લેતા તો કૃષ્ણને કેટલાય પ્રકારની મુશ્કેલીઓ થઈ શકતી હતી. એમણે સુભદ્રાના અપહરણનું સમર્થન કર્યું કેમ કે આ એના સુખમય જીવનનો સવાલ હતો. એમણે બલરામનું કોઈ તરફથી નહીં લડવાનું પણ સમર્થન કર્યું કેમ કે આ વ્યક્તિગત સ્વતંત્રતાનો મુદ્દો હતો. યુદ્ધમાં બલરામની અનુપસ્થિતિથી પાંડવોના વિજયનો માર્ગ પ્રશસ્ત થયો કેમ કે કૃષ્ણ યુદ્ધ અને પાંડવોના કલ્યાણ પર ધ્યાન કેન્દ્રિત કરી શક્યા.

બીજાઓ પર જબરદસ્તી પોતાના વિચાર થોપવા દખલઅંદાજી છે, પરંતુ જો માનવજાતિના કલ્યાણ માટે દબાવ નાખીને પણ લોકોને કર્મ તરફ ઉન્મુખ કરવા પડે તો એ દખલઅંદાજી નથી.

પાંડવોએ જ્યારે દુર્યોધન દ્વારા જુગાર રમવાનો પ્રસ્તાવ સ્વીકાર કર્યો તો કૃષ્ણએ દખલઅંદાજી ના કરી, પરંતુ એ રમતમાં જ્યારે યુધિષ્ઠિર પત્ની દ્રૌપદીને જ ગુમાવી બેઠા તો કૃષ્ણને દખલઅંદાજી કરવી પડી. કારણ સ્પષ્ટ હતું કે કૌરવ દ્રૌપદીની આબરું લૂંટવા ઇચ્છતા હતા.

કૃષ્ણ માનવતાના કલ્યાણ માટે દખલઅંદાજી કરતા હતા. તેઓ નબળાની રક્ષા માટે આગળ આવતા હતા. એમણે સુદામાની વ્યક્તિગત જિંદગીમાં કોઈ દખલઅંદાજી ના કરી, પરંતુ જ્યારે સુદામા એમનાથી મદદ માંગવા આવ્યા ત્યારે એમણે તન-મન-ધનથી એમની મદદ કરી. ધનવાન બન્યા પછી પણ સુદામાએ આત્મનિયંત્રણ ના છોડ્યું. તેઓ પોતાના ગુજારા માટે પાંચ ઘરોમાં હજુ પણ ભિક્ષા માંગતા હતા. આ સુદામાનો વ્યક્તિગત નિર્ણય હતો. કૃષ્ણએ એમાં કોઈ દખલઅંદાજી ના કરી.

જો કોઈ નિર્ણયથી સંગઠનના સ્વાસ્થ્ય પર અસર પડે છે, તો વ્યવસ્થાપકે દખલઅંદાજી કરવી જોઈએ, પરંતુ સ્ટાફની અંગત બાબતો પર એણે ચુપ રહેવું જોઈએ. છતાં, જો અંગત સંબંધથી સંગઠન પર કોઈ ખરાબ અસર પડતી દેખાય તો બૉસે મામલો પોતાના હાથમાં લઈ લેવો જોઈએ. બિન-દખલઅંદાજી કે નિરપેક્ષ ભાવ ક્યારેય પણ જવાબદારીથી પલાયનતાની રીતે ના જોવા જોઈએ. આનો ફક્ત એટલો જ મતલબ છે કે તમે પોતાની રુચિ-અરુચિ બીજાઓ પર ના થોપો. એકની પસંદ-નાપસંદ બીજા પર ના થોપવી જોઈએ.

નિરપેક્ષતાથી આપણું તાત્પર્ય ગુટનિરપેક્ષતા પણ નથી. આ દુનિયામાં ગુટનિરપેક્ષતા શક્ય નથી. આપણે પોતાનું દળ પણ બનાવવું પડે છે, પરંતુ આ ષડ્યંત્રકારીઓની ગેંગ ના હોવી જોઈએ. ભગવાન કૃષ્ણએ સમૂહ કે ટીમ બનાવી, પરંતુ એમણે ષડ્યંત્રકારીઓની ગેંગનો ભંગ કર્યો. જરાસંધ, કંસ, શિશુપાલ, કલ્યાવણ, દુર્યોધન વગેરે ષડ્યંત્રકારી હતા. તેઓ સામાન્ય માણસની વચ્ચે આતંક ફેલાવી રહ્યાં હતા. ભારતીય ઉપમહાદ્વીપમાં જીવન દયનીય થઈ ગયું હતું. તેથી ભગવાન કૃષ્ણએ આગળ વધીને દુર્જનોના ગઠબંધનને તોડ્યું.

૧૩

ઉત્તમ પરિણામ કે જલદી પરિણામ

સુખદુઃખે સમે કૃત્વા લાભાલાભૌ જયાજયૌ ।
તતો યુદ્ધાય યુજ્યસ્વ નૈવં પાપમવાપ્સ્યસિ ॥

- ગીતા

વિજય કે પરાજય તથા નુકસાન કે પ્રાપ્તિ પર લોભજનક વિચાર કર્યા વગર એક સ્વાભાવિક યુદ્ધ લડો. લક્ષ્યને નિર્ધારિત કરીને યોગ્ય માધ્યમથી કરવામાં આવવાવાળી કાર્યવાહીથી તને કોઈ અપરાધબોધ નહીં થાય.

મહાન આત્મા જ્યારે કોઈ કાર્યને સંપાદિત કરે છે, તો એનાથી કોઈ અંગત લાભની આશા નથી રાખતી. મહાન આત્મા પોતાના બધા કૌશલ અને સંસાધનોનો ઉપયોગ સમાજની ઉત્તમતા માટે કરે છે. એનું જીવન બીજાઓ માટે હોય છે. અંગત સંદર્ભમાં એનું કામ સ્વાર્થરહિત હોય છે, પરંતુ એના કાર્યોને સમાજને સારા ફળ જરૂર પ્રાપ્ત થાય છે.

'ઉત્તમ પરિણામ કે જલ્દી પરિણામ' વિષય પર વધારે વિવાદ થઈ ચુક્યા છે. જલ્દી પરિણામ પ્રાપ્ત કરવા ખરાબ નથી બસ શરત એટલી જ કે તમારા દીર્ઘકાલિક અસ્તિત્વ પર કોઈ ખરાબ પ્રભાવ ના નાંખી રહ્યું હોય, પરંતુ જો જલ્દી પ્રાપ્ત થવાવાળા કોઈ પણ પરિણામ અનૈતિકતાથી સંબદ્ધ છે, તો એને રોકવા જોઈએ. નૈતિક-અનૈતિકની ઊંડાણતામાં જવાથી પહેલાં એ બતાવવું જરૂરી છે કે થોડાં રોકાણોની પ્રકૃતિ જલ્દી પાછા ફરવાની હોય છે, જ્યારે કેટલાક બીજા ઉત્તમ પરિણામવાળા હોય છે. આ વ્યવસાય કે ઉત્પાદનની પ્રકૃતિ પર નિર્ભર કરે છે.

ભગવાન કૃષ્ણના કૃત્યોની જ્યારે ચર્ચા થાય છે, તો કર્મ-ફળ કે પરિણામનું એક અલગ જ પાસું જોવા મળે છે. એમના કાર્યોથી પીડિત માનવ-સમુદાયને

તરત રાહત મળી હતી. એમનું જીવન અને સંદેશ દરેક કાળ માટે પ્રાસંગિક છે. દરેક જાતિ અને સંપ્રદાય માટે ગીતા એક પ્રેરણાદાયી પુસ્તક છે. એમણે મહાભારતના યુદ્ધમાં એક સારથીની જેમ ભાગ લીધો, પરંતુ પાંડવોના વિજયમાં એમની મહત્ત્વપૂર્ણ ભૂમિકા રહી.

કૃષ્ણએ સમાજમાં સચ્ચાઈ અને મૂલ્યોને પુનઃ સ્થાપિત કર્યા. કૃષ્ણના કાર્યોમાં ઊંડો સંદેશ છુપાયેલો હતો. ભગવાન પોતાના ભક્તોના માર્ગદર્શક હોય છે. એમણે ગીતાના શ્લોકોમાં પણ એની ઘોષણા કરી છે - ''હું એ બધાનું ધ્યાન રાખું છું, જેઓ અનન્ય ભાવથી મારી ભક્તિ કરે છે.'' કૃષ્ણએ પાંડવોનું પૂરું ધ્યાન રાખ્યું. એમણે સંપૂર્ણ ભારતીય મહાદ્વીપમાં ધર્મનું રાજ સ્થાપિત કર્યું.

માનવ-જાતિના ઇતિહાસમાં ભગવાન કૃષ્ણનું સ્થાન અદ્વિતીય છે. જો કે એમણે માનવ-સભ્યતા માટે નાની અવધિ કે લાંબી અવધિના લાભના સંબંધમાં બની શકે કે ના વિચાર્યું હોય, પરંતુ હિન્દૂ ધર્મ-ગ્રંથોમાં કહેવામાં આવ્યું છે કે દુર્જનોનો નાશ કરીને નિર્દોષોને રાહત આપવા માટે ભગવાન કૃષ્ણનો જન્મ થયો. સત્ય એ છે કે ભગવાન કૃષ્ણએ જીવન પર્યન્ત એ કર્યું પણ. જેમ કે મેં પહેલાં કહ્યું કે ભગવાન કૃષ્ણ જો ઇચ્છે તો કંસને શરુઆતમાં જ મારીને પોતાના માતા-પિતાને મુક્ત કરાવી શકતા હતા, પરંતુ એમણે એવું ના કર્યું. એમને પોતાના માતા-પિતાને મુક્ત કરાવવાનો અહેસાસ હતો. જો શરુઆતમાં જ કંસને મારી નાંખવામાં આવતો તો એનાથી સમસ્યાનું સમાધાન ના નિકળી શકતું. બીજા વિસ્તારોમાં અન્ય દાનવોનું વર્ચસ્વ હતું. તેઓ ત્યાં સમસ્યા પેદા કરી શકતા હતા. આથી કૃષ્ણએ કંસને મારતાં પહેલાં એના બધા સહયોગીઓને મારી નાંખ્યા અને સમસ્યાને મૂળમાંથી સમાપ્ત કરીને તેઓ પોતાના માતા-પિતાને મળ્યાં.

એક વ્યવસ્થાપક નાની અવધિના ફાયદાને મગજમાં રાખે છે, પરંતુ સંગઠન માટે લાંબી અવધિના લાભ પર તે પોતાનું ધ્યાન કેન્દ્રિત કરે છે. તે અર્થ વગરની વસ્તુઓ પર પોતાની ઊર્જા ખર્ચ નથી કરતાં.

કેટલીય વખત એવું થયું જ્યારે કૃષ્ણ મહત્ત્વપૂર્ણ (સામાજિક હિતના સંદર્ભમાં) કારણોથી સમાધાન કરવા માટે તૈયાર હતા. એમને ભીમ અને દ્રૌપદીની પ્રતિજ્ઞાની જાણકારી હતી, પરંતુ વ્યક્તિગત પસંદ-નાપસંદને એમણે વિશ્વશાંતિના રસ્તામાં ના આવવા દીધી. જુગાર જેવી ખરાબ રમતમાં જ્યારે દુર્યોધને દુઃશાસનને આજ્ઞા

આપી કે તે દ્રૌપદીને જબરદસ્તી દરબારમાં લાવે અને નગ્ન અવસ્થામાં એની જાંઘો પર બેસાડી દે, તો કૃષ્ણએ દ્રૌપદીની રક્ષા કરી. એનાથી ઘાયલ ભીમે પ્રતિજ્ઞા કરી કે તે દુર્યોધનની જાંઘને તોડશે અને દુઃશાસનનું હૃદય ચીરીને એનું લોહી પીશે. દ્રૌપદીએ દુઃશાસનના લોહીથી પોતાના વાળોને ધોઈને ચોટલો વાળવાની પ્રતિજ્ઞા કરી. જો પાંડવો અને કૌરવોની વચ્ચે શાંતિ સમાધાન થઈ ગયું હોત, તો એમની પ્રતિજ્ઞાઓ પૂરી ના થઈ શકતી. કૃષ્ણને પણ આની જાણકારી હતી, છતાં પણ એમણે કૌરવોની સાથે શાંતિ સંવાદથી શરૂઆત કરી. વિશ્વશાંતિથી વધારે જરૂરી કશું પણ નથી. આથી તેઓ ભીમ અને દ્રૌપદીની પ્રતિજ્ઞાને અણદેખી કરીને, શાંતિ પથ પર અગ્રેસર થઈ ગયા. જ્યારે કૌરવોએ શાંતિ પ્રક્રિયાને નકારી દીધી તો મહાભારતનું યુદ્ધ થયું. કૃષ્ણએ જલ્દી પ્રાપ્ત થવાવાળા ફાયદાને માનવતા માટે થવાવાળા દીર્ઘકાલિક ફાયદાની આગળ નજરઅંદાજ કર્યા.

એક મહાન નેતાની નજર દેશ/સંગઠનના મુખ્ય લક્ષ્ય પર હોય છે. જો નાની અવધિના ફાયદાથી સંગઠનનું ભવિષ્ય જોખમમાં પડી શકે છે, તો તે જલ્દી પ્રાપ્ત થવાવાળાનો ત્યાગ કરે છે, પરંતુ જો જલ્દી પ્રાપ્ત થવાવાળો ફાયદો ઉત્તમ પરિણામની સાથે સામે આવે છે, તો એનું સ્વાગત કરવામાં આવવું જોઈએ. ક્યારેક-ક્યારેક જલ્દી પ્રાપ્ત થવાવાળા પરિણામ જરૂરી હોય છે, આથી ઉત્તમ પરિણામની અપેક્ષા વગર સમજી-વિચારીને જલ્દી પ્રાપ્ત થવાવાળા પરિણામને અણજોયા ના કરવા જોઈએ. કૃષ્ણએ બીજા રાક્ષસોને સ્વતંત્રતાપૂર્વક ફરતાં છોડીને અચાનક કંસને નથી માર્યો. તેઓ પોતાના મુખ્ય લક્ષ્યને પ્રાપ્ત કરવા માટે નાના-નાના ટારગેટને નજરઅંદાજ કરી રહ્યાં ન હતા.

મોટાભાગે જલ્દી મળવાવાળા પરિણામ સંગઠનને ઉત્તમ પરિણામ માટે તૈયાર કરે છે. આથી જલ્દી પ્રાપ્ત થવાવાળા પરિણામ હંમેશાં ઉત્તમ પરિણામની વિરુદ્ધ નથી હોતા, મોટાભાગે આ પરસ્પર પૂરક હોય છે.

૧૪

સંસાધનોનું સંરક્ષણ અને એનો ઉપયોગ

ઈહૈકસ્થં જગત્કૃસ્નં પશ્યાદ્ય સચરાચરમ્ ।
મમ દેહે ગુડાકેશ યચ્ચાન્યદ્દ્રષ્ટુમિચ્છસિ ॥

- ગીતા

હે અર્જુન! તું મારા બ્રહ્મ રૂપમાં સમસ્ત સજીવ અને નિર્જીવ વસ્તુઓનું અવલોકન કરી શકે છે. એના સિવાય તું એ અન્ય વસ્તુઓને પણ જોઈ શકો છો, જેની કામના કરો છો.

ભગવાન કૃષ્ણનું સંપૂર્ણ જીવન સંસાધનોના સંરક્ષણ અને એના ઉપયોગની વચ્ચે સંતુલનનું જગમગતું ઉદાહરણ છે. એમણે જળ અને બીજા સંસાધનોને સ્વચ્છ બનાવવાનો પ્રયત્ન કર્યો. તેઓ પોતાના સમયમાં મુખ્ય શહેરોને સ્થાપિત કરવાવાળા માસ્ટરોમાં સામેલ હતા, પરંતુ એમણે હંમેશાં માનવ-સમાજને સર્વોચ્ચ જોયો.

બંનેની વચ્ચે સંતુલન જરૂરી છે. આપણે વૃક્ષારોપણ કરવાની જરૂર છે, સાથે જ ઈમારતોના નિર્માણ માટે છોકરીઓની પણ જરૂર છે. હકીકતમાં, છેલ્લાં બે-ત્રણ દશકોમાં આપણે પોતાના સંસાધનોનો ઉપયોગ તો ખૂબ કર્યો, પરંતુ એના સંરક્ષણ માટે આપણે કોઈ ઉપાય ના કર્યા. સંસાધનોનું સંરક્ષણ કર્યા વગર સતત ઉપયોગ વિધ્વંસકારી છે. જો કે, આધુનિક સમયમાં સંરક્ષણ પ્રત્યે જાગૃકતા આવી છે, આ અપેક્ષાકૃત નવી ઘટના છે. ભારતીય ચિંતનમાં સંરક્ષણ હંમેશાં સામેલ રહ્યું છે. આ આપણી જીવન-શૈલીનું અભિન્ન અંગ છે. ભગવતી માતાની પૂજાથી સૌથી પ્રમુખ પુસ્તક દુર્ગા સપ્તસતીના કવચમાં કહેવામાં આવ્યું છે, ‘‘જ્યાં સુધી

ધરતી પર જંગલ, પહાડ અને બગીચા હાજર છે, માનવ-મુદાયની પેઢીઓ સુરક્ષિત છે અને ધરતીની પ્રજનન ક્ષમતા પણ અક્ષુણ્ણ છે." આપણાં પૂર્વજો આ દિશામાં આગળ વધી રહ્યાં હતા. ત્યાં સુધી કે ભારત પર જ્યારે આરબ આક્રમણકારીઓએ હુમલો કર્યો ત્યારે સંસાધનોના સંરક્ષણ પર સુયોગ્ય ધ્યાન આપવાનું પ્રચલન હતું. જ્યારે અહીંયા બ્રિટિશ-રાજની સ્થાપના થઈ તો સંસાધનોના સંરક્ષણમાં કોઈ મહત્ત્વ ના આપવામાં આવ્યું. એમણે ભારતીય સંસાધનોને ખૂબ ઉપયોગ કર્યો. એનાથી આપણને જે સાર્વકાલિક નુકસાન થયું, એના બદલામાં એમણે આપણને કેટલીક આધુનિક સંસ્થાઓ આપી. બ્રિટિશોએ આ જન-કલ્યાણના વિચારથી નહીં બલ્કે પોતાના પ્રશાસનને ચલાવવાના ઉદ્દેશ્યથી કર્યું. કૃષ્ણએ સંસાધનોના સંરક્ષણના ભરચક પ્રયત્ન કર્યા અને આ સંબંધમાં સંપૂર્ણ માનવ-જાતિના કલ્યાણ માટે પણ સંદેશ આપ્યો.

ભગવાન કૃષ્ણના બાળપણના દિવસોમાં મથુરાવાસી સેંકડો સમસ્યાઓથી ઘેરાયેલા હતા. યમુનામાં ઝેરી સાપોનો ડેરો હતો. એ બધામાં સૌથી વધારે પરેશાન કરવાવાળો કાળિયો હતો. યમુનાનું સંપૂર્ણ જળ દૂષિત થઈ ગયું હતું. કેટલાય જાનવર એનું પાણી પીને મરી ચુક્યા હતા. ત્યાં સુધી કે એનું પાણી પીવાથી કેટલાય માણસ અને સ્ત્રી પણ પોતાના જીવ ગુમાવી ચુક્યા હતા. આ વિસ્તારમાં આ સાપોનો આતંક ફેલાઈ ગયો હતો. નદીના કિનારે રહેતાં લોકો માટે નદી અને વૃક્ષ-છોડ જીવનરેખાની જેમ હોય છે. લોકોની પીડાના સમાચાર કૃષ્ણ સુધી પહોંચ્યા. તેઓ પોતાના કેટલાક મિત્રોની સાથે યમુના નદીના કિનારે પહોંચ્યા. છોકરાઓએ દડો રમવાનું શરૂ કર્યું, રમત દરમિયાન કૃષ્ણએ દડાને નદીમાં બરાબર એ જગ્યાએ ફેંક્યો, જ્યાં કાળિયો સાપ પોતાના પરિવાર સાથે રહેતો હતો. વિપક્ષી દળના છોકરાઓએ દડો પાછો કરવા માટે જિદ કરી. કૃષ્ણની પાસે દડો પાછો કરવા સિવાય કોઈ વિકલ્પ ન હતો. તેથી તેઓ નદીમાં કૂદી ગયા અને કાળિયા સાથે યુદ્ધ કરવા લાગ્યા. એ બધાએ કૃષ્ણની શક્તિનો સ્વીકાર કર્યો. કાળિયો અને બીજા સાપોએ એ જગ્યાને છોડવાનો નિર્ણય લીધો. તેઓ નદીના રસ્તાથી થઈને મહાસાગરમાં ભાગી ગયા. ભારતની આ નંદી ગંગા સાથે જોડાયેલી છે. ગંગા નદી બંગાળની ખાડીમાં પડે છે, જે મહાસાગર સાથે જોડાયેલી છે. આ ઘટના પછી યમુના નદીનું જળ સ્વચ્છ થઈ ગયું. આજકાલ યમુના ભારતની સર્વાધિક પ્રદૂષિત નદીઓમાંથી એક છે. ઔદ્યોગિક પ્રદૂષક એમાં ફેંકવામાં આવે છે. એમાં કેટલાય પ્રકારના અવશેષ અને બેકાર સામગ્રીઓને વહાવવામાં આવે છે. એનું પાણી ઝેરી થઈ ચુક્યું છે. આપણે કૃષ્ણના જીવનથી પોતાની નદીઓને સ્વચ્છ રાખવાની પ્રેરણા લેવી જોઈએ. આપણને પર્યાવરણ અનુકૂળ અર્થવ્યવસ્થાની જરૂર છે.

વર્ષા અને પ્રકૃતિથી બીજા ફાયદાઓને પ્રાપ્ત કરવા માટે લોકો સ્વર્ગમાં રહેવાવાળા ઈન્દ્રની પૂજા કર્યા કરતા હતા. કૃષ્ણએ યાદવ ભાઈઓને ગોવર્ધનની પૂજા તરફ ઉન્મુખ કર્યા. ગોવર્ધન એ વિસ્તારની નજીકની પહાડીઓની શ્રૃંખલાનું નામ હતું. એમની અર્થ-વ્યવસ્થા ત્યાંના જંગલો, આસપાસના હર્યા-ભર્યા વૃક્ષ-છોડ અને પહાડીઓ પર નિર્ભર રહેતી હતી. વર્ષા પણ સંતુલિત પરિસ્થિતિ પર નિર્ભર કરે છે. એમણે એ વિસ્તારના લોકોને મહાન સંદેશ આપ્યો. લોકોએ કૃષ્ણની સલાહ માની, પરંતુ એના માટે એમને ઈન્દ્રના કોપ સહન કરવો પડ્યો. કૃષ્ણએ એમને દુકાળથી બચાવ્યા. એનાથી આવવાવાળી પેઢીઓને પણ સંદેશ મળ્યો. કૃષ્ણના બધા કામ પ્રકૃતિ અને વન-જીવન સંરક્ષણથી સંબંધિત હતા. તેઓ ગાયોના ઘણા મોટા સંરક્ષક હતા. ગાય કૃષિ અને બિન-કૃષિ બંને જ સમુદાયો માટે વધારે મહત્ત્વપૂર્ણ છે. એમને મયૂરો (મોર)થી પણ વધારે પ્રેમ હતો.

સંરક્ષણ મોટી વસ્તુ છે, પરંતુ આ સંબંધમાં કોઈ પણ પ્રકારની કટ્ટરપંથી પ્રવૃત્તિ કે કારણ વગરના બૂમ-બરાડાં ફળદાયી નથી હોતા. સંરક્ષણથી વિકાસની ગતિમાં કોઈ પ્રકારની અડચણ ના આવવી જોઈએ. માનવ જાતિના અસ્તિત્વ માટે સંરક્ષણ જરૂરી છે. પાંડવોને જ્યારે ખાંડવપ્રસ્થ (આધુનિક દિલ્હીનો વિસ્તાર) આપવામાં આવ્યો તો તે બંજર જમીન હતી, પરંતુ એમની પાસે એને રાજધાની બનાવવા સિવાય કોઈ વિકલ્પ જ ન હતો. જ્યારે વિકાસ માટે કોઈ બંજર જમીન કોઈને આપવામાં આવે છે, તો એના પર આપત્તિ ત્યાં સુધી ના ઉઠવી જોઈએ, જ્યાં સુધી કે તે આસપાસના વિસ્તારવાળાઓ માટે કોઈ પ્રકારની સમસ્યા ના ઊભી કરી દે. પાંડવોએ ખાંડવપ્રસ્થમાં એક સુંદર રાજધાનીનું નિર્માણ કર્યું. એને ઈન્દ્રપ્રસ્થ નામ આપવામાં આવ્યું. જ્યાં સુધી ઈન્દ્રપ્રસ્થ તૈયાર થયું ન હતું, આ વિસ્તાર રહેવાને લાયક ન હતો અને કાંટાળી ઝાડીઓથી ભરેલો પડ્યો હતો. કેટલાક અપરાધિક પ્રવૃત્તિવાળા આદિવાસી એ વિસ્તારમાં રહેતા હતા. તેઓ યાત્રિઓ અને ભ્રમણકારીઓને ધમકાવતા રહેતા હતા. એમને સુધારવા જરૂરી હતા. એમણે ઉત્તરથી દક્ષિણ અને દક્ષિણથી ઉત્તરની તરફ જવાવાળી બધી સપ્લાય લાઇનોને કાપી નાંખી હતી. બંને તરફના લોકોને અલગ-અલગ રસ્તાથી થઈને પસાર થવું પડે છે. પાંડવોએ કૃષ્ણની મદદથી અહીંયા કેટલાય પ્રકારના બદલાવ કર્યા. એમણે ઝાડીઓને સળગાવી દીધી, સાથે જ આદિવાસીઓની પરંપરા, સંસ્કૃતિ અને જીવનશૈલી પર કોઈ પણ પ્રકારનો આઘાક કર્યો વગર એને

સુધારીને વિકાસ કાર્યોમાં લગાવ્યા. બંજર જમીનને સાફ કર્યા પછી એમણે ત્યાં બગીચા, છાયાદાર વૃક્ષ વગેરે લગાવ્યા. ઈંદ્રપ્રસ્થ એક સ્વચ્છ અને પર્યાવરણ અનુકૂળ શહેર બની ગયું. સંરક્ષણ, માનવ-સમાજ માટે સારું છે પરંતુ, ક્યારેક-ક્યારેક વિકાસ કાર્યો માટે સંસાધનોનો ન્યાયોચિત્ત ઉપયોગ પણ જરૂરી થઈ જાય છે. આપણે સંસાધનોનો ઉપયોગ વિચારી-સમજીને કરવો જોઈએ અને એટલી જ ઊર્જાથી નવા સંશાધનોનું નિર્માણ પણ કરવું જોઈએ. જ્યાં સુધી સંસાધનોનો સુયોગ્ય ઉપયોગ નહીં થાય ત્યાં સુધી વિકાસની ગતિ નહીં મળે, પરંતુ સંસાધનોનો જરૂરથી વધારે પ્રયોગ વિધ્વંસકારી હોય છે.

ભગવાન કૃષ્ણએ ઈન્દ્રની પૂજાનો વિરોધ કર્યો. એની જગ્યાએ એમણે ગોવર્ધન પૂજાની સલાહ આપી. એમણે પાંડવોને ખાંડવપ્રસ્થની ઝાડીઓને સળગાવવાની પ્રેરણા આપી, પરંતુ એની જગ્યાએ ત્યાં રાજધાની બનાવવાનો પણ નિર્દેશ આપ્યો. સંસાધનોને સંરક્ષણ કરવાની જરૂર છે કેમ કે એ સંપૂર્ણ માનવ-સમાજ માટે છે. અંગત જરૂરિયાતોને પૂરી કરવી જરૂરી છે, પણ વ્યક્તિગત લાલચને વધારો ના મળવો જોઈએ. ભગવાન કૃષ્ણએ કાળિયાની લાલચને નિયંત્રિત કરી અને આસપાસના લોકોના જાન-માલની રક્ષા કરી.

તેથી, ભગવાન કૃષ્ણનું જીવન સંસાધનોના સંરક્ષણ અને પ્રયોગની વચ્ચેના સંતુલનનું જીવતું-જાગતું ઉદાહરણ છે.

ભાગ ૩

ભગવાન કૃષ્ણ અને વ્યક્તિગત સ્તર પર મેનેજમેન્ટ

૧૫

પ્રેમ અને રાસલીલા

આત્મા તુ રાધિકા તસ્ય તયૈવ રમણાદસૌ ।
આત્મારામ તયા પ્રાજ્ઞૈઃ પ્રોચ્યતે ગૂઢવેદિભિઃ ॥

- સ્કન્દપુરાણ

ભગવાન કૃષ્ણ ઈશ્વર છે. રાધા એમની આત્મા છે. ભગવાન કૃષ્ણ રાધાનું સાન્નિધ્ય મેળવીને આનંદિત થાય છે. તેથી જે આ તથ્યને સમજે છે, તે એમને 'આત્મારામ' (શાશ્વત્ ભગવાન આત્મા) પોકારે છે.

'રોમાંટિસિઝ્મ' અંગ્રેજી કવિતાનું એક આંદોલન હતું. આ વિલિયમ વર્ડ્સવર્થ અને એસ.ટી. કોલરિજ દ્વારા શરૂ કરવામાં આવ્યું હતું. એમણે સંયુક્ત રૂપથી 'લિરિકલ બેલેડ્સ'નો પરિચય લખ્યો. આ પરિચય 'મેનિફેસ્ટો ઑફ રોમાંટિસિઝ્મ'ના નામથી ઓળખાય છે. આ અધ્યાયમાં આપણને રોમાંટિસિઝ્મની ઝલક મળે છે.

જ્યારે એક સામાન્ય માણસ રોમાંટિસિઝ્મની વાત કરે છે, તો એને એવા કોઈ સાહિત્યિક આંદોલનની જાણકારી નથી હોતી. સામાન્ય માણસ માટે રોમાંટિસિઝ્મનો એક અલગ જ અર્થ છે. તેઓ એનાથઈ એવી ભાવનાને જોડે છે, જેના અંતર્ગત એક વ્યક્તિ વિપરીત સેક્સ પ્રત્યે પ્રેમમાં રુચિ રાખે છે. એની પાસે વિપરીત સેક્સ અને પ્રકૃતિને પ્રેમ કરવાવાળું દિલ હોય છે. તેઓ પોતાનો ખાલી સમય કોઈ ગંભીર કામને કરવામાં નથી ખર્ચ કરતા. કેટલાક લોકો એવા હોય છે, જે 'રોમાંસ'નો સાચો અર્થ સમજવામાં સક્ષમ નથી હોતા, પરંતુ એની પાસે પણ આ શબ્દ વિશે વિચાર અને ખયાલ હોય છે.

પરંતુ પ્રેમને પરિભાષિત નથી કરી શકાતો. ભક્તિની અવધારણા પર લખવામાં આવેલી પ્રસિદ્ધ પુસ્તક 'નારદ ભક્તિ સૂત્ર'માં કહેવામાં આવ્યું છે - ''પ્રેમનું

વર્ણન નથી કરી શકાતું. આને શબ્દો દ્વારા વ્યક્તિ નથી કરી શકાતું.'' એમાં કહેવામાં આવ્યું છે - ''અનિર્વચનીય પ્રેમ સ્વરૂપમ્'' અહીંયા આપણે ઈશ્વરના પ્રત્યે પ્રેમની વાતો કરીએ છીએ. આપણે ત્યાં સાધારણ પ્રેમની વાત નથી કરી રહ્યાં. ખાસ કરીને ભક્તિ સૂત્રમાં વર્ણિત પ્રેમ સાધારણ નથી. ભગવાન કૃષ્ણનો પ્રેમ પવિત્ર હતો, આ શારીરિક ન હતો. શારીરિક પ્રેમ સીમાઓમાં બંધાયેલો હોય છે. કૃષ્ણ લાખો લોકોના પ્રેમમાં ડૂબેલા હતા. બાળપણના દિવસોમાં તેઓ વ્રજમાં હતા તો એમણે ત્યાં કણ-કણથી પ્રેમ કર્યો. ગોપીઓ, ગોવાળીયાઓ, વાંસળી, સંગીત, મધુવન (બગીચા જ્યાં રાધા, કૃષ્ણને મળ્યા કરતા હતા)ની વાત જ શું, જ્યારે તેઓ ત્યાંના કણ-કણ પ્રત્યે ઊંડો પ્રેમ-ભાવ રાખતા હતા. સંપૂર્ણ પરિવેશ પ્રત્યે એટલા ઊંડા પ્રેમમાં કોઈ શારીરિક આવેગ નથી થઈ શકતો. આ હૃદયથી સંબંધિત છે, આ ભૌતિક તૃષ્ણાથી સંચાલિત નથી થઈ શકતો.

રોમાંસ સુપરફિસિયલ હોય છે. એમાં ભાવનાત્મક અને શારીરિક બંને જ પ્રેમ સામેલ હોય છે, પરંતુ પ્રેમનું કોઈ કારણ નથી હોતું. જ્યાં કારણ છે ત્યાં પ્રેમ નથી ઉછરી શકતો, પરંતુ કાર્ય અને કારણ મગજમાં પેદા થાય છે. દિલ એને ક્યારેય સ્વીકાર નથી કરતું. જો શારીરિક આકર્ષણ કે સેક્સ ઈચ્છાઓની પૂર્તિ માટે કોઈ પ્રેમ કરે છે, તો એ વ્યક્તિના પ્રેમને પ્રેમ નથી કહી શકાતો, વધારેમાં વધારે આને વિશેષ કારણથી થયેલો પ્રેમ કહી શકીએ છીએ. સમયની સાથે શારીરિક સુંદરતા ઘટી જાય છે. શારીરિક સુંદરતા પ્રેમનું એક માધ્યમ હોઈ શકે છે, પરંતુ અંત નથી થઈ શકતો. એક-બીજાના હૃદયને સમજવા કે મહેસૂસ કરવો જ પ્રેમ છે. જ્યારે 'હું' પ્રેમની અંદર વિલય થઈ જાય છે તો એ 'પ્રેમ' છે.

જો આપણે વૃહત્તર વિસ્તારમાં જોઈએ તો, ભગવાન કૃષ્ણને વ્યક્તિની જેમ નથી માની શકાતો. એમનું વ્યક્તિત્વ એટલું વિશાળ અને એટલું ઊંડું હતું કે સર્વોચ્ચ આત્માના પ્રતિનિધિ બની ગયા.

આપણે હંમેશાં રાધા અને વ્રજની બીજી છોકરીઓ પ્રત્યે કૃષ્ણના પ્રેમની ચર્ચા કરીએ છીએ, પરંતુ એ સમયે આપણે એક મહત્ત્વપૂર્ણ વાત ભૂલી જઈએ છીએ. કૃષ્ણથી સંબંધિત જેટલા પણ સાહિત્ય ઉપલબ્ધ છે - એમાં સ્પષ્ટ કહેવામાં આવ્યું છે કે કૃષ્ણએ અગિયાર વર્ષની ઉંમરમાં જ વ્રજને હંમેશાં માટે છોડી દીધું હતું. રાધા કે બીજી ગોપીઓ માટે કૃષ્ણનો પ્રેમ જરૂર જ એનાથી પહેલાં ઉછર્યો હશે. સાધારણ પરિસ્થિતિઓમાં, એક આઠ કે દસ વર્ષના છોકરાને વિપરીત સેક્સના પ્રત્યે શારીરિક ઝુકાવનો અર્થ નથી થઈ શકતો. પહેલી વખત ચાર કે પાંચ વર્ષની ઉંમરમાં કૃષ્ણ રાધાને મળ્યાં હતા અને પ્રથમ નજરમાં જ એમને પ્રેમ થઈ ગયો. એ ઉંમરમાં રોમાંસ કે શારીરિક પ્રેમ વિશે આપણે વિચારી પણ નથી શકતા.

બાર વર્ષની ઉંમરમાં કૃષ્ણ વ્રજ છોડીને મથુરામાં જઈ વસ્યા. એમને મહેસૂસ થયું કે ગોપીઓ એમના વિરહથી પીડિત છે. એમણે પોતાના મિત્ર ઉદ્ધવને ગોપીઓને સમજાવવા માટે મોકલ્યા. એમણે ગોપીઓને સામાન્ય જીવન જીવવાની સલાહ આપીને કૃષ્ણને ભૂલી જવા માટે કહ્યું. એમણે ગોપીઓને કહ્યું, ''જીવન નાનુ છે. સમય પાંખ લગાવીને ઉડી રહ્યો છે. કૃષ્ણના વિરહમાં બળતા રહેવાનો કોઈ ફાયદો નથી. એક દિવસ શરીર નષ્ટ થઈ જશે.'' એમણે ગોપીઓને નિરાકાર ઈશ્વર પર ધ્યાન કેન્દ્રિત કરવા માટે કહ્યું. ઉદ્ધવની નાદાની પર ગોપીઓએ હસી નાખ્યું. એમણે પલટીને જવાબ આપ્યો - ''આપણી પાસે એકથી વધારે હૃદય નથી. એક જ હૃદય છે, જે કૃષ્ણની સાથે ચાલ્યું ગયું. અહીંયા બીજીઓ માટે કોઈ જગ્યા નથી.'' એને પ્રેમ કહે છે.

કૃષ્ણના જીવનનો એક એપિસોડ, અત્યંત મહત્ત્વપૂર્ણ છે. આ તર્ક-વિતર્ક માટે ખુલ્લો છે. આ નદીમાં ગોપીઓના સ્નાન કરતાં સમયે એમના વસ્ત્ર ચોરાવવા પર આધારિત છે. પ્રાચીન કાળમાં ભારતીય સમાજ ખુલ્લો અને આઝાદ હતો. સ્ત્રીઓ માથા પર પલ્લૂ રાખતી ન હતી, પરંતુ ઈસ્લામી ઘુસપેઠ પછી આ પ્રથા ચાલી નિકળી. આક્રમણકારીઓએ સુંદર સ્ત્રીની આબરું સાથે રમત કરવાનું શરૂ કરી દીધું. પોતાની રક્ષા માટે હિન્દૂ સ્ત્રીઓએ મુસ્લિમ મહિલાઓ દ્વારા પહેરવામાં આવતાં બુરખાની તર્જ પર ઘૂંઘટ રાખવાનું શરૂ કરી દીધું. પ્રાચીન ભારતમાં સ્ત્રીઓ નહાતા સમયે પૂરી રીતે નગ્ન થતી હતી, પરંતુ એમના સ્નાન કરવાની જગ્યા જન-જીવનથી ખૂબ દૂર કોઈ શાંત જગ્યા પર હતી. એ સમયે, આજની જેમ આધુનિક સ્નાનાગર ન હતા. સમાજના પુરુષ વર્ગ સ્ત્રીઓની અંગતતાનું સન્માન કરતા હતા. સ્ત્રીઓ દ્વારા આ પ્રકારે સ્નાન કરવાનું એક કારણ બીજું પણ હોઈ શકે છે. એ સમયે સૂતરાઉની કતાઈ એક મોટો વ્યવસાય ન હતો. કોઈ પ્રકારની ટેક્સટાઇલ મિલ ન હતી. મહિલાઓ એક જ વસ્ત્ર બે કે ત્રણ દિવસ સુધી પહેરતી હશે. પોતાના વસ્ત્રોને તેઓ પ્રતિદિન ધોતી ન હતી તેમજ નદીના કિનારે વસ્ત્ર રાખીને તરવા કે સ્નાન કરવા જતી હશે.

પરંતુ કૃષ્ણના કાળમાં સમાજ સંક્રમણના તબક્કામાંથી પસાર થઈ રહ્યો હતો. દુર્જન-દૈત્ય શહેરો, ગામડાઓ અને સુમસામ જગ્યાઓ પર સ્વતંત્ર થઈને ફર્યા કરતા હતા. આથી મહિલાઓને આ પ્રકારના અભ્યાસથી રોકવા જરૂરી થઈ ગયા હતા. એક દિવસ કેટલીક ગોપીઓ, યમુનાના નિર્જન વિસ્તારમાં સ્નાન કરી રહી હતી. નદીના એ કિનારે કેટલાય છાયાદાર વૃક્ષ હતા. ત્યાં સારી હવા વહેતી હતી, તેથી થાકેલી-પાકેલી મહિલાઓને સુખદ આરામ મળતો હતો. તેઓ ખૂબ સાધારણ અને ભોળી-ભાળી દેખાવાવાળી છોકરીઓ હતી. એમની ઉંમર, કૃષ્ણની

ઉંમરની બરાબર જ રહી હશે. જ્યારે તેઓ તરી રહી હતી કે જળ-ક્રીડામાં પૂરી રીતે મગ્ન હતી, તો કૃષ્ણ ચુપકેથી આવીને એમના વસ્ત્ર ચોરી લેતા હતા. થોડા સમય પછી જ્યારે એમણે પોતાના કપડાઓની તરફ જોયું તો ત ત્યાંથી ગાયબ હતા. સંકટના સમયે તેઓ કૃષ્ણને યાદ કરતી હતી. આ વખતે પણ એમણે એવું જ કર્યું, કૃષ્ણ ત્યાં પ્રગટ થઈ ગયા. એમણે (ગોપીઓએ) પોતાનું શરીર જળની અંદર ખભા સુધી ઢાંકી લીધું અને કૃષ્ણના વસ્ત્ર પાછા આપવાનો અનુરોધ કર્યો, વધારે અનુરાધ કર્યા પછી કૃષ્ણએ એમના વસ્ત્ર તો પાછા આપી દીધા, પરંતુ એ પણ વાયદો લીધો કે તેઓ આગળથી આ રીતે નગ્ન થઈને સ્નાન નહીં કરે. ગોપીઓએ કૃષ્ણને આશ્વસ્ત કરી દીધા. ગોપીઓ અને કૃષ્ણ સરખી ઉંમરના હતા. એક છોકરો નટખટ હોઈ શકતો હતો. અહીંયા રોમાંસનું તત્ત્વ હાજર થઈ શકે છે. આધ્યાત્મિક ગુરુ આ સંબંધમાં ભક્તોની દરેક ઝિઝકને હટાવવા ઇચ્છતા હતા. ઈશ્વરની આંખોમાં પુરુષ અને સ્ત્રીમાં કોઈ ભેદ નથી. સ્વર્ગિક સંસાર લિંગ-ભેદથી ઉપર ઉઠેલો છે.''

કૃષ્ણ શાશ્વત પ્રેમનું જીવતું-જાગતું ઉદાહરણ હતા. એમણે પ્રેમને આગળ વધાર્યો. એમણે એ છોકરીઓથી લગ્ન રચાવ્યા જેઓ એમના ઊંડા પ્રેમમાં ડૂબી હતી. યોગ્ય ઉંમર પ્રાપ્ત થયા પછી એમણે આઠ છોકરીઓ સાથે લગ્ન કર્યા. એ સમયે બહુવિવાહ પ્રથા પ્રચલિત હતી, આ અપરાધ ન હતો. કૃષ્ણએ અલગ-અલગ પરિસ્થિતિઓમાં અલગ-અલગ છોકરીઓ સાથે લગ્ન કર્યા, પરંતુ પૂર્વ વિવાહિત રાણીઓથી સલાહ લેવાનું તેઓ ના ભૂલ્યા. એમણે સોળ હજાર સ્ત્રીઓને બંદીગૃહથી મુક્ત કરાવીને આશ્રય આપ્યો. એમના આશ્રયમાં બધાએ ઈજ્જતની જિંદગી પસાર કરી. એમાંથી કોઈથી એમના શારીરિક સંબંધ ન હતા.

પ્રેમને સમર્પણની જરૂર હોય છે. આ હૃદયની પવિત્રતાની માંગ કરે છે. એક નૈતિક વ્યક્તિ પ્રેમ કરે છે, પરંતુ રોમાંસ અને સતહી પ્રવૃત્તિઓને વધારો નથી આતું. જો રોમાંટિસિઝ્મ સુંદર વસ્તુઓ અને પ્રકૃતિ પ્રેમ સુધી સીમિત છે, તો રોમાંટિક થવામાં કોઈ ખરાબી નથી, પરંતુ જો રોમાંટિક પ્રવૃત્તિ, ભૌતિક કે શારીરિક ભૂખ છે, તો એને વધારો ના આપવો જોઈએ. કૃષ્ણએ એક સ્ત્રી (દ્રૌપદી)ની આબરું લૂંટવાનો પ્રયત્ન કરવાવાળા દુર્યોધનના પ્રયત્નને અસફળ કરી દીધો.

તેથી કૃષ્ણ પવિત્ર પ્રેમના પ્રતીક હતા. એમનો પ્રેમ પ્લૂટોનિક અને સેક્સની સીમાઓથી હટીને હતો. એમનો પ્રેમ શાશ્વત હતો અને એમાં અસ્તિત્વ પ્રત્યે વિશ્વાસ અને આદર હતો.

૧૬

તક વારંવાર નથી મળતી

સર્વ ગૃહ્યતમં ભૂયઃ શૃણુ મે પરમં વચઃ ।
ઈષ્ટોઽસિ મે દઢમિતિ તતો વક્ષ્યામિ તે હિતમ્ ॥

- ગીતા

તું મને અતિપ્રિય છે, આથી હું તને મારું પરમ અને પાવન જ્ઞાન કહું છું. પોતાના કલ્યાણ માટે મારા કથનોને સાંભળ.

'તક વારંવાર નથી મળવાની'. આ એક એવું પ્રેરક કથન છે, જેનાથી વ્યક્તિને લક્ષ્ય પ્રાપ્ત કરવા માટે કઠિન મહેનત કરવાની પ્રેરણા મળે છે. હકીકતમાં, માનવજીવન ઘણું નાનું હોય છે, પરંતુ આપણને એવા ઘણા ઉદાહરણ જોવા મળે છે જેમાં મહાન વ્યક્તિઓએ આ નાની-એવી જિન્દગીમાં જ અસાધારણ સફળતાઓ પ્રાપ્ત કરી છે. આ જિન્દગીના સંબંધમાં તમારા દૃષ્ટિકોણ પર નિર્ભર કરે છે સાથે જ, તમે કયા પ્રકારથી પોતાના સંસાધનો અને સમયનો ઉપયોગ કરો છો એ એના પર પણ નિર્ભર કરે છે. તમારી પાસે જે કંઈ પણ છે એનો સુયોગ્ય ઉપયોગ કરવા માટે ઉચ્ચ સ્તરની સંચાલન ક્ષમતા હોવી જોઈએ. જો તમે પોતાના સંશાધનો અને પોતાની ક્ષમતાનો સુયોગ્ય ઉપયોગ કરશો, તો તમે અશક્ય જેવી લાગવાવાળી વસ્તુઓ પણ પ્રાપ્ત કરી શકો છો. તમારી પાસે જેટલી વસ્તુઓ છે, એનાથી તમે એ વસ્તુઓને પણ પ્રાપ્ત કરી શકો છો, જે તમારી પાસે નથી.

યીશુની પાસે આપવાની દૃષ્ટિ હતી, એમણે રસ્તો બતાવ્યો અને એ જગ્યાએ પહોંચ્યા જે ભીડથી દૂર હતી. ગાંધીની પાસે ભારતને સ્વતંત્ર રાષ્ટ્ર બનાવવાની પ્રતિબદ્ધતા, અખંડતા, અહિંસા અને દૃષ્ટિ હતી, ફળ સ્વરૂપે ભારત સ્વતંત્ર રાષ્ટ્ર બન્યું અને ગાંધીજીને ભારતના રાષ્ટ્રપિતા કહેવામાં આવ્યા. બુદ્ધ એક નાના

સામ્રાજ્યના સાધારણ રાજકુમાર હતા, પરંતો પોતાના પ્રયત્નોના બળ પર તેઓ લાખો લોકોના માર્ગદર્શક બન્યા. સિદ્ધાર્થથી લઈને બુદ્ધ બનવા સુધી એમની અંદર અંતરાત્માની પોકાર પર કામ કરવાની ઊર્જા હતી. તેઓ સમજી ચુક્યા હતા - 'મનુષ્યના જીવનમાં દુઃખ કેમ છે?' જેઓ કહે છે - ''હું આને કાલે કરીશ.'', તેઓ ક્યારેય લક્ષ્ય પહોંચતા નથી. ભાગ્ય એમનો સાથ નથી આપતું અને જેઓ કહે છે -''હું આને કરીશ'', અને એને કરવાથી પહેલાં આરામ નથી કરતા, તેઓ સફળતાનો સ્વાદ ચાખે છે.

જીવન ઘણું કિંમતી છે. તમારી પાસે ફક્ત એક તક છે. અહીંયા 'તક' ફક્ત સફળતા પ્રાપ્ત કરવા સુધી મર્યાદિત નથી. આપણી પાસે કરવા માટે કેટલાય કામ છે. સુખ અને આરામને નજરઅંદાજ નથી કરી શકાતા. લાંબા સમય સુધી જળવાઈ રહેલા આનંદ વગર જીવનનો કોઈ અર્થ નથી. આથી આપણે અથાગ મહેનત કરીને સફળતા પ્રાપ્ત કરવી જોઈએ અને પોતાની જીવનશૈલી એવી બનાવવી જોઈએ કે આપણે સ્વસ્થ જીવનનો આનંદ ઉઠાવી શકીએ.

ખુદને અને બીજાઓને સમજવા માટે આપણી અંદર સંવેદના હોવી જોઈએ. તમારે પોતાની સાથે-સાથે બીજાઓના સુખ-દુઃખને પણ સમજવું પડશે. આપણે બધાની વચ્ચે સુખ વહેંચવાની અને દુઃખને સમાપ્ત કરવાના પ્રયત્નો કરવા જોઈએ. એક વ્યક્તિનું સામુદાયિક જીવન હોવું અત્યંત જરૂરી છે. આ ના તો કોઈ શોધથી સાબિત થાય છે અને ના તો કોઈ દાર્શનિક કૃતિમાં ઉલ્લેખિત છે, પણ ચરમ સુખનો આનંદ ઉઠાવવા માટે આ જરૂરી છે.

એક સાધારણ મંત્ર

સુખમય જીવન જીવવા માટે
આપણે ઊંચા ઉઠવું પડે છે.
જ્યારે આપણે વહેંચીએ છીએ, ઊંચા થઈએ છીએ.
જ્યારે આપણે વિચારીએ છીએ, ઊંચા થઈએ છીએ.
જ્યારે આપણે સાહસ કરીએ છીએ, ઊંચા થઈએ છીએ.
જ્યારે આપણે સચેત થઈએ છીએ, તો
આ દરેક જગ્યાએ હોય છે.

આપણા પાસે જે છે એનો ઉપયોગ કરવાની જાગરૂકતા જ્યારે આપણી અંદર હોય છે, તો આપણે આગળ વધીએ છીએ, પ્રગતિ કરીએ છીએ. આ જાગરૂકતા વ્યક્તિને જવાબદાર બનાવે છે. હું તમને ગંભીર બનવા માટે ઉત્સાહિત નહીં કરું. ગંભીરતા વ્યક્તિના વિનોદી સ્વભાવને નષ્ટ કરી દે છે. હું ગંભીરતાને બદલે સમર્પણનો ઉપયોગ કરીશ. હું વ્યર્થના અભ્યાસને બદલે જવાબદારીયુક્ત પ્રયત્નોની

સલાહ આપીશ. જેઓએ પોતાના જીવનમાં આ પરિકલ્પનાનો ઉપયોગ અને કાર્યાન્વયન કર્યું છે, તેઓ ચરમોત્કર્ષ પર પહોંચ્યા છે.

કૃષ્ણએ પોતાના બધા કાર્યોનું સંપાદન સંપૂર્ણ સમર્પણની સાથે કર્યું. એમણે પોતાની સારી જવાબદારીઓનું નિર્વહન એ જ જિંદગીમાં કરવાનું હતું. એક તરફ એમની પાસે સમર્પિત મિત્રોની મંડળી હતી, તો બીજી તરફ એના વિરુદ્ધ દુર્જનોની ગેંગ હતી. પોતાની જિન્દગીમાં તમે આમાંથી કોઈને અણદેખ્યા નથી કરી શકતા. તમે જીવનના કડવા સત્ય અને સમસ્યાઓથી પીછો નથી છોડાવી શકતા, પરંતુ જો સંસારની સુંદરતાને અણદેખી કરવામાં આવે, તો જીવન અર્થહીન છે.

એક છોકરો જન્મે છે. તે ફક્ત ત્રણ વર્ષની જિન્દગી જીવે છે. આ આશ્ચર્યજનક લાગે છે, પરંતુ જ્યારે તમે પોતાની આંખો જીવન-કર્મ પર કેન્દ્રિત કરશો, તો તમને આ વાક્યનો અર્થ સમજમાં આવશે. ત્રણ વર્ષ પછી બાળક સ્કૂલ જવા લાગે છે. સ્કૂલોમાં તમને એ જિન્દગી નસીબ નથી થતી, જેની તમને જરૂર છે અથવા જેના માટે તમે બન્યા છો. ત્યાં હરિફાઈનું વાતાવરણ હોય છે. સ્કૂલોમાં દરેક શક્ય પ્રયત્ન કરવામાં આવે છે જેનાથી વિદ્યાર્થી ફક્ત એક હરિફ સંયંત્ર બની જાય છે. એના પછી તે એક જવાબદાર નાગરિક બને છે. એના ઉપર પરિવાર અને કારકિર્દીનો ભાર હોય છે. એ સિવાય વ્યક્તિ પોતાની વાસનાઓ અને મહત્ત્વાકાંક્ષાઓનો શિકાર થાય છે. આ તાણા-વાણામાં અસલી જિંદગી ગુમ થઈ જાય છે.

આથી તમારી પાસે ફક્ત એક તક છે અને આ જ જિન્દગીમાં તમારે બધું જ વ્યવસ્થિત કરવાનું છે. વ્યવસ્થા સમાધાન છે અને પ્રગતિ પણ છે. કોઈ વસ્તુની ઉપેક્ષા વ્યવસ્થા નથી. કૃષ્ણએ કોઈ સમસ્યાથી આંખ નથી ફેરવી; એમણે કોઈના પ્રેમની ઉપેક્ષા નથી કરી; એમણે આંસુઓને અણદેખ્યા નથી કર્યા; એમણે દુર્જનોને સ્વતંત્રતાપૂર્વક અહીં-તહીં ફરવાની પરવાનગી ક્યારેય નથી આપી. આ બધાની વચ્ચે, તેઓ વાંસળી પણ વગાડ્યા કરતા હતા. તેઓ વ્રજની ગોપીઓની સાથે નૃત્ય કરતા હતા. હંમેશાં, તેઓ પોતાની સુંદર રાણીઓના વાળોમાં કાંસકો ફેરવ્યા કરતા હતા.

કંસે જ્યારે કૃષ્ણને મથુરા આવવાનું આમંત્રણ આપ્યું, તો તેઓ જાણતા હતા કે એમની વચ્ચે યુદ્ધ અવશ્યંભાવી છે, પરંતુ એમણે કુબ્જાની અપેક્ષા ના કરી. કુબ્જા કંસના દરબારની એક દાયણ હતી, મહેલમાં ચંદનનો લેપ આપવો એનું કામ હતું. એને કોડ નિકલ્યા હતા. પોતાની શારીરિક વિદ્રૂપતાને કારણે એને કોઈ પણ ખૂણાથી પ્રેમ મળતો ન હતો. એના મનમાં કૃષ્ણ માટે ઊંડો પ્રેમ અને આદર હતા. એની એકમાત્ર ઈચ્છા હતી કે તે ભગવાનના લલાટ પર ચંદનનો લેપ લગાવે, કૃષ્ણ ઈચ્છાને સમજી ગયા. તેઓ કુબ્જાની પાસે ગયા. એમણે અત્યંત

કોમળતાની સાથે એના કોડને સ્પર્શ કર્યો. તે ભગવાનના આ પ્રેમના સ્પર્શથી એટલી ખુશ હતી કે એના કોડ થોડી જ ક્ષણોમાં એના શરીરથી ગાયબ થઈ ગયા. તે એક સુંદર સ્ત્રી બની ગઈ. કૃષ્ણએ એના ચંદન-લેપનો સ્વીકાર કર્યો. સાચ્ચી સફળતા એ છે જે બીજાઓની સાથે પ્રાપ્ત કરવામાં આવે. જો આપણે સાર્થક જીવન વ્યતીત કરવામાં બીજાઓની મદદ કરીએ છીએ, તો આપણું પોતાનું જીવન પણ સાર્થક થઈ જાય છે. જો આપણે પોતાની કોઈ પણ જવાબદારીની ઉપેક્ષા કરીએ છીએ, તો આપણે જીવનમાં ખુશ નથી રહી શકતા. આપણે પોતાના બાળકો, પતિ/પત્ની, માતા-પિતા, વૃદ્ધો-વડીલો, સમુદાય રાષ્ટ્ર અને સંસાર પ્રત્યે જવાબદાર છીએ. જીવનની અખંડતા એટલી અદ્ભુત છે કે જો ભારતમાં ગુલાબ દળ તોડવામાં આવે તો સુદૂર ધ્રુવોની જમીનના ટુકડાઓમાં હલચલ થઈ જાય છે. જો કે આની ગંભીરતા કે તીવ્રતા દૃષ્ટિગત નથી હોતી, પરંતુ આનો પ્રભાવ થાય છે.

ભગવાન કૃષ્ણ એક પ્રેમાળ શિશુ; એક સમર્પિત પ્રેમી; એક આજ્ઞાકારી પુત્ર; એક અનુશાસિત વિદ્યાર્થી; એક શક્તિશાળી યોદ્ધા; એક મહાન ગુરુ; એક જવાબદાર પતિ; એક વિશ્વાસી મિત્ર; એક સાચ્ચા સુધારક; એક નિર્ભીક ક્રાંતિકારી; એક સુદૂર સુપરમેન; એક મહાન પિતા અને એ બધાથી ઉપર તેઓ પરમાત્મા હતા. એમના પ્રેમમાં એટલી ઊંડાણતા હતી કે જ્યારે દશકો પછી તેઓ કુરુક્ષેત્રમાં રાધાને મળે છે અને રાધાની સાથે બીજી સ્ત્રીઓ રાધાને સવાલ કરે છે કે, ''શું આ એ જ કૃષ્ણ છે કે બદલાઈ ગયા છે?'' રાધાએ નિખાલસતાથી જવાબ આપ્યો, ''જો કે એમનું શરીર વધી ગયું છે, પરંતુ આ એ જ કૃષ્ણ છે. અત્યારે પણ આ જ મારા કૃષ્ણ છે. ....રાધાના કૃષ્ણ'' સંપૂર્ણ કુરુક્ષેત્ર 'રાધા-કૃષ્ણ' 'રાધા-કૃષ્ણ'...ની ધ્વનિથી ગૂંજી ઉઠ્યું.

આટલી જ ગંભીરતાથી એમણે દૈત્યો સાથે લડાઈ કરી. તેઓ ગુરુ સાંદીપનીના આશ્રમમાં ગયા અને એટલા જ સમર્પણથી ત્યાં વિદ્યાર્જન કરી. આ જ કૌશલ અને અનુભવથી એમણે મહાભારતના યુદ્ધમાં અર્જુન અને પાંડવોનું માર્ગદર્શન કર્યું. એમનું સમર્પણ; એમની પ્રકૃતિ; એમની મહેનતે એમને ભારતના ઘર-ઘરમાં લેવાવાળું નામ આપ્યું.

સમર્પણમાં જીવન સાર્થક બને છે. અખંડતાથી આ પ્રેરણાદાયી બને છે. ધાર્મિકતાથી આ સ્વર્ગિક થઈ જાય છે. સયત્ન પ્રયત્નથી આ સફળ થાય છે. જાગરૂકતાથી આ ઉત્સવ બને છે. આ બધું ત્યારે જ શક્ય છે, જ્યારે આપણને એ વિશ્વાસ હોય કે આપણી પાસે ફક્ત એક તક છે.

આવો, આપણે જીવનને ઉત્સવની જેમ મનાવીએ, જેમ આપણાં ઈશ્વર કૃષ્ણએ કર્યું, કેમ કે એમણે કર્યું આથી આપણે પણ કરી શકીએ છીએ.

૧૭

આંતરિક અને બાહ્ય દુનિયાની વચ્ચે સંતુલન

અન્યાયશ્ચિન્તયન્તો માં યે જનાઃ પર્યુપાસતે ।
તેષાં નિત્યભિયુક્તાનાં યોગક્ષેમં વહામ્યહમ્ ॥

- ગીતા

જે મારા દેવીરૂપ પર પૂરી શ્રદ્ધાથી નિત્યપ્રતિ ધ્યાન લગાવે છે. પોતાની સમસ્ત સાંસારિક તેમજ આધ્યાત્મિક જરૂરિયાતોને પૂર્ણ થતાં મેળવે છે.

એક નિરાશાવાદી કહે છે -''જીવનમાં આનંદ નથી. આ દુઃખ અને કષ્ટથી ભરેલું છે, પ્રેમના નામ પર બનાવટી નાટક થાય છે. જીવનમાં પ્રેમ છે જ નહીં, આ કાંટાઓથી ભરેલું છે. જીવનમાં ફૂલોના દર્શન નથી થતાં. આ ભૂખ અને અર્થવગરની ભાગમભાગ છે. આ નિરર્થક છે.'' આ રીતની નિરાશાવાદિતા અને ઉદાસી નિરાશાવાદી વિચારધારાનું પરિણામ છે. જ્યારે કોઈ સમુદાય લાંબા સમય સુધી દુઃખ, તકલીફોને સહન કરે છે તો આ પ્રકારની વિચારધારા પેદા થાય છે. લેખકોને પેટ ભરવા માટે લખવું પડે છે. જીવન નૈસર્ગિક છે, પરંતુ ફક્ત એ લોકો માટે જેમને આ અવસર હાથ લાગ્યો છે અને જેમણે આને આરામદાયક બનાવવાનો પૂરો પ્રયત્ન કર્યો છે.

જીવન દિશાહીન નથી હોતું. આપણે પોતાની આંતરિક અને બાહ્ય દુનિયાનું ધ્યાન રાખવું પડે છે. પ્રત્યેક ક્ષણ, આપણે પોતાની બાહ્ય દુનિયાથી બે-ચાર થવું પડે છે. આખરે, આપણું અસ્તિત્વ આ જ દુનિયામાં તો છે, પરંતુ સત્યનું બીજું પાસું એ પણ છે કે પોતાની આંતરિક દુનિયા વગર આપણું કોઈ અસ્તિત્વ નથી. જેઓ સતત કહે છે કે જીવન નિરર્થક છે, એમના માટે પણ જીવનનો એક અર્થ છે. એક નિરાશાવાદી વ્યક્તિ જીવનના અંધકારનો અનુભવ કરે છે. જ્યાં સુધી

કોઈ આંતરિક દુનિયા નહીં હોય ત્યાં સુધી કોઈ અનુભૂતિ પણ નહીં થાય. ભલે કાંટાઓનો અહેસાસ થાય કે અર્થ વગરના બૂમ-બરાડાથી વિરક્તિ કે ભૂખથી મરવાવાળા બાળકો માટે પીડાનો અનુભવ, આંતરિક દુનિયા વગર એને મહેસૂસ નથી કરી શકાતું. બરાબર એવી જ રીતે તાજનું સૌંદર્ય, કોઈ છોકરીના મોહક રૂપ કે પ્રેમિકાના શ્વાસોને આંતરિક દુનિયાના વગર અનુભવ નથી કરી શકાતા. પ્રકૃતિનું સૌંદર્ય ભલે તે હિમાચ્છાદિત શિખર હોય કે સમુદ્રતટ પર નૃત્ય કરતી તરંગો, આ બધાને મહેસૂસ કરવા માટે આંતરિક દુનિયાની જરૂર હોય છે.

આપણે પોતાની બાહ્ય દુનિયાને જોઈએ છીએ, પરંતુ આપણે પોતાની આંતરિક દુનિયાથી જ અનુભવ કરીએ છીએ. આપણી આંતરિક દુનિયામાં જોવાનું ફક્ત એક માધ્યમ જ નથી, આ આપણું અસ્તિત્વ છે. આપણી આંતરિક દુનિયા જ આપણે માણસ બનાવે છે. એના વગર તો આપણે માંસ અને હાડકાઓનું માળખું માત્ર થઈ જઈશું.

આપણે આમાંથી કોઈ એકને પણ અણદેખ્યું નથી કરી શકતા. આપણે બંનેનું ધ્યાન રાખવું પડશે. ક્રૂર રાજાઓ અને દુર્જન દૈત્યોથી કૃષ્ણની લડાઈ બાહ્ય દુનિયાની માંગ હતી, પરંતુ પોતાના બાળપણના મિત્રોની સાથે એમની રમત આંતરિક દુનિયાની પોકાર હતી. માતા યશોદાથી લુકા-છુપી એમના બાળપણનું નૈસર્ગિક કૃત્ય હતું. આ પવિત્ર સુખ માટે હતું.

આપણે પોતાની દૈનિક જરૂરિયાતોને પૂરી કરવી પડે છે, પરંતુ ભૌતિકતાવાદી સુખોને પ્રાપ્ત કરવા માટે પરમાનંદનો પરિત્યાગ કરવો, જીવનને નિરર્થક વસ્તુઓ પર લુટાવવા બરાબર છે. આપણે અર્થવગરની વસ્તુઓમાં ના ખોવાવું જોઈએ.

કૃષ્ણએ પોતાની આંતરિક અને બાહ્ય બંને દુનિયાનું ધ્યાન રાખ્યું. એમણે ગુજરાતના સમુદ્ર-તટ પર દ્વારકાને શોધી. એમના નેતૃત્વમાં આ ભારતનું સૌથી સમૃદ્ધ રાજતંત્ર બન્યું, પરંતુ પોતાની રાજકીય જવાબદારીઓને નિભાવવાના ક્રમમાં તેઓ વાંસળી વગાડવાનું ના ભૂલ્યા. ત્યાં સુધી કે મહાભારતના યુદ્ધ દરમિયાન પણ એમની વાંસળી એમની સાથે જ હતી. એવું કહેવામાં આવે છે કે એમને એમની વાંસળીથી એટલો પ્રેમ હતો કે રાધાને પણ એને સ્પર્શવાની પરવાનગી આપતા ન હતા, જ્યારે કૃષ્ણ રાધા માટે જ વાંસળી-વાદન કરતા હતા.

અર્જુન એક મહાન યોદ્ધા હતા, પરંતુ યુદ્ધથી પહેલાં કૃષ્ણએ એમને દેવતાઓનો આશીર્વાદ પ્રાપ્ત કરવા માટે પ્રેરણા આપી. પહેલાં અર્જુને ભગવાન શિવને પ્રસન્ન કરવા માટે સાધના કરી. શિવે પ્રસન્ન થઈને એમને દુશ્મનોને મારી નાંખવાવાળા શક્તિશાળી હથિયાર પશુપતિ અસ્ત્ર આપ્યું. યુદ્ધથી પહેલાં ભગવાન કૃષ્ણએ અર્જુનને જમ્મૂ ક્ષેત્રના ત્રિકૂટ શિખર પર જઈને દેવી માતા વૈષ્ણોદેવીનો આશીર્વાદ પ્રાપ્ત કરવાની સલાહ આપી. અર્જુને એમની સલાહ માનીને તદાનુસાર કામ કર્યું.

સફળતા માટે આપણે અંગત પ્રયત્નો, ગુરુનું માર્ગદર્શન, વડીલોનો પ્રેમ અને સ્વર્ગિક આશીર્વાદની જરૂર હોય છે. એવા ઉદાહરણ પણ જોવા મળે છે, જેમાં ઈશ્વરમાં વિશ્વાસ ના કરવાવાળાઓએ સફળતા પ્રાપ્ત કરી હોય, પરંતુ એમના જીવનમાં વિરોધાભાસ હોય છે. તેઓ સતત કર્મના પ્રભાવમાં રહે છે. તેઓ ઘણી બધી વસ્તુઓનો આનંદ નથી ઉઠાવી શકતા. દેવી આશીર્વાદની કોઈના પણ મસ્તિષ્ક પર રાહત આપવાવાળી અસર હોય છે. જો આપણે આધ્યાત્મિક જીવન જીવીએ છીએ તો આપણાં જીવનમાં સુખ અને શાંતિ હાજર થાય છે. અહીંયા દેવી આશીર્વાદ પ્રાપ્ત કરવાનો એ અર્થ ક્યારેય નથી કે તમે બનાવટી અને તથાકથિત ગુરુઓના ચક્કરમાં ફરતા રહો, એનાથી સાવધાન રહેવાની જરૂર છે. કૃષ્ણની સલાહ છે કે પોતાના કર્તવ્યોનું નિર્વહન્ કરતાં-કરતાં આપણે નૈસર્ગિક આશીર્વાદ પ્રાપ્ત કરીએ. પોતાની ગીતાના ઉપદેશમાં એમણે કર્મ-યોગની વકીલાત કરી. એની સાથે-સાથે જ જ્ઞાન-યોગ અને ભક્તિ-યોગ પણ ચાલે છે. જ્ઞાન-યોગ અને ભક્તિ-યોગ આપણી આંતરિક દુનિયાથી સંબંધિત છે. આપણે પોતાના આંતરિક વિચારોને કર્મમાં બદલવા પડે છે. આ કર્મ-યોગનો મૂળમંત્ર છે.

આપણી આધ્યાત્મિક અને ભૌતિક દુનિયામાં સંતુલન હોવું જોઈએ. એવો સમાજ જે પોતાની ભૌતિક દુનિયાની ઉપેક્ષા કરે છે, તે હિંસક સભ્યતાથી નષ્ટ થાય છે. સભ્યતા જેમાં આધ્યાત્મ નથી, તે અકારણના બૂમ-બરાડા અને મુશ્કેલીઓની ભંવર-જાળ બનીને રહી જાય છે. આથી જીવનમાં એક ક્રમ જરૂર હોવો જોઈએ. અર્જુનને પોતાની શક્તિમાં વિશ્વાસ હતો, એને કૃષ્ણના આશીર્વાદમાં નિષ્ઠા હતી. જ્યારે એને કૃષ્ણ કે એમના યાદવ યૌદ્ધાઓમાંથી એકની પસંદગીનો પ્રસ્તાવ આપવામાં આવ્યો તો એણે કૃષ્ણને પસંદ કર્યા.

આધ્યાત્મથી આપણાં કર્મોમાં લય આવે છે. એવા કર્મ સંપૂર્ણ માનવ-જાતિ માટે ફળદાયી થાય છે. જ્યારે આપણે સંસારની મહાન સભ્યતાઓ પર નજર નાખીએ છીએ, તો મેળવીએ છીએ કે એ બધાએ પોતાની બંને દુનિયા પર સુયોગ્ય ધ્યાન આપ્યું છે. સંતુલિત જીવનમાં કોઈ પણ એક જ વસ્તુની સત્તા નથી હોતી.

એક સંતુલિત જીવન સંગીતમય હોય છે. પોતાના બાળપણના દિવસોમાં કૃષ્ણ પોતાની ગાયોને ચરાવવા માટે લાવ્યા કરતા હતા. જ્યારે ગાયો ચરવા લાગી હતી, તો કૃષ્ણ વાંસળી વગાડવા લાગતા હતા. ગાયોને ચરાવવી ત્યાંના સામુદાયિક જીવનનું અનિવાર્ય અંગ હતું, પરંતુ વાંસળી વગાડવી કૃષ્ણ માટે આનંદનો વિષય હતો.

અહીંયા શરીર અને મસ્તિષ્કમાં સામંજસ્ય છે. પોતાના અંતિમ સમયમાં એક શિકારીનું તીર એમને ભૂલથી વાગી જાય છે, પરંતુ તેઓ હસે છે અને એને ક્ષમા કરી દે છે. એમના જીવનમાં વિભિન્ન પ્રકારની ઘટનાઓ થઈ, પરંતુ એમના હોઠો પર હંમેશાં હાસ્ય જળવાઈ રહ્યું હતું. આથી એમણે એક સંતુલિત જીવન જીવ્યું- એક સુખમય જીવન. આ અસાધારણ જીવનને મારા સહસ્ત્ર પ્રણામ!

૧૮

પ્રભુનો આશીર્વાદ હંમેશાં તમારી સાથે

કર્મણ્યેવાધિકારસ્તે મા ફલેષુ કદાચન ।
મા કર્મફલહેતુર્ભૂમા તે સંગોઽસ્ત્વકર્મણિ ॥

- ગીતા

તને પોતાના કર્તવ્યોને નિર્વાહ કરવાનો અધિકાર છે, પરંતુ પરિણામ તારા પૂર્ણ નિયંત્રણમાં નથી હોતા. તેથી કોઈ પરિણામથી ખુદને દોષ ન આપો અને ના તો એના આસક્તિપૂર્ણ લગાવમાં ફસાવ.

આપણને હંમેશાં એ સાંભળવા મળે છે - ''મારું નસીબ મારો સાથ નથી આપતું.'' આ કથનના કેટલાય પ્રકાર છે, જેમ કે - આજકાલ મારા ગ્રહ-નક્ષત્ર ઠીક નથી ચાલી રહ્યાં; મારિ બદકિસ્મતી મારા જ પાછલા કર્મોનું પરિણામ છે; હું જીવનના સૌથી ખરાબ સમયમાંથી પસાર થઈ રહ્યો છું; મારો અંજામ મારી ઈચ્છાઓની વિરુદ્ધ છે વગેરે.

આ બધા કથન વર્તમાનની ઘટનાઓ પર આધારિત હોય છે, પરંતુ દેવ-સ્રોત ફક્ત વર્તમાન સુધી મર્યાદિત નથી રહેતા. અહીંયા ભૂત, વર્તમાન અને ભવિષ્ય ત્રણેયનું જ વિશ્લેષણ કરવામાં આવે છે. આપણી વર્તમાન પરિસ્થિતિ ઘણી વસ્તુઓ પર નિર્ભર કરે છે - આપણી વિચારધારા, આપણાં કર્મ, આપણું વાતાવરણ. એમાં કોઈ શંકા નથી કે પાલન-પોષણ અને વાતાવરણની વ્યક્તિત્વ પર વધારે અસર પડે છે, પરંતુ એની સાથે અને એના વગર પણ વ્યક્તિ જીવનમાં સારું કરે છે. આ વ્યક્તિના દૃઢનિશ્ચય અને લક્ષ્ય સુધી પહોંચવા માટે કરવામાં આવવાવાળા પ્રયત્નો પર નિર્ભર કરે છે. ઈશ્વર એક દૃઢનિશ્ચયી વ્યક્તિ પર પોતાની કૃપા વરસાવવા માટે હંમેશાં તૈયાર રહે છે.

કેટલાંક લોકોને શરૂથી જ ખાણો અને ફેક્ટરીઓમાં કામ કરવું પડે છે. એમને પોતાના બાળપણનો આનંદ ઉઠાવવાની તક નથી મળતી, પરંતુ એમાંથી પણ કેટલાક લોકો પોતાનું લક્ષ્ય પ્રાપ્ત કરીને સફળ થાય છે. આર્થિક રૂપથી પછાત સમુદાયના એક બાળકને જીવનમાં એક સામાન્ય વસ્તુ પ્રાપ્ત કરવા માટે પણ વધારે સંઘર્ષ કરવો પડે છે. આથી વ્યક્તિના જીવનમાં વાતાવરણની વૃહદ્ અસર હોય છે, ભાગ્યની વૃહત્તર અસર હોય છે અને ખુદ પોતાના જીવનની રૂપરેખા તૈયાર કરવામાં વૃહત્તમ અસર હોય છે.

શીર્ષકમાં આપવામાં આવેલું કથન ભગવાન કૃષ્ણ દ્વારા આપવામાં આવેલા ગીતા સંદેશ પર આધારિત છે. એમણે કહ્યું - ''કર્મ પર ધ્યાન કેન્દ્રિત કરો. ફળની ચિંતા ના કરો.'' પહેલી નજરમાં આ કથન અલગ અને આશ્ચર્યજનક લાગે છે, પરંતુ જ્યારે આપણે ઊંડાણતાથી આના પર વિચાર કરીએ છીએ, તો આપણને એના મહત્ત્વની જાણ થાય છે. ભલે આપણે કામ વ્યક્તિગત સ્તર પર કરીએ કે સંગઠનના સ્તર પર, આપણે લક્ષ્ય નિર્ધારિત કરીને એના અનુસાર કામ કરીએ છીએ, કામની પ્રેરણા પ્રાપ્ત કરવા માટે લક્ષ્યનું નિર્ધારણ જરૂરી છે. અપેક્ષા કે પ્રેરણા વગર કામ કરવું અશક્ય છે, આથી લક્ષ્યનું નિર્ધારણ જીવનની શરૂઆત છે. જો આપણે જરૂરથી વધારે આશા બાંધી લઈએ તો આ કર્તવ્ય/કર્મ નિર્વહન્થી આપણું ધ્યાન બીજી તરફ ખેંચાઈ શકે છે. અહીંયા સંચાલન ક્ષમતાની જરૂર હોય છે. ભગવાન કૃષ્ણએ સંકેત આપ્યો હતો કે આપણે પોતાની અંદર એવી સંચાલન ક્ષમતા વિકસિત કરવી જોઈએ. કર્મ પર ધ્યાન કેન્દ્રિત કરવાનો અર્થ છે કે આપણે કામ કરીને પોતાનું સંપૂર્ણ સામર્થ્ય એમાં લગાવી દઈએ. જો કોઈ કામ સો ટકા સમર્પણની સાથે કરવામાં આવે, તો ફળ જરૂર પ્રાપ્ત થાય છે. અહીંયા ધ્યાન કેન્દ્રિત કરવાનો એ અર્થ બિલ્કુલ નથી કે કાર્ય-સંપાદનમાં તમે સશરીર સામેલ થાઓ, આ મગજની રમત છે. આ રમતમાં વ્યક્તિએ પોતાનું મગજ, શરીર અને મન ત્રણેયને એક સાથે લગાવવા પડે છે. બળદ અને ગધેડો પોતાના શરીરતી કામ કરે છે. એનાતી કામ કરાવવાળો કોઈ બીજો હોય છે. ઘોડો વધારે ઝડપી દોડે છે, પરંતુ નિયંત્રિત ઘોડેસ્વાર કરે છે. એક સારો વ્યવસ્થાપક પોતાની કુશાગ્રતા, અંતરાત્માનો અવાજ, દિલ, મગજ અને આત્માના અવાજ પર કામ કરે છે. એનાથી એના કાર્યોમાં એક જોવા મળે છે. જ્યારે આપણે પોતાની સંપૂર્ણ દક્ષતાનો ઉપયોગ કરીને તન-મન-ધન લગાવીને કામ કરીએ છીએ, તો મહાન વસ્તુઓ પ્રાપ્ત કરી શકો છો. મહાભારતના રણક્ષેત્રમાં કૃષ્ણએ પોતાના મિત્ર અને શિષ્ય અર્જુનને આ સંદેશ આપ્યો. એમણે એના પોતાના કર્મ પર ધ્યાન કેન્દ્રિત કરવાની સલાહ આપી.

જેમણે જીવનમાં સારો-એવો અનુભવ પ્રાપ્ત કરી લીધો છે, તેઓ જ આ સંદેશને સમજી શકે છે. જીવનમાં એવા કેટલાય તત્ત્વ હોય છે, જે આપણને શંકાગ્રસ્ત કરે છે. એવા તત્ત્વ આપણા કર્મને પ્રભાવિત કરે છે. કર્મ પર ધ્યાન કેન્દ્રિત કરવા માટે ભગવાન કૃષ્ણએ અર્જુનને સુખ-દુઃખના દ્વૈતથી ઉપર ઉઠવાની સલાહ આપી. શું આ શક્ય છે? સુખ-દુઃખ વગર જીવન શું છે? એ સત્ય છે કે જીવનમાં જો સુખની તક મળે છે, તો દુઃખની ક્ષણ પણ આવે છે.

પીડા અને આનંદ, સુખ અને દુઃખ વગેરેના દ્વૈત વગર જીવન શક્ય નથી, પરંતુ જો તમે આ ભાવનાઓ સાથે ચિપકેલા રહેશો તો એનાથી તમારું માનસિક સંતુલન પ્રભાવિત થશે. મહાભારતના યુદ્ધ પહેલાં અર્જુન ભાવુક થઈ ગયા. એમણે પોતાના સગા-સંબંધીઓને બંને તરફથી લડતા જોયા. એમણે અંગત સ્તર પર યુદ્ધને રોકવા ઇચ્છ્યું, પરંતુ કૃષ્ણ માટે આ એક સત્ય અને અસત્ય વચ્ચેની લડાઈ હતી. ધાર્મિક સામાજિક વ્યવસ્થાની સ્થાપના કૃષ્ણની મુખ્ય ચિંતા હતી. અર્જુને જ્યારે એનાથી અનુરોધ કર્યો કે તેઓ પોતાના રથ બંને સેનાઓની વચ્ચે ઉભા કરે, તો કૃષ્ણએ એવું જ કર્યું. એમણે અર્જુનની શંકા દૂર કરીને એ સ્પષ્ટ કર્યું કે આ લડાઈ રચનાત્મક અને વિધ્વંસાત્મક તાકાતોની વચ્ચેની છે. આવા યુદ્ધમાં આપણે રચનાત્મક પક્ષથી લડવું જોઈએ.

પલાયનતા કોઈ વસ્તુનો જવાબ નથી. તમે જીવનથી પલાયનતા નથી કરી શકતા, નિર્ણાયક લડાઈમાં તમારે ભાગ લેવો જ પડશે. કોઈ મુશ્કેલ પરિસ્થિતિને ટાળવાથી જીવન સરળ નથી થતું. બીજી તરફ, આ જીવનને મુશ્કેલ બનાવી દે છે. જીવનમાં આપણે પરિસ્થિતિ અનુસાર નિર્ણય લઈને કામ કરવું પડે છે. અર્જુન પોતાના નજીકના સંબંધીઓનો જીવ બચાવવા માટે એક મુશ્કેલ પરિસ્થિતિને ટાળી રહ્યાં હતા. આપણને પોતાના દૈનિક જીવનમાં પણ આ જોવા મળે છે કે લોકો પોતાના ભ્રષ્ટ સંબંધીઓને બચાવવા માટે અપરાધ કરે છે. બૉલીવુડની ફિલ્મોમાં પણ આ વારંવાર દોહરાવવામાં આવે છે કે એક અપરાધી પિતા પોતાના ભ્રષ્ટ પુત્રને બચાવવા માટે ઓછી હરકતો કરતો રહે છે. આ પ્રક્રિયામાં કેટલાય નિર્દોષ લોકો માર્યા જાય છે, અંતમાં હીરો આવે છે અને વિલનની બર્બરતાથી સામાન્ય જનતાને બચાવે છે, આખરે ન્યાય થાય છે. આમતો આ રીયલ લાઈફની વાર્તા નથી, પરંતુ વાસ્તવિક જિન્દગીમાં પણ આવી ઘટનાઓ જોવા મળે છે.

જો જન-સામાન્ય કોઈ મહત્ત્વપૂર્ણ મુદ્દા પ્રત્યે નિરપેક્ષ બની રહે તો એનાથી સમાજમાં કેટલાય પ્રકારના અસંતુલન પેદા થાય છે. આવી પરિસ્થિતિમાં શું સાચું

છે અને શું ખોટું છે, એની વચ્ચે અંતર કરવું મુશ્કેલ થઈ જાય છે. સંપૂર્ણ પરિદૃશ્ય જ અસમંજસમાં ભાગતું નજરે પડે છે. આથી પ્રત્યેક વ્યક્તિનું એ કર્તવ્ય છે કે તે સત્યના પક્ષમાં પોતાના અવાજને બુલંદ કરે. પ્રત્યેક વ્યક્તિએ સમાજના જવાબદાર સભ્ય હોવું જોઈએ. ફક્ત એક જવાબદાર વ્યક્તિ જ સંગઠન માટે ઉપયોગી થઈ શકે છે, પલાયનતા કરવાવાળાઓની કોઈ ઉપયોગિતા નથી, બેકાર જિન્દગી જીવવાથી સારું છે કે આપણે મૃત્યુ સ્વીકાર કરી લઈએ. કૃષ્ણને અર્જુનની ઉપયોગિતા જ્ઞાત હતી. એમણે એને બેકાર વ્યક્તિની જેમ વાત કરવાની અનુમતિ ના આપી, આથી એમણે પોતાનો ઉપદેશ પણ આપ્યો. ભગવદ્ગીતાનો સંદેશ સાર્વભૌમિક છે. આ માનવ-જીવનના મનોવિજ્ઞાન અને દર્શનનું સુંદર મિશ્રણ છે. હંમેશાં લોકો બધું જ ભગવાન પર છોડી દે છે. એમાં સંદેહ નથી કે ભગવાન છે. તેઓ લોકોની મદદ પણ કરે છે, તેઓ યોગ્ય અને સાચ્ચા માણસને પોતાનો આશીર્વાદ આપે છે; એવું બધા ધર્મોમાં કહેવામાં આવે છે, પરંતુ ઈશ્વરના નામ પર આપણે જ્વલંત મુદ્દાઓને ટાળી નથી શકતા. જીવન એટલું સાર્થક અને અખંડ છે કે જો તમે ભારતમાં એક ફૂલ તોડો તો અમેરિકાની જમીન હલે છે, જો કે, એનું ધોરણ એટલું સૂક્ષ્મ છે કે લોકો એને નથી અનુભવતા, પરંતુ આ સત્ય છે. દરેક ક્રિયાના વિપરીત પ્રતિક્રિયા હોય છે, આથી કોઈ સમસ્યાને ટાળવી એનું સમાધાન નથી.

કૃષ્ણ જાણતા હતા કે યુદ્ધથી અર્જુનની પલાયનતાનો દુર્યોધન અને એના દુર્જન સાથીઓ પર સારો પ્રભાવ નહીં પડે. તેઓ પાંડવોને કાયર સમજશે, બની શકે છે કે તેઓ લોકોને પહેલેથી વધારે પરેશાન કરવા લાગે. એનાથી નિરંકુશતા વધશે.

કોઈ વ્યક્તિનું કર્મ ફક્ત એના જીવન સુધી મર્યાદિત નથી હોતું. પ્રત્યેક વ્યક્તિ કોઈને કોઈ પરિવાર, સમાજ કે સંગઠન વગેરેથી સંબંદ્ધ હોય છે. પ્રત્યેક વ્યક્તિની ગતિવિધિનો સંબંધ સમાજના ઉત્થાનથી હોય છે, આથી એક સુનિયોજિત સંગઠનમાં એક પલાયનવાદીને સહન નથી કરવામાં આવતો. ભલું, કૃષ્ણ અર્જુનની પલાયનતાને કેવી રીતે સહન કરી શકતા હતા. કૃષ્ણ-અરુજન સંવાદના માધ્યમથી સંપૂર્ણ માનવ-જાતિને સંદેશ મળ્યો.

વ્યક્તિએ દયાળુ અને મદદગાર થવું જોઈએ, પરંતુ ખોટા રસ્તા પર ચાલવાવાળાઓ પર ના તો દયા વર્તવાની જરૂર છે અને ના તો એમની મદદ કરવી જોઈએ. સંબંધોના નામ પર ખોટી પરિપાટીને વધારો આપવો બિલ્કુલ

ન્યાય યોગ્ય નથી, ખોટા કાર્યોના કારણે એક સંગઠન પોતાની ચમક ગુમાવી બેસે છે. જ્યારે કોઈ સંગઠનની વિશ્વસનીયતા પર પ્રશ્ન-ચિહ્ન લાગી જાય છે, તો સંગઠન મૃતપ્રાય થઈ જાય છે. અર્જુને જીવનના ગૂઢ અર્થને સમજ્યો. અર્જુનની પાસે સફળ વ્યક્તિ હોવાના બધા ગુણ હાજર હતા, પરંતુ એને જીવનનો ગૂઢ અર્થ સમજવાની જરૂર હતી. જીવનના દરેક ક્ષેત્રમાં પારંગત થવા માટે આ જરૂરી હોય છે.

કૃષ્ણએ અર્જુનને રણક્ષેત્રના મધ્યમાં એ અર્થ સમજાવ્યો, એનું પણ પોતાનું મહત્ત્વ છે. કૃષ્ણ યોગના ભગવાન હતા અને અર્જુન યોગના વિદ્યાર્થી. તેઓ રણક્ષેત્રની વચ્ચે હતા. જીવન એક યુદ્ધ છે, આપણે દરેક ક્ષણે જીવનના દ્વૈતનો સામનો કરવો પડે છે. જે જીવનના દ્વૈતથી વિચલિત થયા વગર પોતાના કામને નૈતિક રીતે અંજામ સુધી પહોંચાડવામાં લાગ્યા રહે છે, તેઓ યોગ્શ્વર બની જાય છે. એક સાહસી વ્યક્તિ પરિસ્થિતિઓની આગળ ઘુંટણો નથી ટેકવતા બલ્કે પરિસ્થિતિઓ એની આગળ ઘુંટણો ટેકવી દે છે. અર્જુન પરિસ્થિતિથી વિચલિત થઈ ગયા હતા, પરંતુ કૃષ્ણએ એના ભાવનાત્મક વહાવને રોક્યો.

જે કર્મ-યોગમાં વિશ્વાસ કરે છે, તેઓ પરિસ્થિતિઓથી ભાગતા નથી. પરિણામ ભલે જે પણ હોય, તેઓ પરિસ્થિતિનો સામનો કરે છે. જો કોઈ સંગઠનનો પાયો નાખતા સમયે કોઈ એને નંબર વન બનાવવાનું સપનું જુએ છે, તો એમાં કોઈ ખરાબી નથી, પરંતુ જો એ સંબંધમાં તે પોતાના મગજમાં કોઈ શંકા પાળી લે છે, તો એનાથી એના કર્મ પર ખરાબ અસર પડે છે.

આપણે પોતાના કામની શરૂઆત પૂરી ચેતના અને પૂરા આત્મવિશ્વાસની સાથી કરવી જોઈએ. નાની-એવી સફળતા પણ મહત્ત્વપૂર્ણ થાય છે, આપણે બીજાઓથી પોતાની તુલના કરીએ છીએ અને પોતાની મહેનતને ઓછી કરીને આંકીએ છીએ. આપણે સાવધાન રહેવું પડે છે. આપણે તુલનાત્મક અને વિવેચનાત્મક બનવું પડે છે, પરંતુ સો ટકા સફળતા (પ્રયત્નના સાપેક્ષ) અશક્ય છે. એવી સફળતા પ્રાપ્ત કરવા માટે અથાગ મહેનત કરવી પડે છે. કર્મનો વિકલ્પ નથી. જ્યારે આપણે પૂરી રીતે સમર્પિત થઈને કામ કરીએ છીએ, તો આપણને સફળતા જરૂર મળે છે. કૃષ્ણએ અર્જુનને એવા કર્મ માટે પ્રેરિત કર્યા. એવા કર્મ કર્યા પછી તમને ઈશ્વરનો આશીર્વાદ જરૂર પ્રાપ્ત થશે. ભગવાનના નામ પર આળસ કરવાથી કોઈ ફળ પ્રાપ્ત નથી થતું.

૧૯

પ્રસ્તુતિ કુશળતા

બુદ્ધિયુક્તો જહાતીહ ઉભે સુકૃતદુષ્કૃતે ।
તસ્માદ્યોગયાય યુજ્યસ્વ યોગઃ કર્મસુ કૌશલમ્ ।।।

- ગીતા

જેઓ ભક્તિમાં લીન થઈ જાય છે, તેઓ કર્મની દ્વૈતભાવનાથી પરે થઈ જાય છે. એની પ્રાપ્તિ હેતુ જીવનમાં કુશળતા જ સર્વોચ્ચ પ્રયત્ન છે.

વિષયવસ્તુ મહત્ત્વપૂર્ણ છે અને પેકેજિંગ પણ એટલી જ મહત્ત્વપૂર્ણ છે. ક્યારેક-ક્યારેક સાધારણ ચહેરાવાળી છોકરીને વિશ્વ-સુંદરીનો તાજ મળી જાય છે, એવા જ ચહેરાવાળી બીજી છોકરી એ ગ્લેમરનો સ્વાદ પણ નથી ચાખી શકતી, જે વિશ્વ-સુંદરના પગ ચૂમે છે. કોઈની પાસે આવડત છે; કોઈની પાસે દક્ષતા છે; કોની પાસે સુંદર ચહેરો છે; તો કોઈની પાસે નિર્મળ હૃદય છે વગેરે, પરંતુ એમને સફળતા ના મળી. તેઓ સફળતાનો પીછો કરતા રહે છે, પરંતુ એ પકડી નથી શકતા. સફળતા એમના માટે કાલ્પનિક વસ્તુ બની રહે છે, જેને તેઓ ક્યારેય નથી મેળવી શકતા. તરસ છીપાવવા માટે પાણીના ટીપાની વાત તો દૂરની છે, તેઓ જીવનની મરુભૂમિમાં ક્યારેય મૃગ મરીચિકાનો પણ અહેસાસ નથી કરી શકતા.

પ્રસ્તુતિની જરૂર અહીંયા જ હોય છે. પ્રસ્તુતીકરણની ક્ષમતા જો કોઈમાં નથી, તો તે પોતાનો કોઈ વિચાર યોગ્ય ઢંગથી લોકો સુધી નથી પહોંચાડી શકતા. પરીક્ષામાં વિદ્યાર્થીઓને પોતાના જવાબ પ્રસ્તુત કરવાના હોય છે. જેનું પ્રસ્તુતિકરણ ઉત્તમ હોય છે, એમને વધારે અંક પ્રાપ્ત થાય છે. એક ટ્રેનર ટ્રેનિંગ આપવાના ક્રમમાં અભ્યાર્થિઓ સમક્ષ પોતાનું જ્ઞાન અને પોતાના અનુભવ પ્રસ્તુત કરે છે. એક સફળ વ્યક્તિની પ્રસ્તુતીકરણ ક્ષમતા શ્રેષ્ઠ હોય છે.

અહીંયા એક વાત સ્પષ્ટ કરવી જરૂરી છે કે યોગ્ય પ્રસ્તુતીકકરણ માટે રસ્તો પણ યોગ્ય હોવો જોઈએ. તમે કોઈને થોડા સમય માટે મૂરખ બનાવી શકો છો, પરંતુ બધાને હંમેશાં માટે મૂરખ બનાવવા અશક્ય છે. દીર્ઘકાલિક પ્રસ્તુતીકરણ ક્ષમતા વિકસિત કરવા માટે યોગ્ય ગુણોનું હોવું જરૂરી છે. કૃષ્ણનું જીવન સ્વર્ગિક ગુણોથી ભરેલું પડ્યું હતું. એમનો દરેક શબ્દ સાર્થક હતો. બધાએ એમના નૈસર્ગિક ગુણોની પ્રશંસા કરી. ત્યાં સુધી કે એમના દુશ્મન પણ એમના ગુણોના કાયલ હતા. અમે પહેલાં જ બતાવી ચુક્યા છીએ કે મહાભારત યુદ્ધથી પહેલાં અર્જુનના મનમાં સેંકડો પ્રશ્ન ઊભા થઈ ગયા. અર્જુનના મસ્તિષ્ક પર શંકાઓના વાદળ હટાવવા માટે કૃષ્ણએ જીવનનો અર્થ અને એનું લક્ષ્ય એ રીતે પ્રસ્તુત કર્યું કે ઉદાસ અર્જુન હથિયાર લઈને ખરાબ તાકાતો વિરુદ્ધ લડવા માટે તરત જ આગળ આવી ગયા.

કૃષ્ણના મોહક વ્યક્તિત્વથી આકર્ષિત થઈને લોકો એમની તરફ ખેંચાતા ચાલ્યા આવતા હતા. વ્રજની ગોપીઓ વ્યક્ત કે અવ્યક્ત રૂપથી કૃષ્ણના પ્રેમમાં ડૂબેલી રહેતી હતી. સારા પ્રસ્તુતીકરણ માટે વ્યક્તિને સ્થાન, સંબંધિત વ્યક્તિ અને યોગ્ય સમયની યોગ્ય જાણકારી હોવી જોઈએ. ગોપીઓ પ્રત્યે કૃષ્ણની પ્રવૃત્તિ અલગ હતી અને એ સમયના યોદ્ધાઓ પ્રત્યે એમની પ્રવૃત્તિ બિલ્કુલ અલગ હતી. માતા યશોદા માટે તેઓ હંમેશાં એક ભોળા-ભાળા બાળક બની રહ્યાં. રાધા માટે કૃષ્ણ એક પ્રેમ કરવાવાળા પ્રેમી હતા. પોતાની રાણીઓ માટે તેઓ એક કર્તવ્યપરાયણ પતિ હતા. દ્રૌપદી એમને રક્ષક ભ્રાતાના રૂપમાં જોતી હતી. કંસ માટે તેઓ અભીષ્ટ દુશ્મન હતા. કંસે પોતાની આખી જિંદગી એ ડરમાં જ પસાર કરી કે કૃષ્ણના હાથે એનો વધ થશે. કૃષ્ણ આ બધી ભૂમિકાઓમાં ફિટ હતા, કેમ કે એમનું પ્રસ્તુતીકરણ પાક્કું હતું. મહાભારત યુદ્ધની શરૂઆતમાં એમણે ગીતાનો ઉપદેશ આપ્યો. અર્જુન તૈયાર તો થયા, પરંતુ સામાન્ય તર્કો દ્વારા નહીં. ગીતા-સંવાદ અઢાર અધ્યાયોમાં વહેંચાયેલો છે, દરેક અધ્યાયમાં એક અલગ વિષયની ચર્ચા છે. પ્રથમ અધ્યાયમાં આપણને અર્જુનના ભાવુક અને ઉદાસ મનની ઝલક મળે છે. બીજા અધ્યાયમાં આત્માના અમર હોવાની ચર્ચા છે. ત્રીજા અધ્યાયમાં કર્મ-યોગ છે. ચોથા અધ્યાયમાં જ્ઞાન, ભક્તિ અને કર્મ-યોગનું વિવરણ છે. પાંચમા અધ્યાયમાં કર્મ અને મુક્તિ કે નિર્વાણનું વર્ણન છે, સાથે જ એની વચ્ચેના સંબંધને પણ દર્શાવવામાં આવ્યું છે. છઠ્ઠા અધ્યાયમાં આત્મનિયંત્રણ યોગને બતાવવામાં આવ્યો છે. સાતમા અધ્યાયમાં જ્ઞાન-વિજ્ઞાન યોગ પર ચર્ચા છે. આઠમા અધ્યાયમાં શાશ્વત પરમાત્માનું વર્ણન છે. નવમા અધ્યામાં સ્વર્ગિક જ્ઞાન

અને જીવનના રહસ્ય વિશે બતાવવામાં આવ્યું છે. દસમા અધ્યાયમાં ઈશ્વર વિશે બતાવવામાં આવ્યું છે કે સંસારની સારી વસ્તુઓમાં કૃષ્ણના વિશ્વસ્વરૂપનું દર્શન થાય છે. બારમા અધ્યાયમાં ભક્તિ યોગ છે. બરાબર, એ જ રીતે આગળના અધ્યાયોમાં અલગ-અલગ વિષયો જે એનાથી સંબંધિત છે એનું વર્ણન મળે છે. અંતિમ અધ્યાયમાં અર્જુન ઘોષણા કરે છે કે તે યુદ્ધ માટે તૈયાર છે અને એમના મનમાં હવે કોઈ શંકા નથી. ગીતામાં જીવનની લડાઈ લડવા માટે મનોવૈજ્ઞાનિક તૈયારીનું વર્ણન મળે છે. દસમા અધ્યાય સુધી કૃષ્ણ, અર્જુનને એક મિત્રની જેમ સમજાવે છે. કૃષ્ણ અલગ-અલગ વિષયો પર અર્જુનને જ્ઞાન આપે છે, પરંતુ અર્જુન કોઈ પણ પ્રકારથી સમજી નથી શકતા, પરંતુ કૃષ્ણ જ્યારે પોતાનું વિશ્વરૂપ બતાવે છે, તો અર્જુન આત્મસમર્પણ કરી દે છે. અગિયારમાં અધ્યાય સવાલ કરવાનો પ્રશ્ન નથી ઉઠતો. આ અધ્યાય પછી ગીતાનો સ્વર બદલાઈ જાય છે. હવે કૃષ્ણ ગુરુ તરીકે નજરે પડે છે અને અર્જુન દિવ્ય જ્ઞાનથી ઓત-પ્રોત વ્યક્તિ નજરે પડે છે. કોઈને સમજાવવા માટે સૌથી પહેલાં મિત્રવત્ વ્યવહાર કરવો પડે છે, પરંતુ એટલું જ પૂરતું નથી હોતું. એના માટે સત્યનો આધાર પણ એટલો જ મહત્ત્વપૂર્ણ હોય છે. દસમા અધ્યાય પહેલાં કૃષ્ણ જીવન અને મૃત્યુ વિશે વાતો કરી રહ્યાં હતા. એમણે જ્ઞાનની અલગ-અલગ શાખાઓ પર પ્રકાશ નાખ્યો. એમણે કર્મ-યોગના મહત્ત્વને સમજાવ્યું. અર્જુન આમ તો કૃષ્ણના ઉપદેશ પર પૂરું ધ્યાન આપી રહ્યાં હતા, પરંતુ એમના સવાલોથી એટલું જરૂર સ્પષ્ટ હતું કે તેઓ હજુ પૂરી રીતથી એમનાથી રાજી ન હતા. દસમા અધ્યાયમાં ભગવાન ઘોષણા કરે છે કે પૃથ્વી પર જેટલી પણ સારી વસ્તુઓ જોવા મળે છે એમાં ઈશ્વરના અસ્તિત્વનો સંકેત છે. અહીંયા તેઓ ખુદને ઈશ્વર ઘોષિત કરે છે. તેમ છતાં તેઓ અર્જુનને પૂરી રીતે તૈયાર નથી કરી શકતા, અંતમાં તેઓ પોતાના વિશ્વરૂપમાં પ્રગટ થાય છે, અર્જુનને સત્યના દર્શન થાય છે. અહીંયાથી પાછલા દસેય અધ્યાયોનો અર્થ સમજમાં આવી જાય છે. તમારે પોતાના સામર્થ્ય અને પોતાના ઉત્પાદનની ઉપયોગિતા સિદ્ધ કરવા માટે પ્રદર્શન કરવું પડે છે. શબ્દોનો સમન્વય સત્યના અનુરૂપ હોવો જોઈએ, ત્યારે જ તમે કોઈને સંમત કરી શકો છો.

સત્યનું પરીક્ષણ તમારા દૃષ્ટિકોણ પર નિર્ભર કરે છે. કોઈ પણ વસ્તુને જોવા-પરખવા માટે તમારી દૃષ્ટિ વિભિન્ન પ્રવૃત્તિઓનો યોગ છે. કૃષ્ણએ અર્જુનને દિવ્ય-દૃષ્ટિ આપી, એનાથી અર્જુનની દૃષ્ટિ ઉત્તમ થઈ ગઈ. અર્જુને ભીષ્મ, દુર્યોધન અને વિરોધી પક્ષના કેટલાય યોદ્ધાઓના મૃત્યુને પહેલેથી અનુમાનિત કર્યા, પરંતુ

તેઓ પોતાના પુત્ર અભિમન્યુના મૃત્યુનું પૂર્વાનુમાન ના કરી શક્યા. એનું કારણ શું છે? આપણે જાણીએ છીએ કે અર્જુનનો પુત્ર અભિમન્યુ મહાભારતના યુદ્ધમાં માર્યો ગયો. તે દુશ્મનો તરફથી યોદ્ધાઓનું અનુમાન કરી રહ્યા હતા, પરંતુ પોતાના પક્ષથી કોઈના મૃત્યુની આશા ના કરી શક્યા. અર્જુનની આશાઓએ એના દૃષ્ટિકોણને પ્રભાવિત કર્યો. તે ભગવાન કૃષ્ણ દ્વારા પ્રદર્શિત સંપૂર્ણ સત્યનું અવલોકન ના કરી શક્યા. એમણે પોતાની આશાઓ અનુસાર, વસ્તુઓનું પૂર્વાનુમાન કર્યું અને તે તૈયાર થઈ ગયા. લોકો ગુરુ અને રક્ષકની શરણ શોધે છે. જ્યારે એમને આ ધોરણ પર ફિટ કોઈ વ્યક્તિ મળી જાય છે, તો તે સમંત થઈ જાય છે. છોકરીઓ પોતાના મગજમાં પોતાના જીવનસાથીની એક આદર્શ તસ્વીર બનાવે છે. બરાબર એવી જ રીતે છોકરાઓના મગજમાં પણ ભાવી પત્નીની એક કાલ્પનિક તસ્વીર હોય છે. જો વાસ્તવિક જિન્દગીમાં એમને એનાથી મેળ ખાતા જીવનસાથી મળી જાય છે, તો એમનું જીવન સુખદ થઈ જાય છે, પરંતુ જો એવું નથી થઈ શકતું, તો એમની જિન્દગી કષ્ટકારી બની જાય છે. મોટાભાગે લોકો પોતાની આશાને સત્યમાં નથી બદલી શકતા. તેથી મોટાભાગના લગ્નો દુઃખાન્ત થાય છે.

જો કોઈ વસ્તુને અપેક્ષાઓ અનુરૂપ પ્રદર્શિત કરવામાં આવે, તો તે અનુકરણીય બની જાય છે. કૃષ્ણ સર્વવ્યાપી હતા, એમને વ્યક્તિના ભૂત, વર્તમાન અને ભવિષ્યની જાણકારી હતી. એક સેલ્સમેન પોતાની વેચાણકળા પ્રદર્શિત કરવા પર ધ્યાન કેન્દ્રિત કરે છે. એક દૃષ્ટા ભવિષ્ય વિશે વિચારે છે જ્યારે ઈશ્વર પ્રત્યેક ક્ષણનું ધ્યાન રાખે છે. કૃષ્ણએ અર્જુનને એક વિક્રેતાની શૈલીમાં સમજાવવાનો પ્રયત્ન ના કર્યો, એમની શૈલી અદ્વિતીય હતી. એમના મસ્તિષ્કમાં સમગ્ર માનવ સમુદાયના પરમ કલ્યાણનો વિચાર હતો.

એક સારા પ્રસ્તુતીકરણ માટે ભૂત, વર્તમાન અને ભવિષ્યની ઉત્તમ અને ઊંડી ભાગીદારીની જરૂર હોય છે. એમણે અર્જુનને કહ્યું, ''તને જે આજે બતાવી રહ્યો છું એને ઘણાં સમય પહેલાં સંસારના સર્જનના સમયે જ મેં સૂર્ય ભગવાનથી કહી દીધું હતું.'' આ એક વાક્ય એમના સદીઓ જૂના અનુભવને વ્યક્ત કરવા માટે પૂરતું છે.

અલ્પકાળ માટે મળવાવાળા લાભને જોઈને કરવામાં આવવાવાળા પ્રયત્ન અસરકારક નથી હોતા. આપણે સમગ્ર વિકાસની વાતો કરીએ છીએ. આપણે એવા વિકાસની અપેક્ષા કરીએ છીએ, જે ભાવી પેઢીઓની જરૂરિયાતોને પૂરી કરી શકે. એક પ્રશિક્ષકનો પ્રયત્ન હોય છે કે તે પ્રશિક્ષણ પ્રાપ્ત કરવાવાળાઓને વધારે

પ્રવીણ બનાવે. પ્રશિક્ષણ આપવાનો ઉદ્દેશ્ય જ એ હોય છે કે પ્રશિક્ષાર્થી સંગઠન માટે એક ઉપયોગી અને અસરકારક સંસાધન બને. બની શકે છે કે પ્રશિક્ષાર્થી વ્યક્તિ સંગઠનમાં ટકે નહીં અને પોતાની જૉબ બદલી લે. છતાં પણ, એનું પ્રશિક્ષણ સંસ્થા માટે એક એસેટ જ છે. કોઈ વ્યક્તિની આવડત ફક્ત એને વ્યક્તિગત સ્તર પર એના ફાયદાની નથી હોતી બલ્કે તે સમાજ માટે પણ ઉપયોગી થાય છે. વ્યક્તિગત પ્રગતિમાં જ સમાજનું પણ ઉત્થાન થાય છે.

કૃષ્ણએ ભારતની સામાન્ય જનતા અને રાજ-પરિવારના સભ્યોની વચ્ચે પાંડવોની વાતને ઉત્તમ અંદાજમાં પ્રસ્તુત કરી. આથી લોકોનો મત કૌરવો વિરુદ્ધ હતો. વાસ્તવિક યુદ્ધ પહેલાં જ અડધી લડાઈ જીતી ચુકાઈ હતી. કૌરવો તરફથી લડવાવાળા બધા વરિષ્ઠ યોદ્ધા યુદ્ધ પહેલાં જ ઉદાસ થઈ ગયા હતા. એમને જાણ થઈ ચુકી હતી કે તેઓ ખોટા પક્ષ તરફથી લડી રહ્યાં છે, એમનું હૃદય પાંડવોની સાથે હતું. ઉદાસ સૈનિકોના સહારે યુદ્ધ નથી જીતી શકાતું. યુદ્ધ જીતવા માટે ઊર્જાવાન અને ઉત્સાહી લોકોની જરૂર હોય છે.

જ્યાં સુધી પ્રસ્તુતીકરણની ક્ષમતા તમારી અંદર નહીં હોય, ત્યાં સુધી કાં તો તમે એકલા જિન્દગી જીવવા માટે બાધ્ય રહેશો અથવા પછી ખોટા પક્ષમાં ઊભા રહેશો. કર્ણ એક મહાન યોદ્ધા હતો, પરંતુ એની પાસે પ્રસ્તુતીકરણની ક્ષમતા ન હતી. તે પોતાની વાત સુયોગ્ય ઢંગથી પ્રસ્તુત ના કરી શક્યો. તે ખોટા પક્ષમાં ચાલ્યો ગયો અને જીવનની લડાઈ હારી ગયો. કેટલાય લોકો એવા હોય છે, જેમની પાસે પ્રસ્તુતીકરણની ક્ષમતા નથી હોતી અને આથી તેઓ એ મકુામ પર નથી પહોંચતા જ્યાં એમને હોવું જોઈએ. ભગવાને પોતાના બધા કાર્યોની પ્રસ્તુતિ અતિઉત્તમ રીતથી કરી, આથી ગીતા આજે પણ પ્રાસંગિક છે. જેઓ જુવનમાં સારું કરવા ઇચ્છે છે, એમના માટે કૃષ્ણનું જીવન અને એમનો સંદેશ મદદરૂપ સાબિત થશે. ભલે તે આધ્યાત્મિક જીવન હોય કે સાંસારિક કે બંને.

૨૦

આનાકાની અને માનસિક અવરોધ પર વિજય

નષ્ટો મોહઃ સ્મૃતિર્લબ્ધા ત્વત્પ્રસાદાન્મયાચ્યુત ।
સ્થિતોઽસ્મિ ગતસંદેહઃ કરિષ્યે વચનં તવ ॥

- ગીતા

હે અચ્યુત કૃષ્ણ! તમે મારા ભ્રમને દૂર કરી દીધો છે. તમારી કૃપાથી મને પોતાની સ્મૃતિ શક્તિની પુનર્પ્રાપ્તિ થઈ છે. હવે હું સમસ્ત સંશયોથી મુક્ત છું. નિયતિની આ સ્થિતિમાં, હું તમારી આજ્ઞાનું પાલન કરવા તૈયાર છું.

આપણાં જીવનમાં કેટલાય પ્રકારની આનાકાની અને માનસિક અવરોધ સામેલ હોય છે. આપણે જે કહેવા ઈચ્છીએ છીએ, તે આનાકાનીને કારણે કહી નથી શકતા. માનસિક આપણાં ભૂતકાળથી જોડાયેલી હોય છે. કૃષ્ણનું વ્યક્તિત્વ આનાકાની અને માનસિક અવરોધોથી દૂર હતું. જેને તેઓ સત્ય અને વૈધ માનતા હતા એને એમણે આગળ વધાર્યા.

શરુઆતથી જ પાંડવ આનાકાનીમાંથી પસાર થઈ રહ્યાં હતા. બીજી તરફ દુર્યોધન બેશર્મની હદોને પાર કરવાવાળા દુઃસાહસનો શિકાર હતો. તે શકુનિ દ્વારા પ્રદર્શિત અનૈતિક તત્ત્વોના પ્રભાવમાં દબાયેલો હતો. ધૃતરાષ્ટ્ર આશંકાઓથી ગ્રસ્ત હતા, તેઓ કોઈ પણ નિર્ણય કરી શકતા ન હતા. તેઓ આ અનિર્ણયની સ્થિતિથી ફાયદો ઉઠાવવા ઈચ્છતા હતા. કૃષ્ણ ક્યારેય અનિર્ણયની સ્થિતિમાં રહેતા ન હતા. તેઓ દિવ્ય અવતારના જીવિત ઉદાહરણ હતા. કૃષ્ણનું અનિર્ણયની સ્થિતિમાં હોવાનો અર્થ હતો કે જીવન અને સમાજમાં કોઈ કાયદો, કોઈ અનુશાસનનું ના રહી જવું.

કૃષ્ણએ એક રાક્ષસી પૂતનાને મારવાનો નિર્ણય લીધો અને એને મારી નાંખી. પૂતના ત્યાં માતાના વેશમાં આવી હતી, પરંતુ એનો ઈરાદો બાલકૃષ્ણને મારવાનો હતો. માં, માં હોય છે, એના નામને બદનામ કરવું શર્મસાર કરવાવાળી ગતિવિધિ છે. દોષીને સજા આપવામાં કોઈ આનાકાની ના હોવી જોઈએ. ભગવાન કૃષ્ણે એને મારી નાંખી.

ભગવાન કૃષ્ણએ પ્રકૃતિ અને ક્ષેત્રનું પ્રતિનિધિત્વ કરવાવાળા ગોવર્ધનની પૂજાનો નિર્ણય કર્યો. પ્રકૃતિના સંરક્ષણ પર માનવજાતિનું ભવિષ્ય નિર્ભર કરે છે. જો આપણે પોતાના સંસાધનોનું સંરક્ષણ કરીશું તો આપણે સંસાધનથી પરિપૂર્ણ રહીશું. એમણે નિર્ણય કરી લીધો અને ગતિવિધિઓના કેન્દ્રમાં રહેવાવાળા લોકોને સમજાવવાનો પ્રયત્ન કર્યો. એમની શૈલી સૌથી અલગ હતી. એક વખત, નિર્ણય કર્યા પછી તેઓ લક્ષ્ય તરફ વધી જતા હતા. કેટલાંક વરિષ્ઠ સભ્યો કે વડીલોના મનમાં કેટલીય આશંકાઓ હતી. એમના મનમાં એ ખોટી ધારણા હતી કે ઈન્દ્ર પ્રકૃતિ અને વર્ષાના દેવતા છે, પરંતુ કૃષ્ણની પ્રવૃત્તિ વૈજ્ઞાનિક હતી. કૃષ્ણ આશ્વસ્ત હતા કે વરસાદનું થવું પારિસ્થિતિકી સંતુલનનું પરિણામ છે. તેઓ પોતાના આદર્શ પર ચાલ્યા અને લક્ષ્યને પ્રાપ્ત કર્યું. આજકાલ પણ કેટલાય લોકો એ ખોટી ધારણાના શિકાર છે, જે એ સમયના વડીલોના મનમાં હતી, પરંતુ કૃષ્ણએ પોતાની અદ્ભુત સંવાદ-સંપ્રેષણીયતાથી લોકોને સમજાવ્યા અને એમને એક નિશ્ચિત દિશામાં ચાલવા માટે ના ફક્ત તૈયાર કર્યા બલ્કે આશ્વસ્ત પણ કર્યા. ઈન્દ્રએ જ્યારે બદલો લેવા માટે સંપૂર્ણ વ્રજને નષ્ટ કરવા ઈચ્છયું, તો કૃષ્ણએ એમનાથી મુકાબલો કર્યો. એમણે લોકો માટે ઊભા થઈને ઈન્દ્રને પરાજિત કર્યા. આ ઘટનાથી લોકોના મસ્તિષ્કમાં ઉઠી રહેલાં અવરોધ અને આનાકાની હંમેશાં માટે સમાપ્ત થઈ ગઈ. એમને વિશ્વાસ આવી ગયો કે કૃષ્ણ જે પણ નિર્ણય લે છે, તે સત્ય હોય છે. એવા લોકો જે દબાવના વાતાવરણમાં મોટા થાય છે, એમનામાં આનાકાની અને માનસિક અવરોધ હોય છે, પરંતુ જેનું બાળપણ સ્વતંત્ર અને ઉન્મુક્ત વિચારોવાળા વાતાવરણમાં પસાર થાય છે, એમનું જીવન સુખમય થાય છે. એમના જીવનમાં આનાકાની અને માનસિક અવરોધ માટે કોઈ જગ્યા નથી હોતી.

મોટાભાગના લોકો પર એક નિશ્ચિત છાપ હોય છે. આપણાં મનમાં સંપ્રદાય કે દેશ વિશેષ પ્રત્યે એક નિશ્ચિત ભાવના હોય છે. આપણે એના જ અનુસાર કામ કરીએ છીએ. અહીં થોડાં વર્ષોમાં એક સંપ્રદાય વિશેષના કેટલાંક લોકો કટ્ટરપંથી ગતિવિધિઓમાં લુપ્ત થઈ ગયા. આ આંકડાઓના આધાર પર અમે એ નિષ્કર્ષ

કાઢ્યો કે અમુક સંપ્રદાય આતંકવાદીઓનો સમુદાય છે. આ તાર્કિક વિસંગતિ છે. આ રીતની ખોટી ધારણાઓ પર કોઈ પણ નિર્ણાયક ટિપ્પણી કે લેબલ લગાવવું તદ્દન ખોટું છે.

બરાબર એવી જ રીતે, આપણાં મનમાં વિપરીત સેક્સ પ્રત્યે એક નિશ્ચિત ધારણા છે. આપણે એને ધ્યાનમાં રાખીને કામ કરીએ છીએ, આથી આપણે એક કાલ્પનિક જીવન જીવીએ છીએ, વાસ્તવિક જીવન જીવવા માટે આપણે વ્યક્તિને સમજવાની જરૂર છે, વ્યક્તિત્વને નહીં. વ્યક્તિત્વ, આપણી અંદર હાજર 'ખુદ' અને બાહ્ય ઉપસ્થિતિ બંનેનું સમ્મિલન છે, પરંતુ વ્યક્તિ વ્યક્તિત્વથી પરે છે. એ જરૂર છે કે વ્યક્તિત્વની એક નિશ્ચિત છાપ હોય છે, પરંતુ તે સમયની સાથે બદલાતી રહે છે. જ્યારે આપણે દસ કે વીસ વર્ષો પછી કોઈ વ્યક્તિને મળીએ છીએ, તો આપણને એનું વ્યક્તિત્વ બદલાયેલું લાગે છે, પરંતુ જ્યારે આપણે એના અંતરમનમાં નજર કરીએ છીએ, તો જાણીએ છીએ કે આ વ્યક્તિ તો એ જ છે, જે એક દશક પહેલાં હતો.

આપણે કોઈ વ્યક્તિ સાથે જોડાવાને બદલે એના વ્યક્તિત્વ સાથે જોડાઈ જઈએ છીએ. કૃષ્ણ બંને સ્તરો પર કામ કરતા હતા. સાધારણ મનુષ્ય પર કૃષ્ણના વ્યક્તિત્વની એક અલગ છાપ હતી. ગોપીઓએ કૃષ્ણના વ્યક્તિરૂપ અને વ્યક્તિત્વ બંનેને સારી રીતે સમજ્યા. એમને કૃષ્ણના વસ્ત્ર, એમની શૈલી, એમનું હાસ્ય અને એમની ગતિવિધિ, બધું જ પસંદ હતું, સાથે જ એમણે વ્યક્તિ કૃષ્ણને પણ સમજ્યા. એમને પરમાત્મા કૃષ્ણનું પણ જ્ઞાન હતું. કૃષ્ણએ કિશોરાવસ્થામાં પ્રવેશ કરવાથી પહેલાં વ્રજ છોડી દીધું, પરંતુ વ્રજવાસીઓ પર તેઓ પોતાની અમિટ છાપ છોડી ગયા. કૃષ્ણનું વ્રજ છોડ્યા પછી એમના દૂત ઉદ્ધવ વ્રજ પહોંચ્યા. તેઓ વિરહ-વિદગ્ધા ગોપીઓના ઘા પર મલમ લગાવવા આવ્યા હતા. તેઓ પોતાના પ્રેમી કૃષ્ણ, વ્હાલા કૃષ્ણ, આકર્ષક કૃષ્ણ, પ્રિયતમ કૃષ્ણ, ભગવાન કૃષ્ણ, રક્ષક કૃષ્ણ, સર્વશક્તિમાન કૃષ્ણ...વગેરેને યાદ કરી-કરીને પાગલ થઈ રહી હતી. ઉદ્ધવે એમને કૃષ્ણને ભૂલી જવા માટે કહ્યું. તેઓ એમને ભૂલી શકતી હતી, જો તેઓ કૃષ્ણની બાહ્ય ઉપસ્થિતિથી પ્રેમ કરતી, પણ એમણે તો કૃષ્ણના વ્યક્તિત્વની ઊંડાઈમાં જઈને વ્યક્તિ કૃષ્ણને શોધ્યા, એમનો પ્રેમ એ વ્યક્તિ માટે હતો. મોટાભાગના મામલાઓમાં તથાકથિત પ્રેમની પરિણતિ અસફળતાના સ્વરૂપમાં સામે આવે છે કેમ કે લોકો વ્યક્તિત્વથી પ્રેમ કરે છે, વ્યક્તિથી નહીં. નિઃસંદેહ, વ્યક્તિ સુધી પહોંચવાનું માધ્યમ વ્યક્તિત્વ જ છે. વ્યક્તિ શુદ્ધ હોય છે, પરંતુ વ્યક્તિત્વ ફક્ત એક છાપ છે. પ્રેમી વ્યક્તિત્વની નજીક આવે છે, પરંતુ તેઓ ટકે તો વ્યક્તિની સાથે જ છે. વ્યક્તિત્વનું મિલન અસ્થાયી હોય છે, પરંતુ વ્યક્તિનું

મિલન સ્થાયી હોય છે.

એક પ્રશ્ન છે - વ્યક્તિત્વને શોધવાનો સમય કોની પાસે છે? જવાબ અત્યંત સરળ છે. જેમને શાંતિ અને નૈતિક સમૃદ્ધિની ઇચ્છા છે, એમની પાસે એના માટે સમય પણ છે.

રાધા અને કૃષ્ણએ એક-બીજાના વ્યક્તિત્વને શોધ્યું. તેઓ એક-બીજાને ભૂલી ના શક્યા. દશકો પછી રાધાએ કૃષ્ણને કુરુક્ષેત્રમાં જોયા. રાધાએ પોતાના મિત્રોથી કહ્યું - ''કૃષ્ણમાં કોઈ બદલાવ નથી આવ્યો. આ એ જ બાળક છે.'' અહીંયા, રાધા વ્યક્તિત્વની વાત નથી કરી રહી. તે વ્યક્તિ-કૃષ્ણની વાત કરી રહી છે.

એક વ્યક્તિત્વ ધૃતરાષ્ટ્રનું પણ હતું. તે કોઈ વ્યક્તિને જોવામાં સક્ષમ ન હતો. તે ફક્ત આંખથી જ આંધળો ન હતો બલ્કે એના નિર્ણય કરવાની ક્ષમતા પણ ખોવાઈ ગઈ હતી. શારીરિક વિકલાંગતાને કારણે ધૃતરાષ્ટ્રનો મોટો ભાઈ હોવા છતાં રાજગાદી ના મળી. જો કે એને પોતાના નાના ભાઈ પાંડુથી પ્રેમ હતો, પરંતુ પાંડુને રાજા બનાવવાના સત્યને તે પચાવી ના શક્યો અને જ્યારે પાંડુએ ખુદને રાજગાદી પર બેસવાથી ના કહી દીધી તો ધૃતરાષ્ટ્રે કોઈ પણ તક વ્યર્થ ના જવા દીધી. એણે પોતાના પદનો ભરપૂર લાભ ઉઠાવ્યો. ગાદીના કાનૂની ઉત્તરાધિકારી યુધિષ્ઠિરને રાજગાદી ના મળે, એના માટે ધૃતરાષ્ટ્રે કેટલીય રમતો રમી. એની ડી-કંપની (દુર્યોધન અને એના સહયોગી)થી સાંઠ-ગાંઠ હતી. ડી-કંપની આશંકાઓના પ્રભાવમાં આવીને કામ કરી રહી હતી. પાંડવોને પાંચ ગામ આપવાનો કૃષ્ણનો પ્રસ્તાવ પણ દુર્યોધને નકારી દીધો. એણે ઘોષણા કરી કે તે પાંડવો માટે એક સોય બરાબર જમીન પણ નહીં છોડે. તેથી યુદ્ધ અપરિહાર્ય થઈ ગયું.

કૃષ્ણના મનમાં ના તો કોઈ આનાકાની હતી અને ના તો કોઈ આશંકા. તેઓ દુર્યોધનની પાસે આવ્યા અને સીધા શબ્દોમાં એમણે એનાથી વાત કરી. એમણે ડી-કંપનીના સુખ અને દુઃખની ચિંતા કર્યા વગર યુદ્ધને રોકવાનો પૂરો પ્રયત્ન કર્યો. સીધા અને સ્પષ્ટ શબ્દોમાં વાત કરવી એમના માટે શક્ય છે, જેઓ આશંકા અને આનાકાનીથી પરે છે. યુધિષ્ઠિરે ડી-કંપનીની બધી માંગો સ્વીકાર કરી લીધી, તે શરૂથી જ આનાકાનીથી ગ્રસ્ત હતા. ગુરુ દ્રોણના આશ્રમમાં જ્યારે પાંડવ અને કૌરવ રાજકુમાર શિક્ષા ગ્રહણ કરી રહ્યાં હતા, તો પહેલાં જ વર્ષમાં બધા વિદ્યાર્થીઓને એમના અધ્યાય કંઠાગ્ર કરવા માટે આપવામાં આવ્યા. બધાએ એવું જ કર્યું, પરંતુ યુધિષ્ઠિર એક વાક્યથી વધારે ના વાંચી શક્યા. પરીક્ષાના સમયે

ગુરુ દ્રોણે યુધિષ્ઠિરથી એના કાર્યોની પૂર્તિ વિશે પૂછ્યું. એણે નિર્ભીકતાથી જવાબ આપ્યો કે એણે ફક્ત એક વાક્ય વાંચ્યું છે. આ સાંભળીને ગુરુ દ્રોણ ક્રોધિત થઈ ગયા. એમણે યુધિષ્ઠિરને પીટવાનું શરૂ કરી દીધું, પરંતુ એ શિષ્યએ એ બધું જ સહન કર્યું. અંતમાં ગુરુએ થાકીને પીટવાનું બંધ કરી દીધું. ગુરુએ પૂછ્યું - ''તને ગુસ્સો કેમ નથી આવતો?'' યુધિષ્ઠિરે શાંત થઈને જવાબ આપ્યો -ગુરુવર, અમારા અભ્યાસનું પ્રથમ વાક્ય હતું - 'પોતાના ક્રોધ પર નિયંત્રણ કરવું જોઈએ'. મેં એ જ વાક્ય પર પોતાનું ધ્યાન કેન્દ્રિત કર્યું. મેં પોતાના ક્રોધ પર નિયંત્રણ કરવાનો પ્રયત્ન કર્યો અને મેં એવું જ કર્યું. તમે મને ખરાબ રીતે પીટ્યો, પરંતુ મેં પોતાનું માનસિક સંતુલન ના ગુમાવ્યું.'' ગુરુ પોતાના શિષ્યના પ્રદર્શનથી ખુશ થઈ ગયા અને એને ગળે લગાવી લીધો.

યુધિષ્ઠિરે પોતાના સ્વભાવ પર એ હદ સુધી નિયંત્રણ કરી લીધું હતું કે તેઓ અન્યાયનો વિરોધ કરવાનું પણ ભૂલી જતા હતા, પરંતુ ભીમ, યુધિષ્ઠિરની આ શૈલીનું સમર્થન કરતા ન હતા. એમને જ્યાં પણ અન્યાય દેખાતો હતો, તેઓ એનો વિરોધ કરતા હતા. કૌરવોના મનમાં અવરોધ હતા અને યુધિષ્ઠિરના મનમાં આનાકાની. અવરોધ કે આનાકાની મનની અંદર હોય તો વ્યક્તિઓનું મળવું શક્ય નથી હોતું, આથી યુદ્ધ અપરિહાર્ય થઈ ગયું હતું. ભગવાન કૃષ્ણ આનાકાની અને અવરોધથી પરે હતા, આથી એમણે પોતાના જીવનનો ભરપૂર આનંદ ઉઠાવ્યો. જો તમે પણ પોતાના જીવનનો આનંદ ઉઠાવવા ઇચ્છો છો, તો આનાકાની અને અવરોધ પર વિજય પ્રાપ્ત કરો, પરંતુ એના પર વિજય પ્રાપ્ત કરવાનો એ અર્થ ક્યારેય નથી કે તમે બેશર્મ થઈ જાઓ અને પોતાનાથી મોટાઓ તેમજ આદરણીય વ્યક્તિઓનો કારણ વગર વિરોધ કરો. આજે આપણે અહીંયા છીએ કેમ કે આપણાં માતા-પિતાએ આપણને જન્મ આપ્યો, ગુરુઓએ આપણને શિક્ષા આપી અને પરિવારવાળાઓએ આપણને પ્રેમ આપ્યો. તેથી, માનસિક અવરોધ કે આનાકાનીથી મુક્ત થવાનો એ અર્થ ક્યારેય નથી કે આપણે બેશર્મી કે દુઃસાહસ કરીએ. આ આપણને પ્રામાણિક, કર્તવ્યનિષ્ઠ અને દયાળુ બનાવે છે.

કૃષ્ણના મનમાં કોઈ અવરોધ કે આનાકાની ન હતી, પણ એમની અંદર બધા મનોવાંચ્છિત ગુણ હાજર હતા. ફક્ત પોતાની ઉત્તમતા અને પોતાની પ્રશંસા ઇચ્છવાવાળાઓ માટે ક્યાંય કોઈ સ્થાન ન હતું. આનાકાની અને માનસિક અવરોધ પર વિજય પ્રાપ્ત કરવાનો અર્થ છે કે જે વસ્તુ જેવી છે એવી જ બતાવવામાં આવે. કૃષ્ણએ એવું કર્યું અને આપણે પણ એવું કરી શકીએ છીએ, તમે એક વખત પ્રયત્ન કરો. એના માટે આપણે પોતાની બીજી ઊણપો અને સ્વાર્થ પર પણ વિજય પ્રાપ્ત કરવો પડશે. આ મુશ્કેલ છે, પરંતુ અશક્ય નથી. કેટલાય કૉર્પોરેટ ગુરુઓએ પોતાની જિન્દગીમાં આને શક્ય કરી બતાવ્યું છે.

૨૧

માસૂમ બનો, અજાણ નહીં

તમુવાચ હૃષીકેશઃ પ્રહસન્નિવ ભારત ।
સેનયોરુભયોર્મધ્યે વિષીદન્તમિદં વચઃ ॥

- ગીતા

(સંજયએ પોતાની દિવ્યદષ્ટિથી જોતાં કહ્યું) હે ધૃતરાષ્ટ્ર! ત્યારે ભગવાન કૃષ્ણએ વચ્ચે એક મધુર હાસ્ય વિખેરતા વિષાદગ્રસ્ત અર્જુનની તરફ જોઈને કહ્યું, ''હવે સેનાઓ યુદ્ધ માટે તૈયાર છે.''

માસૂમિયત દિવ્ય છે, પરંતુ અજાણ હોવું એક અવગુણ છે. જ્યારે હું આ કહું છું તો બીજા ચિંતક દ્વારા કહેવામાં આવેલું કથન- ''અજ્ઞાનતા (અજાણ હોવું) આશીર્વાદ છે.'' પણ મને યાદ રહે છે. મેં આ કથનની ઊંડાણતામાં જવાનો પ્રયત્ન કર્યો. આ ચિંતકની વિચારધારા કે એનો ઇરાદો અલગ હતો. હકીકતમાં, તેઓ કહેવા ઇચ્છતા હતા કે માનવ-જાતિ તથ્યો અને આંકડાઓના ચક્કરમાં ખરાબ રીતે ફસાઈ રહે છે. એનાથી આપણી માનવતા નષ્ટ થાય છે. આપણે જીવનના આનંદ-પથથી વિચલિત થઈ જઈએ છીએ, જિન્દગી યંત્રવત્ થઈ જાય છે. આપણે જીવનના કેન્દ્રથી દૂર એની પરિધિ પર જ રોકાઈ જઈએ છીએ, આથી એમની નજરમાં અજાણ એ લોકો છે, જેઓ તથ્યો અને આંકડાઓને કારણ વગર જ્ઞાનમાં નથી બહેક્યા. એવું અજાણ્યાપણું કે અજ્ઞાનતા આશીર્વાદ છે. હું પણ એનાથી સંમત છું.

પરંતુ જ્ઞાન અલગ વસ્તુ છે. ચિંતકે અજ્ઞાનતા કે અજાણ્યાપણાને સૂચનાના વિપરીતાર્થક શબ્દની જેમ ઉપયોગ કર્યો છે. બીજા શબ્દોમાં કહીએ તો એના અર્થને પણ સીમિત કરી દેવામાં આવ્યો છે, પરંતુ સૂચનામાં બુદ્ધિમતા કે વિવેકશીલ જ્ઞાન સુધી પહોંચવાની વચ્ચે પ્રોસેસિંગ કરવું પડે છે.

સૂચનાને જ્યારે તમે પ્રોસેસ કરો છો, તો તે જ્ઞાન બને છે અને જ્ઞાનને પ્રોસેસ કરવાથી તે બુદ્ધિમતા કે વિવેક બને છે. એવી સૂચના જે ભવિષ્ય માટે પણ પ્રાસંગિક છે, તે જ્ઞાન છે. એ જ્ઞાન જે શાશ્વત છે, તે બુદ્ધિમતા કે વિવેક છે. જ્યારે તમે વિવેકશીલ થઈ જાઓ છો, તો તમે દિવ્ય થઈ ઉઠો છો, દિવ્યતા પ્રાપ્ત કરવી સુખદ છે. અજ્ઞાનતા અને દિવ્યતા પરસ્પર વિપરીત શબ્દ છે, આથી અજ્ઞાનતા અભિષ્ટ નથી. નિશ્છલતા કે ભોળાપણું અજ્ઞાનતા અને દિવ્યતાના દ્વૈતથી પરે છે. એક દિવ્ય વ્યક્તિ નિશ્છલ હોઈ શકે છે, પરંતુ એક દિવ્ય આત્મા અજ્ઞાની નહીં હોય. એક વ્યક્તિ જે જ્ઞાનના પ્રકાશથી પ્રકાશિત નથી, તે પણ નિશ્છલ હોઈ શકે છે, એક સાધારણ માણસ ક્યારેક-ક્યારેક જ્ઞાન પ્રાપ્ત કર્યા પછી પણ દેખાડાનો શિકાર થઈ જાય છે, પરંતુ જે સાચા અર્થોમાં બુદ્ધિશાળી છે, તે ક્યારેય ઘમંડ નથી કરતો અને નિશ્છલતાનો સ્વર્ગિક આનંદ ઉઠાવે છે.

ભગવાન કૃષ્ણની પાસે જ્ઞાન અને બુદ્ધિમતાનો ભંડાર હતો. એમની માસૂમિયત સંક્રામક હતી, સંપૂર્ણ વ્રજનું ક્ષેત્ર એમના ભોળાપણાના મીઠા પડછાયા તળે ચહેકી રહ્યો હતો. યશોદાએ ક્યારેય વિશ્વાસ ના કર્યો કે એમનો પુત્ર કૃષ્ણ નટખટ છે.

એમના મનમાં કૃષ્ણ માટે અનશ્વર પ્રેમ હતો. એમની મધુર સ્મૃતિમાં એમણે (યશોદાએ) પોતાની પૂરી જિન્દગી પસાર કરી દીધી. કૃષ્ણનું ભોલાપણું એમની જિન્દગીનો આધાર હતો.

આ તો એમને ખોળે લેવાવાળી માતા યશોદાની વાર્તા છે. એમના અસલ માતા-પિતાનું તો કહેવાનું જ શું? કંસને મારીને જ્યારે તેઓ પોતાના માતા-પિતાથી મળવા પહોંચ્યા તો એમને વિશ્વાસ ન આવ્યો કે આ કોમળ બાળકે એ દુર્દાંતને મારી નાંખ્યો છે. તેઓ એ મમતા માટે રોઈ પડ્યાં, જેને એમણે ગુમાવી દીધી હતી. એમને પસ્તાવો થઈ રહ્યો હતો કે તેઓ પોતાના બાળકના બાળપણનો આનંદ ના ઉઠાવી શક્યા, કૃષ્ણ પણ ભાવુક થઈ ગયા. એમના માતા-પિતા ભૂલી ગયા કે આ બાળકને સર્વશક્તિમાન ઈશ્વરની જેમ માનવામાં આવે છે, આને પ્રેમ કહે છે. આવા પ્રેમમાં લોકો પોતાનો દરજ્જો (સ્ટેટસ) ભૂલી જાય છે, દરજ્જો, માન, આદર, શ્રદ્ધા બધું જ છે, પરંતુ પ્રેમ આ વસ્તુઓથી ઉપર છે.

કૃષ્ણ ભૂલી ગયા કે રાધા પાડોશની એક છોકરી છે. રાધા ભૂલી ગઈ કે કૃષ્ણ સર્વશક્તિમાન ઈશ્વર પણ છે. પ્રેમમાં લોકો નિશ્છલ થઈ જાય છે, તેઓ પોતાની

ઓળખ ભૂલી જાય છે. પ્રેમ 'હું'ને મારવાની એક પ્રક્રિયા છે. પ્રેમ 'હું'ને વધારે વિસ્તૃત અને ગ્રાહ્ય બનાવે છે. પ્રેમમાં આપણી સ્વીકાર્યતા વધે છે, સાથે જ પ્રેમમાં આપણી ગ્રહણશીલતા પણ વધે છે. કૃષ્ણના બાળક મિત્ર એમની ઠેકડી ઉડાવતાં હતા. એમણે કૃષ્ણના સર્વશક્તિમાન હોવાનો અહેસાસ હતો, પરંતુ તેઓ પણ નિશ્છલ હતા. ઈશ્વર અને એમના મિત્રોની વચ્ચે કોઈ પરદો ન હતો, રમતા સમયે એમનું સ્તર સમાન હતું. નિશ્છલતા આપણને સાચ્ચા વ્યક્તિનો આનંદ ઉઠાવવા માટે આધાર પ્રદાન કરે છે. ભગવાન કૃષ્ણએ ગીતામાં બુદ્ધિમતા અને ભક્તિની વચ્ચે તારતમ્યની વકીલાત કરી છે. બુદ્ધિમતા અને ભક્તિ ત્યારે જ સાથે-સાથે ચાલે છે, જ્યારે નિશ્છલતા હાજર હોય છે. એમના નજીકના લોકોએ એમને પોતાની જિન્દગીના શ્વાસોથી વધારે પ્રેમ કર્યો. એમને કોઈનો ભય ન હતો. વાસુદેવ કૃષ્ણ પોતાના સહયોગીઓના અંતરંગ મિત્ર હતા.

અજ્ઞાનતા મનુષ્યને પુશવત્ બનાવી દે છે. અજ્ઞાનીઓના મનની અંદર સારા-ખરાબનો ભેદ નથી હોતો. તેઓ જિન્દગીની સુંદરતાને મહેસૂસ નથી કરતા. એમના આનંદને મૂરખોનો આનંદ કહી શકાય છે. એમની ભાવના ઓછા વિચારોથી નિર્દેશિત થાય છે. તેઓ પોતાની મર્યાદિત દુનિયામાં રહે છે. કૃષ્ણને મારવા માટે કંસ દ્વારા મોકલવામાં આવેલા બધા દુર્જન દૈત્ય અજ્ઞાની હતા. તેઓ પોતાના દુર્જન માલિકના આદેશનું પાલન કરી રહ્યાં હતા. એમણે ફક્ત નિર્દોષોની હત્યા કરવાનું શીખ્યું હતું. એમની દુનિયા કારણ વગરની જરૂરિયાતો સુધી મર્યાદિત હતી. તેઓ પશુવત્ વ્યવહાર કરતા હતા. એમનું લક્ષ્ય ઊંચું ન હતું.

ઘણાં મામલાઓ એવા હોય છે, જ્યાં અંધાનુકરણ કરવાવાળા નાસમજ લોકો હોય છે. તેઓ બીજાઓની નિરર્થક કલ્પનાઓ અને કારગુજારિઓનું પાલન કરવા માટે પેદા થાય છે. દુર્યોધન એક અજ્ઞાની વ્યક્તિ હતો. એણે પોતાના અંધ પિતાની મહત્ત્વાકાંક્ષા અને દુર્જન મામા શકુનિના આદેશોનું પાલન કર્યું. જ્યારે લોકોમાં નાસમજી એ હદ સુધી વ્યાપ્ત થઈ જાય છે, ત્યારે તેઓ વિનાશના રસ્તા પર ચાલી રહ્યાં હોય છે.

જીવનમાં નિશ્છલતા જાળવી રાખવા માટે આપણે પોતાના મગજને શાંત અને સંતુલિત રાખવું પડે છે. ફક્ત શાંત અને સંતુલિત વ્યક્તિ જ નિશ્છલ થઈ શકે છે. શિશુપાલે ઇન્દ્રપ્રસ્થના દરબારમાં કૃષ્ણની બેઇજ્જતી કરવાનું શરૂ કર્યું, પરંતુ કૃષ્ણએ પોતાનો કાબૂ ના ગુમાવ્યો. એક વખત કૃષ્ણની આંગળી પોતાના જ પ્રિય હથિયાર સુદર્શન ચક્રની તેજ ધારથી કપાઈ ગઈ, તત્કાળ કોઈના મગજમાં કોઈ વિચાર ના આવ્યો. દ્રૌપદીએ પોતાની કિંમતી સાડીથી એક ટુકડો ફાડીને કૃષ્ણની

આંગળી પર બાંધી દીધો, આશ્ચર્યજનક રૂપથી લોહીનું વહેવાનું રોકાઈ ગયું. કૃષ્ણ દ્રૌપદીની નિશ્છલતાથી પ્રભાવિત થયા. એણે પોતાના કપડા વિશે ના વિચારીને કૃષ્ણનું ધ્યાન રાખ્યું. એનાથી કૃષ્ણ - એ કદર પ્રભાવિત થયા કે તેઓ જરૂર પડવા પર દ્રૌપદીની પોકારની ઉપેક્ષા ના કરી શક્યા. જ્યારે દુઃશાસન દ્રૌપદીના ચીર-હરણ કરીને એની આબરું લૂંટવા ઇચ્છતો હતો, તો કૃષ્ણએ પ્રગટ થઈને દ્રૌપદીની મદદ કરી. ડી-કંપની (દુર્યોધન, ધૃતરાષ્ટ્ર અને દુઃશાસન)નો ખોટો ઈરાદો સફળ ના થયો. જો દ્રૌપદીની આબરું ના બચતી, તો પાંડવો માટે જીવિત રહેવું મુશ્કેલ હતું. બની શકે છે, તેઓ આત્મહત્યા કરી લેતાં, જુગાર રમવાના ડી-કંપનીના પ્રસ્તાવનું યુધિષ્ઠિર દ્વારા સ્વીકાર કરવામાં આવવું, ના તો નિશ્છલતા છે અને ના તો અજ્ઞાનતા. આ આજ્ઞા-પાલનના નામ પર ખોટી ગતિવિધિઓનો અભ્યાસ માત્ર છે. એણે પોતાના ભાઈઓ અને પત્નીને અંગત સંપત્તિ માન્યા, આ એક મૂર્ખતાનું ઉદાહરણ છે, જે ભવિષ્યમાં ગંભીર રૂપથી નુકસાનકારક થઈ શકે છે. જો તમે સૌથી મોટા છો, તો આનાથી તમારે એ પ્રકારનો વ્યવહાર કરવાની પરવાનગી નથી મળતી. અહીંયા જ આપણે ભોળાપણું અને જાઈ-જોઈને કરવામાં આવેલી ભૂલની વચ્ચે રેખા ખેંચવી પડે છે.

૨૨

ખુશમિજાજ બનો

જાતસ્ય હિ ધ્રુવો મૃત્યુર્ધ્રુવં જન્મ મૃતસ્ય ચ ।
તસ્માદપરિહાર્યેઽર્થે ન ત્વં શોચિતુમર્હસિ ॥

- ગીતા

જેમણે જન્મ લીધો છે, એમનું મૃત્યુ પણ થશે. મૃત્યુ ઉપરાંત પુનર્જન્મ થશે. આથી તારે પોતાના અનિવાર્ય કર્તવ્યોનો નિર્વાહ કરવામાં શોક સંતપ્ત ના થવું જોઈએ.

જીવન સુખ અને દુ:ખથી ભરેલું છે. આધુનિક સમયમાં, ખુદને સ્થાપિત કરવા માટે પણ વધારે મુશ્કેલીઓનો સામનો કરવો પડે છે. એકવીસમી સદીમાં પણ લોકો ભૂખ અને રોગચાળાથી મરી રહ્યાં છે. જ્યાં ભુખ છે, ત્યાં બીમારીઓ છે, ગરીબી છે, રોતી-કણસતી માતાઓ છે. બાળકોનું બાળપણ ખાણો અને ફેક્ટરીઓમાં કામ કરતાં-કરતાં વીતી જાય છે. તેઓ પાઈ-પાઈ માટે સંઘર્ષ કરે છે. શું એમના માટે ખુશી-ખુશી જિન્દગી પસાર કરવી શક્ય છે? આ ઉપેક્ષિત જીવનની વાર્તા છે, પરંતુ એમનું શું, જેઓ સમૃદ્ધ છે? તેઓ પણ ભાવી પેઢીઓ માટે વધારેમાં વધારે એકઠું કરવામાં લાગ્યા રહે છે. તેઓ એક શિકારીની જેમ હંમેશાં મિશન પર રહે છે. કેટલાય લોકો જીવનયાપન માટે સંઘર્ષ કરી રહ્યાં છે, તો કેટલાય અણદેખ્યાં ભવિષ્ય માટે પોતાના સામ્રાજ્યને વધારી રહ્યાં છે. કેટલાક લોકોની દિનચર્યા તો વર્તમાનમાં હોય છે, પરંતુ તેઓ ભૂતકાળમાં ડૂબેલા રહે છે. ભવિષ્યની ચિંતા કે અતીતમાં મગ્ન રહેવાને કારણે લોકો વર્તમાનને ભૂલી જાય છે. શું એવામાં ખુશમિજાજ બની રહેવું શક્ય છે ?

જીવનની કેટલીક સમસ્યાઓ શારીરિક કે ભૌતિક હોય છે, તો બીજી મનોવૈજ્ઞાનિક હોય છે. આ સિવાય પણ કેટલીય સમસ્યાઓ હોય છે, જે ના તો

શારીરિક છે અને ના તો ભાવનાત્મક. આ સમસ્યાઓ સમાજ, પરિવાર, સભ્યતા વગેરે દ્વારા લાદવામાં આવે છે. કેટલીક સમસ્યાઓ એટિટ્યૂડથી કે આદતવશ પેદા થઈ જાય છે, એ સમસ્યાઓનું નિર્માણ આપણે ખુદ કરીએ છીએ. શક્ય છે કે આ સમસ્યાઓ મનોવૈજ્ઞાનિક સમસ્યાની પરિધિને સ્પર્શ કરી લે. શારીરિક કે ભૌતિક સમસ્યાઓનું સમાધાન વ્યક્તિગત અને સામાજિક સ્તર પર સંયુક્ત રૂપથી પ્રયત્ન કરવાથી થઈ શકે છે. જ્યારે ગરીબી અને ભૂખથી સંબંધિત સમસ્યાઓ ઓછી થશે તો વિશ્વ ઉત્તમતા તરફ વધશે. શારીરિક દોષ પર ચિકિત્સા-વિજ્ઞાન અને ટેકનીકી પ્રગતિની સાથે ઘણી હદ સુધી કાબૂ મેળવી શકાય છે. બીજી સમસ્યાઓનું સમાધાન આપણે અથાગ મહેનતથી કાઢી શકીએ છીએ.

કેટલાંક લોકો ધારાની સાથે વહે છે. કેટલાંક લોકો લહેરને પોતાના પક્ષમાં કરી લે છે. કેટલાંક ના તો ધારાની સાથે વહે છે અને ના તો એની દિશાને વાળે છે. તેઓ બેસીને ધ્યાન કરે છે, તેઓ 'જે' છે પર ધ્યાન કેન્દ્રિત કરે છે. કેટલાંક લોકો એવા છે, જેઓ વિચારે છે 'શું હોવું જોઈએ'. એવા લોકો જે 'શું છે'થી પોતાનું ધ્યાન નથી હટાવતા, તેઓ ખુશ રહે છે. આનો એ અર્થ નથી કે તેઓ આળસું હોય છે અને બેસીને સારી હવાની રાહ જોયા કરે છે, પરંતુ એમને જ્ઞાન થઈ જાય છે કે જીવન કિંમતી છે. બીજી તક પ્રાપ્ત કરવી ઘણી મુશ્કેલ છે, આથી જે આનંદ 'જે છે'માં છે તે 'જે હોવું જોઈએ'માં નથી. એક વ્યક્તિ 'જે હોવું જોઈએ' એને પ્રાપ્ત કરવાના પ્રયત્ન કરી શકે છે. નિઃસંદેહ, એવું કરવું પણ જોઈએ, પરંતુ એવું કરતાં સમયે સમય અને સ્થાન પરથી વ્યક્તિની પકડ ઢીલી ના થવી જોઈએ. તમે એક મજૂર પરિવારને જુઓ. તે સળગતા તડકામાં કામ કરે છે અને ઘાસની છતવાળા ઘરમાં સાંજે પાછા આવે છે. થોડી ક્ષણ સાથે બેસીને બધા સાથે જમવાનું બનાવે છે. જે ઉપલબ્ધ છે એને ખાઈને તેઓ સંતુષ્ટ થઈ જાય છે એમને કોઈ મનોવૈજ્ઞાનિક સમસ્યા નથી ઘેરતી. બીજા દિવસે સવારે તેઓ પોતાના નાના ઘરમાંથી નિકળી પડે છે. મોબાઇલ પર ગીતો સાંભળતા-સાંભળતા તેઓ પોતાના માટે નવું કામ શોધે છે. એમના જીવનમાં એક લય હોય છે. એમને સ્વાસ્થ્ય સંબંધી સમસ્યાઓ નથી ઘેરતી. તેઓ પોતાના કામનો આનંદ નથી ઉઠાવતા. તેઓ પોતાના આ જ જીવનમાં ખુશીની કેટલીક પળ કાઢી લે છે. આપણે પોતાના કાર્યાલયમાં જોઈએ છીએ કે કેટલાંક લોકો પોતાનું કામ ખૂબ જ ઉત્સાહથી કરે છે. એમનામાં કામ પ્રત્યે એક પ્રકારનું દીવાનાપણું હોય છે. તેઓ પોતાના કામ પ્રત્યે સમર્પિત હોય છે. એમને જે જવાબદારી મળી જાય છે, એને તેઓ જવાબદારીપૂર્વક નિભાવે છે.

આ ત્યારે જ શક્ય છે, જ્યારે કોઈ વ્યક્તિ પોતાના જીવનની સમગ્રતામાં વિશ્વાસ કરે છે અને એની દરેક પળનો આનંદ ઉઠાવે છે. ભગવાન કૃષ્ણએ પોતાના બધા કાર્યોને હસતાં-હસતાં પૂરા કર્યા. એમનું જીવન ઉલ્લાસપૂર્ણ હતું. જન્મના સમયથી જ એમને સમસ્યાઓનો સામનો કરવો પડ્યો અને એ જીવનપર્યંત જળવાઈ રહ્યું. છતાં પણ, તેઓ હંમેશાં ખુશ રહ્યાં, એમના હોઠો પર હાસ્ય હંમેશાં જળવાઈ રહેતું હતું. જ્યારે કૃષ્ણ ફક્ત છ દિવસના હતા તો એક ભયાનક રાક્ષસી એમને મારવા માટે આવી, સંયોગવશ તે ખુદ મરી ગઈ. ગ્રામીણોએ જોયું કે રાક્ષસી લોહીની નદીમાં મૃત પડી હતી અને કૃષ્ણ એની છાતી પર રમી રહ્યાં હતા. એમને ચહેરા પર હાસ્ય હતું, એમને કોઈ નુકસાન પહોંચ્યું ન હતું. એમના માતા-પિતા દોડતાં-દોડતાં એમની પાસે આવ્યા. જ્યારે એમણે જોયું કે એને કોઈ નુકસાન નથી થયું તો તેઓ પોતાનો ભય ભૂલીને ખુશીથી નાચી ઉઠ્યાં. જો હસો, તો ફક્ત પોતાના માટે ના હસો. એ બધા માટે હસો જેને તમે જુઓ છો અને જે તમને જુએ છે. એક હાસ્ય હજારો જિન્દગીઓ બદલી શકે છે.

છ દિવસના બાળકની શું વાત છે? જ્યારે કૃષ્ણ જન્મ્યા તો એમના પિતા વાસુદેવ એમને વ્રજ લઈ જઈ રહ્યાં હતા. મથુરા અને ગોકુળની વચ્ચે યમુના નદી વહે છે. વાસુદેવને નદી પાર કરવી હતી. એમણે બાલકૃષ્ણને એક ટોકરીમાં લીધા અને નદી પાર કરવા લાગ્યા. વરસાદની ઋતુ હતી, અચાનક યમુનાનું જળસ્તર વધવા લાગ્યું. બાળકે યમુનાના જળનો સ્પર્શ કરી લીધો, એ સ્પર્શની સાથે જ યમુનાનું જળસ્તર ઓછું થવા લાગ્યું.

પોતાના બાળપણના મિત્રોની સાથે રમતા સમયે પણ કૃષ્ણએ કેટલીય હોનારતોનો સામનો કર્યો. ક્યારેક એમના પર દૈત્યોનું આક્રમણ થતું હતું, ક્યારેક પ્રાકૃતિક વિપદા આવીને ઊભી રહેતી હતી. નિઃસંદેહ કેટલીક કોમળ પળ પણ એ દિવસોની યાદમાં સામેલ છે. સમસ્યાઓ સાથે લડતાં-લડતાં કૃષ્ણ માટે રાધા અને બીજી છોકરીઓનો ભાવનાત્મક સહારો જરૂરી હતો. અહીંયા કૃષ્ણને પ્રેમ અને સ્નેહ મળ્યો. વૃંદાવનમાં દરેક વ્યક્તિ એમનાથી નિઃસ્વાર્થ પ્રેમ કરતાં હતા. એમણે જીવનમાં સુગમ અને કઠિન બંને ક્ષણ જોઈ, પરંતુ એમણે અંધકાર ક્યારેય ના જોયો. કૃષ્ણએ જીવનની દરેક ક્ષણનો ઉલ્લાસ મનાવ્યો. આપણે જીવનમાં પ્રત્યેક ક્ષણનું મહત્ત્વ સમજવું જોઈએ. આપણે વર્તમાન ક્ષણમાં રહેવું જોઈએ જો, આ ક્ષણ પરેશાનીઓથી ભરેલી છે, તો આગલી ક્ષણ ઉત્તમ હશે. આ ત્યારે જ શક્ય છે જ્યારે તમે ઉત્તમ મૂડ કે મનોદશામાં હશો. જો આપણો મૂડ ઉત્તમ હશે, તો આ ક્ષણ પણ આપણાં માટે ઉત્તમ બની જશે. આગલી ક્ષણ સર્વોત્તમ હશે અને આપણે સંપૂર્ણ જીવન ઉલ્લાસપૂર્વક પસાર કરીશું. જેઓ પોતાના જીવનમાં બદલાવ

લાવવા ઇચ્છે છે, એમણે ઉલ્લાસિત થવું પડશે. ભગવાન કૃષ્ણએ ઉલ્લાસપૂર્વક જીવન વ્યતીત કર્યું, આથી તેઓ માનવ-જીવનમાં કેટલાય બદલાવ લાવવામાં સક્ષમ થયા. ભગવાન કૃષ્ણ યુદ્ધના મેદાનમાં પણ ખુશમિજાજ બની રહ્યાં. આ જ આધાર પર એમણે યુદ્ધક્ષેત્રમાં ગીતાનો ઉપદેશ આપ્યો. આ માનવ ઇતિહાસમાં અદ્વિતીય છે. જો યુદ્ધક્ષેત્રમાં ગીતાનો ઉપદેશ આપી શકાય છે, તો તમે કૃષ્ણના અનોખા અંદાજનું અનુમાન લગાવી શકો છો.

યુદ્ધ દરમિયાન એમણે પ્રારંભથી અંત સુધી સારથીનું કર્તવ્ય નિભાવ્યું. એમણે પોતાનું કર્તવ્ય પૂરા સમર્પણની સાથે નિભાવ્યું. એ દરમિયાન ભારતીય ઉપમહાદ્વીપના બધા રાજાઓ અને રાજકુમારોની વચ્ચે કૃષ્ણને આદરણીય સમજવામાં આવતા હતા, પરંતુ યુદ્ધમાં એમણે વધારે નિચલા સ્તરે કામ કર્યું, નિચલા સ્તર પર કામ કરતાં-કરતાં એમણે ઇતિહાસની દિશાને વળાંક આપી દીધો. તમે જ્યાં કામ કરો છો, ત્યાં પરિવર્તન લાવી શકો છો. પરિવર્તન લાવવા માટે ગતિવિધિઓનું શીર્ષ પર હોવું જરૂરી નથી. મહાત્મા ગાંધીએ દક્ષિણ આફ્રિકામાં સત્ય અને અહિંસાના આધાર પર લડાઈ ત્યારે શરૂ કરી જ્યારે તેઓ સેલિબ્રિટી ન હતા. ઈ.સ. ૧૯૪૬ના સાંપ્રદાયિક દંગાઓમાં તેઓ લોકોને પોતાના અદ્‌ભુત અંદાજથી શાંત કરતા હતા, પરંતુ તેમ છતાં રાત્રે એમને સારી ઊંઘ આવવામાં કોઈ તકલીફ થતી ન હતી. આ ઉલ્લાસમય જીવન છે, ઉલ્લાસિત જીવન અને કર્તવ્યનિષ્ઠ જીવનની વચ્ચે કોઈ વિરોધાભાસ નથી. મહાભારત યુદ્ધ દરમિયાન કૃષ્ણ ઘોડાઓની સેવા કરતાં, એમના ઘાને સાફ કરતાં, કૂટનીતિક કાર્યોને પૂરા કરતાં, આગળની કાર્ય-યોજના બનાવતા અને વાંસળી વાદન કરતા. આવું જીવન ઉલ્લાસમય હોય છે, કામ મહત્ત્વપૂર્ણ છે, પરંતુ શોક પણ મહત્ત્વપૂર્ણ હોય છે. ડ્યૂટી મહત્ત્વપૂર્ણ હોય છે, પરંતુ નિયમિત યોગા પણ એટલો જ મહત્ત્વપૂર્ણ હોય છે. તમારી ઑફિસ જરૂરી છે, પરંતુ પરિવાર એનાથી વધારે જરૂરી છે. કામ અપેક્ષાકૃત મહત્ત્વપૂર્ણ છે, પરંતુ જીવન સર્વાધિક મહત્ત્વપૂર્ણ છે.

કૃષ્ણએ જીવનમાં કેટલાય કાર્ય કર્યા, પરંતુ તેઓ ક્યારેય ના ભૂલ્યા કે તેઓ એક પતિ, એક પુત્ર, એક પિતા અને સમાજના સામાન્ય સભ્ય પણ છે. એમણે દરેક કર્તવ્યનું નિર્વહન સારી રીતે કર્યું. જીવનમાં સંગીત હોવું, લયનું હોવું અત્યંત જરૂરી છે. પરિસ્થિતિઓ આવતી-જતી રહે છે, પરંતુ જે ક્ષણ પસાર થઈ જાય છે, તે ક્યારેય પાછી નથી આવતી. જેઓ ખુશમિજાજ છે, એમને કોઈ દુઃખ નથી ઘેરતું. સમર્પણ જરૂરી છે, બનાવટી ગંભીરતા અભીષ્ટ નથી. દરેક ક્ષણ પ્રત્યે સમર્પિત થાઓ; દરેક ક્ષણમાં હસો; તેથી દરેક ક્ષણનો ઉલ્લાસ મનાવો. ભલે જ

વાતાવરણ મારા અનુકૂળ ન હોય, ભલે હું કોઈ મુશ્કેલ પરિસ્થિતિમાં ફસાઈ ગયો હોઉં, જેના માટે હું જવાબદાર છું કે નહીં, પરંતુ હું નિરાશ નહીં થાઉં. હું એને પણ બદલી નાખીશ, મારા ચહેરા પર નિરાશા નહીં હોય બલ્કે હાસ્ય એ ઉલ્લાસ હશે. હું પોતાના માટે અને પૂરી દુનિયા માટે ઉલ્લાસિત થઈશ. ભગવાન કૃષ્ણ પોતાના સાધનોની સાથે ઉલ્લાસિત હતા. હું પણ પોતાના સાધનોની સાથે ખુશ રહીશ. જો તમે આને પોતાના જીવનનો મૂળમંત્ર બનાવી લો, તો તમે હંમેશાં ખુશ રહેશો. એક વખત તમે આને અપનાવો. તમે જોશો કે તમારું જીવન બદલાઈ ગયું છે- ભલે એ સ્તર શારીરિક હોય, પારિવારિક હોય કે કાર્યાલયથી સંબંધિત હોય. આપણે બદલાઈએ છીએ તો દુનિયા બદલાઈ જાય છે. કૃષ્ણ માટે હસો, આ લેખક માટે હસો અને સર્વોપરિ છે કે તમે પોતાના માટે હસો. નિશ્ચિત રીતે બાળપણથી જ તમારી અંતરાત્મા તમારી રાહ જોઈ રહી છે. પોતાના અંતર્મન પર મધની કેટલાંક ટીપાઓ પડવા દો; એને પલળવા દો; એને ગાવા દો; એને નાચવા દો; ફૂલોને ખિલવા દો; ચકલીઓને ચહેકવા દો; ખુશમિજાજ બનો.

ધા...ધિન...ધા..ધા..ધિન...ધિન, ભગવાન કૃષ્ણ વાંસળી વાદન કરી રહ્યાં છે...

૨૩

જિન્દગી ફૂલોની પથારી છે, પરંતુ સશર્ત

પ્રસાદે સર્વદુઃખાનાં હાનિરસ્યોપજાયતે ।
પ્રસન્નચેતસો હ્યાશુ બુદ્ધિઃ પર્યવતિષ્ઠતે ॥

- ગીતા

એ સર્વશક્તિમાન ઈશ્વરની કૃપાથી વ્યક્તિના સમસ્ત દુઃખ દૂર થઈ જાય છે. તૃપ્તિ તેમજ સંતોષની આ સ્થિતિમાં વ્યક્તિને પરમાનંદપૂર્ણ ધૈર્યની પ્રાપ્તિ થાય છે.

સાત અંધ લોકોની એક વાર્તા છે. એમને એક હાથીનું વર્ણન કરવાનું કહેવામાં આવ્યું. એમણે હાથીને એક-એક કરીને સ્પર્શ કર્યો. એક અંધે હાથીની સૂંઢને સ્પર્શ કરી અને કહ્યું કે હાથી એક સાપની જેમ છે. બીજાએ એના પગને સ્પર્શ કર્યો અને કહ્યું કે હાથી એક થાંભલાની જેમ છે. પોતાના અનુભવના આધાર પર એમણે હાથીનું વર્ણન કર્યું, પરંતુ એમનામાંથી કોઈ પણ હાથીનું વાસ્તવિક ચિત્રણ ના કરી શક્યો. આપણે વસ્તુઓના એક નિશ્ચિત પાસાને જોઈએ છીએ અને એ સંબંધમાં પોતાના કેટલાક વિચાર બનાવી લઈએ છીએ. આપણી સમક્ષ અલગ-અલગ વસ્તુઓની ખંડિત છબીઓ હોય છે. જ્યારે આપણે કોઈ વૃક્ષને જોઈએ છીએ, તો એ દરમિયાન આપણાં મગજમાં કેટલાય પ્રકારના વિચાર આવતા-જતાં રહે છે. એનો પડછાયો આપણી ધારણા કે વસ્તુઓથી સંબંધિત આભાસ પર પડે છે, આથી આપણે વસ્તુઓને એના પોતાના રૂપમાં નથી જોઈ શકતા. આપણાં મગજમાં પરિવાર, સમાજ, રાષ્ટ્ર, ધર્મ, સ્કૂલ, સંસ્કૃતિ, સાહિત્યિક, સમુદાય, ક્ષેત્રીય મહત્ત્વાકાંક્ષાઓથી ઘડાયેલાં કેટલાય પ્રતિબિંબ હોય છે. અસલી માણસ ક્યારેય જન્મ નથી લેતો. શરીર અહીંયા આવે છે અને બીજાઓની ધારણાઓ પર

વધે છે. બીજાઓની ધારણાઓ પર ચાલતા-ચાલતા શરીર પણ મરી જાય છે. જે છે એનો આનંદ લોકો નથી ઉઠાવી શકતા.

શું જીવન આ જ છે? ભલે વ્યક્તિ જીવનના નકારાત્મક પક્ષને જુએ કે સકારાત્મક પક્ષને, પરંતુ જિન્દગી એ નથી. કેટલાક લોકોની જિન્દગી કાંટાઓથી ભરેલી હોય છે. અહીંયા દગો છે; આંસુ છે; દુઃખ છે; હિંસા છે; વ્યાભિચાર છે; ભૂખ છે અને રોગ છે, એના માટે અહીંયા ધીમો પવન ક્યારેય નથી વહેતો. તેઓ કહે છે - જિન્દગીમાં કોઈ ફૂલ નથી; કોઈ સુંદરતા નથી; જો ફૂલ ખિલે છે, તો બીજાઓ માટે ખીલે છે; જો વાદળ વરસે છે તો બીજાઓ માટે; એમને પોતાની બંજર જમીન પર ઝાકળનું એક ટીપું પણ નજરે નથી આવતું. મોર એમના માટે નથી નાચતો, આ એ લોકોની ધારણે છે, જે ઓછા-વધતા એ સાત અંધ માણસોની જેમ છે.

કેટલાંક બીજા પ્રકારના લોકો પણ હોય છે. એવા લોકોમાં એક કહે છે- ''મેં ફૂલોને ખિલતા જોયા છે; મોરોને નાચતા જોયા છે; વાદળોને વરસતા જોયા છે; સુંદર છોકરીઓને હસતા જોઈ છે; ખેડૂતોને ખેતી કરતાં જોયા છે; ઝાકળના ટીપાઓને પડતાં જોયા છે... મેં પોતાના જીવનનો આનંદ ઉઠાવ્યો છે.'' હું અત્યારે પણ એનો આનંદ ઉઠાવી રહ્યો છું. હું આગળ પણ એનો આનંદ ઉઠાવીશ. ફરીથી વરસાદ થશે.. મોર ફરીથી નાચશે... ફૂલ આગળ પણ ખિલશે... સુંદરીઓ ફરીથી હસશે...મારા જીવનમાં કોઈ સમસ્યા નથી...; જે પણ અડચણ આવે છે એને હું પોતાની સમજદારીથી નિરાકરણ કરું છું તેમજ એનું સમાધાન નિકાલી લઉં છું. અહીંયા હું છું અને વસ્તુઓ છે, પરંતુ કોઈ સમસ્યા નથી. મારી પાસે અડધી-અધૂરી દૃષ્ટિ નથી, મારો કોઈ વિશેષ એટીટ્યૂડ નથી. હું વસ્તુઓને એ રીતથી જોઉં છું જેવી તે છે. આ જ મારું સત્ય છે, મારું જીવન ગુલાબોની પથારી છે.

શું તમે આવા કોઈ વ્યક્તિને પોતાના જીવનમાં જોયો છે? જો હા, તો એનાથી પ્રેરણા લો, જો નહીં તો એવા બનવાનો પ્રયત્ન કરો. કોઈ પણ સ્થિતિમાં બદલાવની જરૂર તો છે. કૃષ્ણએ અર્જુનના જીવન-પરિવર્તન માટે ગીતાનો સંદેશ આપ્યો.

આ ઉપદેશ પછી અર્જુનનું જીવન બદલાઈ ગયું. એ ક્ષણે કોઈ પણ બીજો, એ બદલાવને ગ્રહણ કરી શકતો ન હતો. એનું શરીર પણ એ જ હતું અને પરિસ્થિતિઓ પણ એ જ હતી. આ ઉપદેશથી પહેલાં અર્જુન રણક્ષેત્રની વચ્ચે હતો. તે ભગવાન કૃષ્ણની સાથે હતો, છતાં પણ ઉદાસ હતો. ગીતાનો સંદેશ ગ્રહણ કર્યા પછી તે રણક્ષેત્રમાં હતો. તે ભગવાન કૃષ્ણની સાથે પણ હતો, પરંતુ ઉદાસી ક્યાંય ન હતી. ત્યાં હવે એક બદલાયેલો અર્જુન હતો. થોડા કલાકોના ઉપદેશથી અર્જુનનું સંપૂર્ણ જીવન જ બદલાઈ ગયું. હવે તે એક અલગ અર્જુન બની ગયો. અત્યારે પણ તે રણક્ષેત્રમાં હતો, પરંતુ એના રસ્તામાં કાંટા ન હતા. એનું જીવન ગુલાબોથી લદાયેલું હતું. એણે યુદ્ધના મેદાનમાં કેટલાય શક્તિશાળી યોદ્ધાઓને મારી નાંખ્યા. તે પોતાના પુત્ર અભિમન્યુના મૃત્યુ પછીના શોકગ્રસ્ત સમયથી પણ બહાર નિકળી આવ્યો. ગીતા બદલાવનો સંદેશ છે.

આ બદલાવ ત્યારે જ આવે છે, જ્યારે તમે જ્ઞાન પ્રાપ્ત કરી લો છો. કૃષ્ણ તમને જાગૃત બનાવે છે, સાવધાન કરે છે અને ખુશમિજાજ બનાવે છે. તેઓ પલાયનતા કરી રહેલાં અર્જુનને રણક્ષેત્રમાં પાછો લાવે છે. તેઓ સંદેશ આપે છે કે જિન્દગીનો અર્થ સત્યથી ભાગવાનો નથી હોતો. જિન્દગીનો અર્થ છે સત્યનો આનંદ ઉઠાવવો. આ રોવા-ધોવા માટે નથી હોતી. આ સમારોહ છે, આ ધ્યાન છે. તમે એક ઉત્સવની જેમ મનમોહક અંદાજમાં આને ઉજવો. એમના ભાઈ બલરામ ગંભીર થાય છે; એમની પત્નીઓ ગંભીર થઈ જાય છે; પાંડવ ગંભીર થઈ જાય છે; પરંતુ કોઈએ ક્યારેય કૃષ્ણને ગંભીર થતાં નથી જોયા. લોકોને કૃષ્ણ જ્યારે પણ મળ્યા, વ્હાલા કૃષ્ણની જેમ; સ્નેહી કૃષ્ણની જેમ; યોદ્ધા કૃષ્ણની જેમ. આશ્ચર્યજનક પરાક્રમ કરતાં કૃષ્ણ, દિવ્ય કાર્ય કરતાં કૃષ્ણ અને હસતા કૃષ્ણએ લોકોનું દિલ જીતી લીધું. જીવનના અંતમાં જ્યારે કોઈ શિકારીએ એમના પગ પર તીર માર્યું, ત્યારે પણ એમણે પોતાની શાંતિ ના ગુમાવી. એમના દિલમાં શાંતિ હતી. મૃત્યુના સમયે પણ એમના હોઠો પર હાસ્ય હતું.

મૃત્યુ જીવનનું શિખર છે. જો તમે પરિવર્તિત જીવન જીવ્યું છે, તો મૃત્યુનો પણ આનંદ ઉઠાવશો. મૃત્યુ જીવનથી અલગ અધ્યાય નથી. આ જીવનનો અંતિમ અધ્યાય છે. કૃષ્ણ એક સુચિન્તિત અને સમજદારીપૂર્વકની જિન્દગીને જીવ્યા, તેથી એમનું જીવન ગુલાબોની પથારી હતું, વિચારવાવાળા એક વ્યક્તિ માટે આ ગુલાબોની પથારી છે.

જો દુઃખ આવવાનું છે, તો એને આવવા દો. જો દર્દ આવવાનું છે, તો એને આવવા દો. જો તમે એને બદલી શકો છો, તો બદલી નાખો. નકારાત્મક ક્ષણો વિશે કેમ વિચારવામાં આવે? જે ક્ષણ આવવાવાળી છે, જેને અત્યારે કોઈએ નથી જોઈ, એના વિશે કેમ વિચારવામાં આવે? પહેલાં એને આવવા દો. મૃત્યુ અને વિનાશ વિશે કેમ વિચારવામાં આવે? તમારી સકારાત્મક પ્રવૃત્તિઓ તમારા દુઃખને પણ ઉલ્લાસમાં બદલી નાખશે. મોટાભાગના લોકો ભૂતકાળના નામ પર પોતાનું વર્તમાન ખરાબ કરી નાખે છે. મોટાભાગના લોકો ડરના પડછાયા હેઠળ રહે છે. કૃષ્ણને રમતાં સમયે અને ગોવાળીયાઓને ચરાવતાં સમયે દૈત્ય પરેશાન કરતા હતા, પરંતુ એમણે મિત્રો તેમજ વ્રજની ભોલી-ભાળી છોકરીઓની સાથે રમવાનું તેમજ ગાવાનું ના છોડ્યું, નૃત્ય કરવાનું ના છોડ્યું. તેઓ ભૂતકાળથી ટંગાયેલા રહેતા ન હતા. એમણે ભવિષ્ય હેઠળ ક્યારેય જીવન નથી જીવ્યું, પરંતુ તેઓ દરેક વસ્તુનું ધ્યાન રાખતા હતા, તેઓ સ્માર્ટ હતા. એમને દુનિયાની સમજ હતી. એને સમય અને સ્થાનનું જ્ઞાન હતું.

એક સમજદાર વ્યક્તિ જ જીવનમાં સર્વોત્તમ પ્રદર્શન કરે છે. એક સ્માર્ટ વ્યક્તિ સફળ થાય છે. એક ફિકરમંદ વ્યક્તિ વિપત્તિઓ અને જોખમનો સામનો હસતાં-હસતાં કરે છે. આવા લોકો માટે જીવન ગુલાબોની પથારી છે.

૨૪

નૂતન પથ પર ચાલવું

સદાસ્વરૂસમ્પ્રાપ્ત: સર્વજ્ઞો નિત્યનૂતનઃ ।
સચ્ચિદાનન્દસાન્દ્રાંગઃ સર્વસિદ્ધિનિષેવિતઃ ॥

- ભક્તિરસામશતસિન્ધુ

ભગવાન કૃષ્ણ માયાના ચક્રથી પરે છે. તેઓ સર્વજ્ઞ છે. તેઓ હંમેશાં નવીન છે. તેઓ પરમ કૃપાળુ છે અને સમસ્ત દૈવી શક્તિઓના સ્વામી છે.

કૃષ્ણનો જન્મ મથુરાના એક બંદીગૃહમાં થયો હતો. એમણે પોતાના જમના છઠ્ઠા દિવસે એક મહિલા રાક્ષસીને મારી નાંખી. બાર વર્ષની ઉંમર પ્રાપ્ત કરવાથી પહેલાં કૃષ્ણએ સેંકડો રાક્ષસોનો નાશ કર્યો. લગભગ આ જ ઉંમરમાં એમણે દુર્જન રાજા કંસનો પણ વધ કર્યો. તેઓ સંત સાંદીપનીના આશ્રમમાં ગયા. ત્યાં એમણે માત્ર ૬૪ દિવસોમાં બધી કળાઓનું જ્ઞાન પ્રાપ્ત કરી લીધું. એમણે જરાસંઘની સાથે કેટલીય લડાઈઓ લડી. કૃષ્ણએ પોતાની કનિષ્ઠા પર ગોવર્ધન પર્વતને સાત દિવસ સુધી ઉઠાવીને રાખ્યો. તેઓ એક મહાન ચિંતક, મહાન યોદ્ધા, સંગીતકાર, ગાયક, નર્તક અને સર્વોપરી તો એ કે બધી ૬૪ કળાઓમાં પ્રવીણ હતા. એમણે મહાભારતના યુદ્ધ મેદાનમાં ગીતાનો સંદેશ આપ્યો. પોતાના જીવનકાળમાં આંતરરાષ્ટ્રીય ખ્યાતિ અર્જિત કર્યા પછી એમણે અર્જુનના સારથી બનવાનું સ્વીકાર કર્યું. એમણે એક દુર્જન રાજા દ્વારા બંદી બનાવવામાં આવેલી, સોળ હજાર છોકરીઓને મુક્ત કરાવીને પોતાના ત્યાં આશ્રય આપ્યો. ક્ષેત્રમાં શાંતિ જાળવી રાખવા માટે કૃષ્ણએ મથુરાને છોડીને અરબ સાગરના કિનારે વસેલી દ્વારકાને પોતાની રાજધાની બનાવી.

બાળપણમાં જ કૃષ્ણએ યમુનામાં નિવાસ કરવાવાળા અત્યંત ઝેરી સાપ કાળિયાથી યુદ્ધ કર્યું. આ યમુનાને સ્વચ્છ રાખવાનો એમનો અદ્દ્ભુત પ્રયત્ન હતો. એક એકલા વ્યક્તિએ આટલા બધા આશ્ચર્યજનક અસાધારણ કાર્ય કર્યાં!

લોકો આશ્ચર્યમાં પડી જાય છે અને કહે છે - ''શું આ શક્ય છે કે એકલો વ્યક્તિ આટલા બધા કાર્ય કરે? નિઃસંદેહ કૃષ્ણએ અસાધારણ જીવન જીવ્યું અને અસાધારણ કાર્ય કર્યા.''

કૃષ્ણ સિવાય પણ માનવ ઈતિહાસમાં એવા કેટલાય લોકો છે, જેમણે અદ્ભુત કાર્ય કર્યા છે. કેટલાક લોકો કહે છે - ''કૃષ્ણએ એવું કર્યું, હું પણ કરીશ. બુધ્ધે આ કર્યું તો હું પણ કરી લઈશ. ચાણક્યએ કર્યું, હું પણ કરીશ. હેનરી ફોર્ડે જે કર્યું, તે હું પણ કરીશ. ન્યૂટને જે કર્યું, હું પણ કરીશ. ગાંધીજીએ કર્યું, હું પણ કરીશ. બિલ ગેટ્સે કર્યું, હું પણ કરીશ.'' નિશ્ચિત રીતે જો કોઈ આને દોહરાવવા ઈચ્છે તો તે દોહરાવી શકે છે, પરંતુ એનાથી સફળતા હાથ નહીં આવે. કંઈ પણ દોહરાવી નથી શકાતું, તમે એનાથી પ્રેરણા લઈ શકો છો. પોતાની કાર્ય-યોજના નક્કી કરી શકો છો. તમે પરખેલાં રસ્તા પર ચાલી શકો છો. બની શકે છે, એનાથી તમને ફાયદો મળે કે નુકસાન થઈ જાય, પરંતુ એના પર ચાલીને તમે કોઈ યુગાન્તકારી પરિવર્તન નહીં લાવી શકો. જેઓ સમાજને નવી વસ્તુઓ આપે છે, તેઓ નૂતન પથ પર ચાલે છે, તેઓ પોતાના માટે એક રસ્તો બનાવે છે. ઉપર બતાવવામાં આવેલા બધા નામ હવે એક ઘટના બની ગયા છે. તેઓ બસ હવે વ્યક્તિ નથી રહ્યાં. એમનું જીવન અને એમનું કામ હવે જનતાના ડોમેનની સંપત્તિ છે. તેઓ હંમેશાં પ્રજ્વલિત શિખાની જેમ છે, જે માનવ-સમુદાયને રસ્તો બતાવે છે. તેઓ માનવ-જાતિ માટે પ્રેરણાની જેમ છે. તેઓ દરેક સમય માટે પ્રાસંગિક છે.

બિલ ગેટ્સનો સ્કૂલનો અભ્યાસ છૂટી ગયો હતો, પરંતુ આજે તેઓ સંપૂર્ણ વિશ્વમાં પ્રસિદ્ધ સંગઠન, માઈક્રોસૉફ્ટના નિર્માતા છે. જ્યારે એમણે આ કંપનીને એક મેગા કંપની બનાવી દીધી અને એના ઉત્પાદન સંપૂર્ણ વિશ્વમાં ફેલાઈ ગયા, તો એમણે કંપનીના ચેરમેનનું પદ છોડી દીધું. આજકાલ તેઓ અને એમની પત્ની માનવ-કલ્યાણના કાર્યોમાં સક્રિય ભાગીદાર છે. શું, દરેક સ્કૂલ ડ્રૉપ-આઉટ આવું કરી શકે છે? ગાંધીજીએ સત્ય અને અહિંસાના માર્ગનું અનુસરણ કર્યું. આ રાજનીતિ માટે નવો પ્રયોગ હતો. ગાંધીજીએ વિચાર્યું અને એવું કરવાનું સાહસ કર્યું.

કૃષ્ણએ રણક્ષેત્રમાં ગીતાનો ઉપદેશ આપ્યો. આ માનવ ઈતિહાસમાં પોતાની રીતનો અનોખો પ્રયોગ હતો. એનાથી તે યુદ્ધ વધારે મહત્ત્વપૂર્ણ થઈ ગયું છે. ગીતામાં આપણને ઉપનિષદ્ના પણ કેટલાંક તત્વ નજરે આવે છે. કૃષ્ણના પહેલાં પણ એવા વિચાર હાજર હતા. કૃષ્ણએ એમાં નવી વસ્તુઓ જોડી, એમણે એને નવા અંદાજમાં પ્રસ્તુત કર્યા. અહીંયા પરંપરા અને વ્યક્તિગત મેધાનું મિલન છે. કોઈ વ્યક્તિ ઈચ્છે તો આવું કાર્ય કરી શકે છે, પરંતુ તે રણક્ષેત્ર ગીતાનું સર્જન

નથી કરી શકતો. મહાભારતના યુદ્ધની વ્યવસ્થા કેવી રીતે થઈ શકે છે? કૌરવો અને પાંડવોને ક્યાંથી લવાશે? આથી પરિસ્થિતિઓ પણ અલગ છે, ચરિત્ર પણ અલગ છે.

આપણે બિલ્કુલ અલગ દુનિયામાં રહીએ છીએ, આપણે અલગ પ્રકારની માંગોનો સામનો કરીએ છીએ, આપણાં જીવનની પરિસ્થિતિઓ અલગ છે. ઉત્પાદનની પ્રક્રિયા બદલાઈ ચુકી છે, આથી જેઓ કંઈક નવીન કરવાના ઈચ્છુક છે, એમણે પોતાના માટે નૂતન પથનું નિર્માણ કરવું પડશે. પોતાના દ્વારા નિર્મિત પથ પર ચાલીને તમે લક્ષ્ય સુધી પહોંચી જશો. નિઃસંદેહ, કૃષ્ણની પ્રેરણા અને સેંકડો-કરોડો લોકોનો આશીર્વાદ તો રહેશે જ. જેઓ નવી ઊંચાઈઓને સ્પર્શવા ઈચ્છે છે, એમના માટે પ્રેરણા સ્રોત કેટલાય હોઈ શકે છે, પરંતુ સર્જક એક જ હશે.

કૃષ્ણએ યુદ્ધમાં પારંપરિક હથિયારોનો ઉપયોગ કર્યો, પરંતુ એમણે અર્જુનને વિભિન્ન દેવતાઓને પ્રસન્ન કરીને સર્વથા નવીન અસ્ત્ર-શસ્ત્ર અર્જિત કરવાની પ્રેરણા આપી. જેઓ જ્ઞાત છે, તેઓ ઘણાં લોકોની જાણકારીમાં છે. તેઓ એ બધાની મદદ માટે છે, જેમની પાસે એમની જાણકારી છે. નિઃસંદેહ એ વસ્તુઓથી પણ મદદ મળશે, પરંતુ જેમને સર્વશ્રેષ્ઠ પ્રદર્શન કરવું છે એમણે પોતાના માટે કંઈક નવું શોધવું પડશે. કૃષ્ણ ફરી આવશે, પરંતુ કોઈ બીજી ગીતાનું સર્જન નહીં થાય.

આ બ્રહ્માંડમાં પ્રત્યેક કણની એક સ્વતંત્ર ઓળખ છે. કશું પણ બીજાની ફોટોપ્રતિ નથી. ફોટોપ્રતિમાં મૌલિકતાની ચમક નથી હોતી. તમે એક અલગ વ્યક્તિ છો. તમે બીજાઓના રસ્તા પર ચાલી શકો છો. તમે એક અનુયાયી થઈ શકો છો. એક સારી વિચારધારા કે કોઈ સારી વસ્તુનું અનુસરણ હંમેશાં ફાયદાકારક થાય છે. આપણે આ દુનિયાની દરેક સારી અને સુંદર વસ્તુનું સમર્થન કરવું જોઈએ, પરંતુ સર્જન અદ્વિતીય છે. કેટલાય લોકોએ મહાન હસ્તિઓના જીવન પર મેનેજમેન્ટ ગુરુ પુસ્તક લકી છે. એની ફક્ત પુનરાવૃત્તિ એને યોગ્ય અર્થોમાં પુસ્તક નહીં બનાવે. આ શિષ્ય દ્વારા દોહરાવવામાં આવવાવાળા પાઠની જેમ પ્રતીત થશે. અહીંયા શબ્દ ગતિશીલ છે કેમ કે લેખક મહેસૂસ કરી રહ્યો છે કે કોઈ નૂતન વસ્તુનું સર્જન થઈ રહ્યું છે.

જ્યાં સુધી તમે પોતાની પરંપરાના મહત્ત્વપૂર્ણ પાસાઓને આત્મસાત નહીં કરો, ત્યાં સુધી અહીંયા ટકી રહેવું મુશ્કેલ છે, પરંતુ નવીન વસ્તુઓના સર્જન માટે તમારે કંઈક નવી વસ્તુઓ પણ લાવવી પડશે. નૂતન પથના નિર્માણ માટે નવી ડિઝાઇનની જરૂર હોય છે. એક નવા ઉત્પાદનને વેચવા માટે નવો સ્ટફ અને નવું પેકેજિંગ જોઈએ. ઉત્પાદનના વેચાણ માટે ના ફક્ત નવું પેકેજિંગ બલ્કે એક નવું સ્લોગન અને નવી બૉટમ લાઇનની જરૂર હોય છે. જ્યારે એક વખત કોઈ ઉત્પાદન બજારમાં લૉન્ચ કરી દેવામાં આવે છે અને તે માર્કેટમાં પોતાની પકડ

બનાવી લે છે, તો ઉત્પાદનની ગુણવત્તા અને એના સ્ટફ પર એનું ટકી રહેવું નિર્ભર છે. લોકો ઉત્પાદનની ગુણવત્તા, એના ટકાઉપણા અને કંપની દ્વારા પ્રદત્ત સેવાઓથી સંતુષ્ટ થાય છે. એના પછી જ ઉત્પાદનની ઓળખ થાય છે.

કૃષ્ણ પોતાનાથી પહેલાં પેદા થયેલા બધા અવતારોથી અલગ હતા, બરાબર એવી જ રીતે જેમે બુદ્ધ અલગ છે, ગાંધી અલગ છે, અદ્વિતીયતા આપણને બીજાઓથી અલગ બનાવે છે. નવાપણું આપણી નસોમાં હોવું જોઈએ. જો તમારી પાસે નૂતનતા લાવવાનો કોઈ જન્મજાત ગુણ છે, ત્યારે તો તમે નવીન રસ્તા પર ચાલો છો, પરંતુ જો તમારામાં એ નથી તો તમારે બીજાઓના બતાવેલા રસ્તા પર ચાલવું પડશે. કૃષ્ણએ કાર્ય-યોજના બનાવી અને લોકોએ એ પથનું અનુસરણ કર્યું. કૃષ્ણ કાળિયા સાપથી લડવા માટે યમુનામાં કૂદી પડ્યાં, પરંતુ વ્રજના કોઈ બીજા બાળકે છલાંગ ના લગાવી. એમને પોતાના સામર્થ્યનો અંદાજો હતો. કૃષ્ણએ ભારે વરસાદમાં લોકોની રક્ષા કરવા માટે ગોવર્ધન પર્વતને સાત દિવસ સુધી પોતાની કનિષ્ઠા પર ઉઠાવી રાખ્યો હતો, કોઈ બીજાએ એ ના કર્યું. તેઓ જોતાં રહ્યાં અને કૃષ્ણની પ્રશંસા કરતાં રહ્યાં. તેઓ બુદ્ધિશાલી લોકો હતા. કશું પણ અશક્ય નથી, પરંતુ અશક્યને શક્ય બનાવવાનું સાહસ અને સામર્થ્ય હોવું જોઈએ. લોકોની ક્ષમતા વધે છે, સામર્થ્ય વધે છે, પરંતુ કામ કરવાથી પહેલાં આપણે એનું વિશ્લેષણ કરી લેવું જોઈએ.

જ્યાં સુધી કોઈ વ્યક્તિ અંતરિક્ષ યાત્રી નહીં થાય, તે અંતરિક્ષમાં કેવી રીતે જશે? જો કોઈ સેનામાં નથી તો તે સીમા પર લડાઈ કરવા કયા પ્રકારે જશે? નિઃસંદેહ પોતાની સીમાની રક્ષા કરવી દરેકનું કર્તવ્ય છે, પરંતુ આવું આપાતકાળમાં થાય છે. તે નિયમ નથી થઈ શકતો. પહેલાં પોતાની ક્ષમતા, ગુણવત્તા, સામર્થ્ય અને પોતાના આંતરિક અને બાહ્યને સમજી લે, પછી સમય અને સંગઠનની માંગ અનુસાર કામ કરે, પ્રેરણાદાયી ઊર્જા પણ કોઈ પણ કાર્યના સારા નિષ્પાદનનું અભિન્ન અંગ છે. જો તમે એટલા ઊંડાણ સુધી જાઓ છો, તો નિશ્ચિત છે કે તમે સમુદ્ર તળથી મોતી એકઠા કરવામાં સફળ રહેશો. એના પછી બધું જ તમારું છે. કૃષ્ણમાં આ બધું હતું, આથી તેઓ સામાજિક જરૂરતોને પૂરી કરવામાં સફળ રહ્યાં, તેથી તેઓ નૂતન પથ પર ચાલ્યા. શેષ સમાજે એમનું અનુસરણ કર્યું અને એમના ગુણ ગાયા. આજે પણ લોકો કૃષ્ણ, ગોવિંદ, ગોપાલ, મુરલીધર, માધવ... ગાતા-ગાતા મળી જશે. આપણે ગીત અને મંત્ર સંભળાવીને એમને ખુશ કરીએ છીએ. મને આશા છે કે ભવિષ્યમાં પણ આ સાંભળવા મળશે. એમની ગીતા આજે પણ પ્રાસંગિક છે અને આગળ પણ રહેશે. જો કે એના ધોરણો સમય-સમય પર બદલાતા રહેશે. સમય બદલાશે, ગાયક બદલાશે, પરંતુ ગીતા એ જ રહેશે અને કૃષ્ણ પણ એ જ રહેશે.

૨૫

ઉદાસીનતા, સહાનુભૂતિ અને તદાનુભૂતિ

યં હિ ન વ્યથયન્ત્યેતે પુરુષં પુરુષર્ષભ ।
સમદુઃખસુખં ધીરં સોઽમૃત્વાય કલ્પતે ॥

- ગીતા

હે અર્જુન! એ લોકો, જેઓ દુઃખ અને સુખની દ્વૈતભાવનાથી વિચલિત નથી થતાં, નિશ્ચિત રૂપથી જીવનમાં એક પરમાનંદ સ્થિતિને પ્રાપ્ત કરે છે.

ધોળા-દિવસે ઘટનાઓ થાય છે, આખા તંત્રમાં હલચલ મચી જાય છે. રસ્તાના કિનારે કોઈનું મોત થઈ જાય છે અને કોઈ એની ચિંતા નથી કરતું. ભ્રષ્ટ રાજનીતિજ્ઞ દેશ ચલાવે છે અને લોકો વારંવાર એમને વોટ આપીને જીત અપાવે છે. આનો એ અર્થ ક્યારેય નથી કે દેશની સમગ્ર જનતા ભ્રષ્ટ થઈ ગઈ છે, એમનામાં ઉદાસીનતા છે.

લોકોની રક્ષા કરવા માટે અને એમની મદદ કરવા માટે કોઈ આવે છે. કેટલાક લોકો માનવતાની ભલાઈ માટે કાર્ય કરે છે. એવા કેટલાય લોકો છે, જેઓ જરૂરતમંદોની મદદ માટે આગળ આવે છે, એમનામાં બીજાઓ માટે સહાનુભૂતિ હોય છે. આ દુનિયામાં ઉદાસીનતા છે, આ જ દુનિયામાં સહાનુભૂતિ છે અને આ જ દુનિયામાં તદાનુભૂતિ પણ છે. શિરડીના સાઈબાબાને એમના એક ભક્ત કાશિમે એક ઘોડો દાનમાં આપ્યો. એક દિવસે એક સાર-સંભાળ કરવાવાળાએ ઘોડાને પીટવાનું શરૂ કરી દીધું. થોડી સમય પછી સાઈબાબાએ એક વ્યક્તિને ઘોડાની રક્ષા કરવા માટે કહ્યું. સામાન્ય રીતે એવું લાગે છે કે આ ઘોડા પ્રત્યે સાઈબાબાની તદાનુભૂતિ હતી, પરંતુ આ એનાથી ક્યાંય ઊંચો ભાવ હતો. તે વ્યક્તિ જ્યારે સાઈબાબાની પાસે પાછો ફર્યો તો એણે જોયું કે બાબાની પીઠથી

લોહી નિકળી રહ્યું છે, આ સદાનુભૂતિ છે. બાબાએ ઘોડાના કષ્ટને એ રીતે અપનાવ્યું કે તે એમનો થઈ ગયો.

ભગવાન રામકૃષ્ણ પરમહંસના જીવનમાં પણ આપણને એક એવી ઘટના જોવા મળે છે. એક જમીનદાર રામકૃષ્ણ પરમહંસને જોવા માટે આવવાનો હતો. એના માટે એને ગંગાને પાર કરવાની હતી. એવું લાગી રહ્યું હતું કે કોઈ પણ સમયે તોફાન આવી શકે છે. એણે એક નાવિકને નદી પાર કરાવવાનો આદેશ આપ્યો, નાવિકે ના પાડી દીધી. આવું કરવા પર, એને જમીનદારે ખરાબ રીતે પીટ્યો. એના પછી એણે બીજા નાવિકને ઠીક કર્યો. નદી પાર કરીને તે પરમહંસની પાસે પહોંચ્યો, પરંતુ રામકૃષ્ણએ એનાથી મળવાની ના પાડી દીધી. જ્યારે એણે આનું કારણ જાણવા ઈચ્છ્યું તો ઈશ્વરના એ વિશેષ બંદાએ પોતાની પીઠ બતાવી દીધી, એનાથી ખરાબ રીતે લોહી વહી રહ્યું હતું. રામકૃષ્ણએ જમીનદારના હંટરના દરેક ઘા પોતાની પીઠ પર લઈને નાવિકની રક્ષા કરી. આ પરાનુભૂતિ છે.

જો તમે કોઈના માટે કશું મહેસૂસ નથી કરતાં, તો એ ઉદાસીનતા છે, નિરપેક્ષતા છે. જ્યારે તમે કોઈના માટે દયાભાવ રાખો છો તો એ સહાનુભૂતિ છે. જો તમે એ જ મહેસૂસ કરો છો, જે પીડિત કરે છે તો એ સદાનુભૂતિ છે.

ભગવાન કૃષ્ણનું સંપૂર્ણ જીવન સદાનુભૂતિનું એક ઉદાહરણ છે. આ સંબંધમાં કેટલીય સુંદર વાર્તાઓ પ્રચલિત છે. એક દિવસે, કેટલાય વર્ષોના વિરહ પછી, રાધાની મુલાકાત કૃષ્ણ સાથે થઈ. રાત્રિમાં બધા જ્યારે કેમ્પમાં આરામ કરવા ચાલ્યા ગયા, તો કૃષ્ણએ રુકમણીને કહ્યું કે રાધાને એક ગ્લાસ ગરમ દૂધ મોકલી દેવામાં આવે. એને સૂતાં પહેલાં ગરમ દૂધ પીવાની આદત છે. ભગવાન કૃષ્ણ કેટલા ફિકરમંદ હતા? તેઓ બાળપણની પોતાની મિત્ર રાધાની આદતોને ભૂલ્યા ન હતા. આટલો ઊંડો પ્રેમ, આવી આત્મીયતા, રુકમણીએ એમની આજ્ઞાનું પાલન કર્યું અને તરત પાછી આવી ગઈ. એમને ભગવાનનું પણ ધ્યાન રાખવાનું હતું. સવારે જ્યારે તેઓ જાગી તો એમણે કૃષ્ણના પગમાં સોજા જોયા. એમણે રાજદરબારના ચિકિત્સકને સારવાર માટે બોલાવ્યા, પરંતુ કૃષ્ણએ દવા લેવાની ના પાડી દીધી. એમણે કહ્યું- ''રાધા પોતાના હૃદયમાં મારા ચરણોનું ધ્યાન કરે છે. પાછલી રાત્રે જલ્દીમાં તમે ઉકાળેલા દૂધનો એક ગ્લાસ રાધાને મોકલ્યો એ કહ્યું કે મેં મોકલાવ્યો છે. એણે જલ્દીથી ગ્લાસ લઈલીધો કે આ મારા દ્વારા પ્રેષિત છે. એના હૃદયમાં બળતરાં થઈ, ફળ સ્વરૂપે મારા ચરણોમાં બળતરાં થઈ અને મારા ચરણ સૂજી ગયા.'' રુકમણી અત્યંત દુઃખી થઈ. તે ઇચ્છતી હતી કે કૃષ્ણના પગ કોઈ પણ પ્રકારે સારા થઈ જાય. એમણે કૃષ્ણને એનો ઉપાય પૂછ્યો. કૃષ્ણએ

એમનાથી કહ્યું - ''મને પ્રેમ કરવાવાળી કોઈ સ્ત્રી જો મારી છાતીનો સ્પર્શ પોતાના પગોથી કરે, તો હું સારો થઈ જઈશ.'' રુકમણી સહિત એમની કોઈ પણ પત્ની આ કરવા માટે તૈયાર ના થઈ. ભગવાનને પોતાના પગોથી સ્પર્શ કરવા પાપ-કર્મ છે. રાધા સુધી જ્યારે આ ખબર પહોંચી, તો તે આવું કરવા માટે તૈયાર થઈ ગઈ. એણે કહ્યું - ''હું મારા માથા પર પાપ સ્વીકાર કરવા માટે તૈયાર છું. મને ફક્ત કૃષ્ણના સારા થવાની ચિંતા છે.'' એમણે આવીને કૃષ્ણને સ્પર્શ કર્યો, સોજા ગાયબ થઈ ગયા. આ પ્રેમ છે, તદાનુભૂતિ છે. અહીંયા પ્રેમ અને તદાનુભૂતિ બંને જ અભિન્ન છે.

મહાભારતની લડાઈમાં જ્યારે ભીષ્મએ કૃષ્ણના ઘોડા અને એમના મિત્ર અર્જુ પર કેટલાય તીર લગાવી દીધા તો તણાવગ્રસ્ત ક્ષણ આવી ગઈ. એમને ભીષ્મને રોકવા હતા. તેઓ હાથમાં ચક્ર લઈને ભીષ્મની તરફ દોડી પડ્યાં, ભીષ્મએ એમનું સન્માન કરીને એમનું અભિવાદન કર્યું. તેઓ પોતાના રથમાં પાછા આવી ગયા. એમણે સોગંધ લીધા હતા કે લડાઈ દરમિયાન તેઓ પોતાના હાથોમાં હથિયાર નહીં લે, પરંતુ પોતાના ઘોડા અને મિત્રને બચાવવા માટે એમણે પોતાના હાથોમાં ચક્ર લીધું. આ તદાનુભૂતિ છે. કૃષ્ણ ઇચ્છતા તો પોતાના માતા-પિતાને કંસના બંદીગૃહથી મુક્ત કરાવી શકતા હતા, એના માટે એમને કંસને જીવનદાન આપવું પડતું, પરંતુ આ સમાધાન વ્યક્તિગત થતું. એમના મનમાં સંપૂર્ણ સમાજ માટે તદાનુભૂતિ હતી. તેઓ કંસના આતતાયી શાસનથી સમાજને મુક્તિ અપાવવા ઇચ્છતા હતા. આવા લોકો વ્યક્તિગત ફાયદા-નુકસાન જોઈને પોતાના જીવનની દિશા નક્કી નથી કરતાં. આવા લોકો સંપૂર્ણ માનવ-જાતિના કલ્યાણ વિશે વિચારે છે. યીશુએ અંગત ફાયદા માટે પોતાના મૃત્યુને ના સ્વીકાર્યું. તેઓ પોતાના શિષ્યો માટે જીવતા હતા અને એમના માટે મર્યા પણ. બુદ્ધે પોતાના ભક્ત ચંદાના આનંદ માટે નિર્વાણ પ્રાપ્ત કર્યું. એણે ભગવાનની આગળ સૂવરના માંસની એક પ્લેટ રાખી દીધી. આવા ગંદા માંસનું ભોજન કરીને એમનું પેટ ખરાબ થઈ ગયું અને એનાથી જ એમનો અંત પણ થયો, પરંતુ એમના મનમાં પોતાના ભક્ત પ્રત્યે તદાનુભૂતિ હતી.

સહાનુભૂતિ સમય અને પરિસ્થિતિ અનુસાર બદલાઈ શકે છે, પરંતુ સદાનુભૂતિ દિવ્ય ભાવ છે. વ્યક્તિની પ્રગતિ જરૂરી છે, પરંતુ વ્યક્તિની પ્રગતિ સમાજની પ્રગતિની સાથે થાય છે. એવા વ્યક્તિ, જેમની પાસે પોતાના સંગઠન માટે સદાનુભૂતિ છે, તે સંગઠન માટે રહે છે, વિચારે છે અને કામ કરે છે. આવો સમર્પિત સ્ટાફ પોતાના સંગઠન માટે એક અત્યંત મહત્ત્વપૂર્ણ સંસાધન હોય છે.

એક સારા બૉસે આવા સમર્પિત સ્ટાફનું ધ્યાન રાખવું જોઈએ અને એમની પ્રગતિ માટે કંઈક કરવું જોઈએ. અર્જુને કૃષ્ણ વિશે વિચાર્યું અને એમનાથી પ્રેમ કર્યો. આથી કૃષ્ણએ એમની ભલાઈનું પણ પૂરું ધ્યાન રાખ્યું. એક શિષ્ય પોતાના ગુરુનું ધ્યાન રાખે છે અને પૂર્ણ સમર્પિત થઈને એમની સેવા કરે છે. એના માટે ગુરુ શિષ્યની ભૌતિક અને આધ્યાત્મિક પ્રગતિનું ધ્યાન રાખે છે. એક ગુરુની પાસે પોતાના શિષ્યો માટે પરાનુભૂતિ ભાવ હોય છે. મેનેજમેન્ટ ગુરુ ભગવાન કૃષ્ણ આખી દુનિયા માટે સદાનુભૂતિનો ભાવ રાખતા હતા. પોતાની દુનિયાને સ્વચ્છ અને ધાર્મિક બનાવવા માટે એમણે હથિયાર થામ્યા. એને પ્રેમમય બનાવવા માટે એમણે પ્રેમ કર્યો. એમણે એને સુંદર બનાવવાનો પ્રયત્ન કર્યો અને અંતર્મનથી એને પ્રેમ કર્યો.

જ્યારે એમના મિત્ર સુદામા મદદ માંગવા માટે આવ્યા તો તેઓ અચકાટમાં એક શબ્દ પણ ના બોલી શક્યા, પરંતુ કૃષ્ણના મનમાં પોતાના મિત્ર માટે સદાનુભૂતિ હતી. એમણે પણ મદદ સંબંધી એક પણ શબ્દની ચર્ચા ના કરી. થોડા દિવસોના રાજકીય આતિથ્ય પછી જ્યારે સુદામા દ્વારકાથી પાછા ફર્યા તો તેઓ ખાલી હાથે હતા, પરંતુ જ્યારે તેઓ પોતાના નિવાસ સ્થાન પર પહોંચ્યા તો એમણે જોયું કે એમની ઝૂંપડીની જગ્યાએ મહેલ ઊભો છે, એમણે જ્યારે આ સંબંધમાં પૂછપરછ કરી તો જાણ થઈ કે કૃષ્ણએ પોતાના મિત્ર સુદામા માટે આને બનાવ્યો છે. આ સદાનુભૂતિ છે. સદાનુભૂતિ આપણા ક્ષિતિજનો વિસ્તાર કરે છે. એનાથી આપણું વ્યક્તિત્વ વધારેમાં વધારે લોકો માટે સ્વીકાર્ય બની જાય છે.

ભગવાન કૃષ્ણને પ્રેમના દેવતા કહેવામાં આવે છે. એમને દરેક પ્રાણીથી પ્રેમ હતો. તેઓ એ બધાની મદદ કરવા ઇચ્છતા હતા, જેઓ એમને યાદ કરતા હતા. એમની મદદ સહાનુભૂતિથી પરે હતી. એમનું સ્તર સદાનુભૂતિનું હતું. સદાનુભૂતિ માટે જ એક અવતારે ઘોષણા કરી - ''કશું પણ મારાથી પરે નથી. આ દુનિયા મારી અંદર છે. હું આ દુનિયામાં છું.'' સદાનુભૂતિ આપણને અખંડ બનાવે છે. જ્યારે એકાત્મકતા એ સ્તરની થાય છે, તો વ્યક્તિ એક સંગઠન/રાષ્ટ્ર/સમાજનો પર્યાયવાચી બની જાય છે. નારાયણ મૂર્તિ, ઇન્ફોસિસના પર્યાયવાચી છે. બિલ ગેટ્સ, માઈક્રોસૉફ્ટના પર્યાયવાચી છે. કૃષ્ણ પોતાના ભક્તોના હૃદયોમાં રહે છે. એમના ભક્ત એમના હૃદયમાં રહે છે, આથી સદાનુભૂતિ માનવોચિત તો છે જ એનાથી પરે પણ જાય છે. આ વ્યર્થને દિવ્યમાં બદલી નાખે છે.

૨૬

ઈચ્છાઓની ઉડાન

યસ્ત્વિન્દ્રિયાણિ મનસા નિયમ્યારભતેઽર્જુન ।
કર્મેન્દ્રિયૈઃ કર્મયોગમસક્તઃ સ વિશિષ્યતે ॥

- ગીતા

એ નિષ્ઠાવાન લોકો, જેઓ પોતાની બધી ઈન્દ્રિયો તેમજ મસ્તિષ્ક પર નિયંત્રણ રાખવાનો પ્રયત્ન કરે છે તથા કોઈ લોભેચ્છા વગરની કર્મ-ક્રિયા કરે છે, તેઓ મહાન લોકો હોય છે.

જો આપણી ઈચ્છાઓ ઘોડાની જેમ દોડતી, તો આપણે બધા એની સવારી કરતાં. માનવ-મન તારાઓને સ્પર્શવા ઈચ્છે છે. તારાઓ સુધી ના પહોંચી શકવામાં કોઈ ખરાબી નથી, પરંતુ જો આપણી કલ્પના પણ ત્યાં સુધી ના પહોંચે, જો આપણે એને સ્પર્શવા જ ના ઈચ્છીએ, તો આ સ્વાગત યોગ્ય પગલું નથી કહી શકાતું. આનો એ અર્થ નથી કે આપણે જરૂરથી વધારે મહત્ત્વાકાંક્ષી બની જઈએ, પરંતુ એ જરૂર છે કે આપણે પોતાના સામર્થ્યનું કે પોતાની મેઘાનો વધારેમાં વધારે ઉપયોગ કરવો જોઈએ.

પ્રત્યેક સફળ વ્યક્તિમાં કાર્યોને હલ કરવા માટે વ્યાવહારિકતા જરૂર હોય છે. એમની વિચારધારા ઊંચી હોય છે, પરંતુ તેઓ જમીની હકીકતથી ક્યારેય મ્હોં નથી ફેરવતા. જો ફીલ્ડમાં કામ કરવું છે, તો તમારું વર્તન વ્યાવહારિક અને લચીલું હોવું જોઈએ. જેઓને આ પ્રકારના ક્ષેત્રોમાં કામ કરવું છે, એમને લોકોની જરૂરિયાતો અને એમની ભાવનાઓનું ધ્યાન રાખવું પડે છે. સૌથી પહેલાં આપણે ખુદને સમજવાની જરૂર છે. જો તમે ખુદને સમજી લેશો, તો તમે પૂરી દુનિયાને સમજી લેશો. કૃષ્ણએ પોતાનો સંસાર, પોતાનો સમય અને તત્કાલીન કાયદા-કાનૂનને સમજ્યાં. તેઓ પોતાના અવતારનો ઉદ્દેશ્ય સમજતાં હતા અને એમણે એ અનુસાર જ કામ કર્યું.

કંસના મૃત્યુ પછી એના સસરા જરાસંઘે મથુરા પર આક્રમણ શરૂ કરી દીધું. કૃષ્ણએ ખૂબ જ બહાદુરીથી એનો સામનો કર્યો. જરાસંઘને પાછા ફરવું પડ્યું, પરંતુ જરાસંઘ હાર માનવા માટે તૈયાર ન હતો. એણે મથુરાની નિર્દોષ પ્રજાને પરેશાન કરવાનું ના છોડ્યું. કંસના આતતાયી શાસનમાં લોકો પહેલેથી જ ઘણું ભોગવી ચુક્યા હતા. કૃષ્ણ નિર્દોષ લોકો પર વધારે અત્યાચાર થતાં જોવા ઇચ્છતા ન હતા, આથી એમણે બીજા એક વિકલ્પ પર વિચાર કર્યો. એમણે મથુરાના શ્રેષ્ઠજનોને દ્વારકા રાજ-કાજ સ્થાનાન્તરિત કરવા માટે તૈયાર કર્યા. તેઓ કૃષ્ણના વિચારથી સંમત હતા, પૂરી જનતાને એક જગ્યાથી બીજી જગ્યાએ સ્થાનાંતરિત કરવાનો નિર્ણય વધારે મુશ્કેલ હતો. લોકોને પોતાનું મૂળ નિવાસ સ્થાન છોડવું પડતું. એમને ના ફક્ત જમીન બલ્કે પોતાની અચલ અન્ય સંપત્તિને પણ છોડીને જવાનું હતું. આનાથી અર્થવ્યવસ્થાને તો નુકસાન પહોંચતું જ, સાથે જ આ ભાવનાત્મક નુકસાનનો મુદ્દો પણ હતો. છતાં પણ બધાએ કૃષ્ણના નિર્ણયનું સમર્થન કર્યું, તેઓ જાણતા હતા કે કૃષ્ણ કોઈ કાલ્પનિક નિર્ણય નહીં લે. તેઓ પોતાની ઇચ્છાઓને બેલગામ દોડવાની પરવાનગી આપતા ન હતા. તેઓ બધું જ જાણવાવાળા હતા.

દ્વારકામાં સામ્રાજ્યની સ્થાપનામાં એમણે એની સ્થાનીય અવસ્થિતિનો ફાયદો ઉઠાવ્યો. આ ભારતના સમુદ્રી કિનારા પર સ્થિત છે. આને અરબ મહાસાગરના નજીક પશ્ચિમી સમુદ્ર-તટ પર શોધવામાં આવ્યું. આ દક્ષિણ અને ઉત્તરનું મિલન-સ્થળ છે. આ મહત્ત્વપૂર્ણ વેપારિક રસ્તો છે. જ્યારથી દ્વારકાનો પાયો નાખવામાં આવ્યો, આ એક સમૃદ્ધ પ્રાંત બની રહ્યું. આના વેપાર અને વાણિજ્યમાં દિવસે બમણો અને રાત્રે ચારગણો નફો થઈ રહ્યો હતો. આની સમૃદ્ધિથી પાડોશી રાજ્યોને ઈર્ષ્યા થતી હતી, પરંતુ કૃષ્ણએ વિલાસિતામાં ડૂબીને પોતાનો સમય બરબાદ ના કર્યો. એમને પોતાના અવતારનો ઉદ્દેશ્ય પૂરો કરવાનો હતો.

રુકમણી કૃષ્ણ સાથે લગ્ન કરવા ઇચ્છતી હતી, પરંતુ એના ભાઈની યોજના કંઈક બીજી જ હતી. એનાથી ગભરાઈને રુકમણીએ કૃષ્ણના નામે ચિઠ્ઠી મોકલીને એનાથી લગ્ન કરવાની ઇચ્છા જાહેર કરી, એને કૃષ્ણ દ્વારા મદદની જરૂર હતી. દરેક મહિલાનો અધિકાર છે કે તે પોતાની પસંદનો પતિ પસંદ કરે. રુકમણી પોતાના પરિવારના સદસ્યો દ્વારા જબરદસ્તી થોપવામાં આવવાવાળા એક દુર્જનને બદલે કૃષ્ણની થવા ઇચ્છતી હતી. આ એ સમય માટે એક ક્રાંતિકારી પગલું હતું. જ્યારે એકવીસમી સદીમાં પણ સામાજિક રિવાજોને કારણે પ્રેમીઓની હત્યાઓ કરવામાં આવતી, તો એ સમય માટે તો નિશ્ચિત રૂપથી પડકારજનક રહ્યું હશે,

પરંતુ કૃષ્ણ એક ક્રાંતિકારી હતા. એમણે દરેક એ વસ્તુનું સમર્થન કર્યું, જે સત્ય અને માનવ-અધિકારોનું પ્રતિનિધિત્વ કરતી હતી. આવા મહાન આત્માઓના પ્રયત્નોને કારણે જ ભારતે સ્વર્ણિમ ઊંચાઈનો સ્પર્શ કર્યો. એની પ્રતિષ્ઠા આજે પણ લોકોને પ્રેરિત કરે છે. કૃષ્ણએ વિચાર્યું કે તેઓ રુકમણીનું અપહરણ નહીં કરે, પરંતુ એની ઇચ્છાઓનું સન્માન કરીને એની પૂર્તિ જરૂર કરશે. એના માટે, એમણે એક મંદિરની બહાર રુકમણીની રાહ જોઈ તેમજ રુકમણી ત્યાં પોતાના મિત્રોની સાથે આવી. રુકમણીના મિત્રોની ઉપસ્થિતિમાં કૃષ્ણએ એનો હાથ થામ્યો. જ્યારે રુકમણીના ભાઈએ એમનો પીછો કર્યો, તો એમણે એનાથી લડાઈ લડી. કૃષ્ણએ રુકમણીના ભાઈને પરાજિત તો કરી દીધા, પરંતુ એનો જીવ બક્ષી દીધો અને લોહીના સંબંધની પવિત્રતાનું સન્માન કર્યું. એમણે અહીંયા પણ વ્યાવહારિક વર્તન અપનાવ્યું.

કૃષ્ણના જમાનામાં એવી હજારો છોકરીઓ હતી, જેઓ એમને પોતાના જીવનસાથી બનાવવા ઇચ્છતી હતી, પરંતુ એમણે દરેક છોકરીની આ ઇચ્છા પૂરી ના કરી. લગ્નના ઘણાં પહેલાં દ્રૌપદી પણ એમના પ્રેમમાં ડૂબી હતી, પરંતુ કૃષ્ણએ સ્પષ્ટ કરી દીધું કે તે એમની મિત્ર જ રહેશે. દ્રૌપદીમાં કોઈ અવગુણ ન હતો. કૃષ્ણએ વિચાર્યું કે દ્રૌપદી પાંડવોની એક સારી પત્ની સાબિત થશે. ફક્ત એ જ હતી જે પાંડવોને એકજુટ રાખી શકતી હતી. એક ધાર્મિક અને નૈતિક સમાજની સ્થાપના માટે પાંડવોનું બચવું અત્યંત જરૂરી હતું. આ ભારતના ભવિષ્ય માટે જરૂરી હતું, આથી એમણે દ્રૌપદીને એના માટે તૈયાર કરી અને જીવન પર્યન્ત એના મિત્ર બની રહ્યાં. એમની ઇચ્છાઓ અનિયંત્રિત ન હતી.

એક વ્યવસ્થાપકે વ્યાવહારિક નિર્ણય લેવો પડે છે. તે ફક્ત પોતાની કલ્પનાઓ અને સપનાઓની સવારી નથી કરી શકતો. તે પોતાના અંગત ઝુકાવોને ન્યાયોચિત કાર્યવાહીઓ પર હાવી થવાની અનુમતિ નથી આપતો. એનો ભાવ અને અંતર્મન સ્વચ્છ હોય છે. કૃષ્ણની આંઘો ભેદવાવાળી હતી. એમણે એ જ કર્યું જેના પર તેઓ વિશ્વાસ કરતાં હતા. તેઓ પોતાના ઉદ્દેશ્યો પ્રત્યે પૂર્ણ સચેત હતા. દ્રૌપદી અને ભીમ યુદ્ધ પહેલાં કૌરવોથી કોઈ પણ પ્રકારના સંવાદના પક્ષધર ન હતા. એમને વિશ્વાસ હતો કે જે પણ સંદેશવાહક જશે, તે બેઆબરું થઈને પાછો આવશે, સાથે જ આને પાંડવોની નબળાઈની રીતે જોવામાં આવશે. તેઓ પોતાની જગ્યાએ સાચા હતા, પરંતુ કૃષ્ણ યુદ્ધ ટાળવાના બીજા વિકલ્પ પર પણ વિચાર

કરી રહ્યાં હતા. એક જવાબદાર નાગરિકને યુદ્ધ ટાળવાનો દરેક શક્ય પ્રયત્ન કરવો જોઈએ. કૃષ્ણ, જો કે પરિણામ જાણતા હતા, છતાં પણ તેઓ તક ગુમાવવા ઈચ્છતા ન હતા. તેઓ કૌરવોની પ્રકૃતિને સમજતા હતા, પરંતુ લાખો લોકોની જિન્દગીઓ અને સંપત્તિ, કેટલાક નિશ્ચિત લોકોની વાસના અને કેટલાક વિશિષ્ટ લોકોના સોગંધથી મોટીહોય છે. આથી કૃષ્ણ કૌરવોની પાસે ગયા, પરંતુ કોઈ ફળદાયી પરિણામ વગર પાછા પણ આવી ગયા. એમણે પોતાની ઈચ્છાને જનમાનસ કલ્યાણ પર હાવી ના થવા દીધી.

એક સારો પ્રબંધક પોતાના સંગઠનના કલ્યાણ વિશે વિચારે છે. તે ખુદથી વધારે જનકલ્યાણને મહત્ત્વ આપે છે. દરેક વ્યક્તિની કેટલીક પસંદ-નાપસંદ હોય છે, પરંતુ સફળતા પ્રાપ્તિ માટે આપણે થોડો ત્યાગ કરવો પડે છે. ભગવાન કૃષ્ણએ પોતાના બાળપણના પ્રેમનો પરિત્યાગ કર્યો. એમને રાધાથી વિરહ સહન કરવો પડ્યો, કેમ કે એમને સંપૂર્ણ દુનિયા માટે કેટલાય કાર્ય કરવાના હતા. એમને રાધાથી ઊંડો પ્રેમ હતો, એવા પ્રેમને સંપૂર્ણ સમયની જરૂર હોય છે, એવા પ્રેમમાં પ્રેમીનું અસ્તિત્વ એક-બીજામાં વિલીન થઈ જાય છે. કૃષ્ણ એક બહુઆયામી અવતાર હતા. તેઓ બધી કળાઓમાં સિદ્ધ હતા, પરંતુ એમણે રાધા પ્રત્યે પોતાના પ્રેમને મરવા ના દીધો, એ અંત સુધી જળવાઈ રહ્યો. એમણે પોતાના પ્રેમને પોતાની બીજી ગતિવિધિઓ પર હાવી ના થવા દીધો. એક સ્માર્ટ વ્યવસ્થાપક નિયંત્રિત જીવન વ્યતીત કરે છે. તે પોતાના પારિવારિક જીવનને કાર્યાલયની ગતિવિધિઓ પર હાવી નથી થવા દેતો. આના માટે વ્યક્તિને ઘરમાં શાંતિ અને સમાજમાં સારા સંબંધની જરૂર હોય છે.

ભાગ ૪

મેનેજમેન્ટ ગુરુ ભગવાન કૃષ્ણ અને આંતરરાષ્ટ્રીય વિવાદોનું સમાધાન

૨૭

યુદ્ધ અને શાંતિ

ક્લૈબ્યં મા સ્મ ગમઃ પાર્થઃ નૈત્તત્ત્વય્યુપપદ્યતે ।
ક્ષુદ્રં હૃદયદૌર્બલ્યં ત્યક્ત્વોત્તિષ્ઠ પરન્તપ ॥

- ગીતા

હે અર્જુન! કાપુરુષ ના બનો. આ તને શોભા નથી આપતું. હે શત્રુસંહારક! પોતાની દુર્બળતાને ત્યાગો અને સત્યના વિજય હેતુ યુદ્ધ કરવા માટે ઊભા થઈ જાઓ.

છેલ્લી ત્રણ સહસ્રાબ્દિઓમાં લગભગ છ હજાર લડાઈઓ લડવામાં આવી. આ રીતની બર્બરતા પછી શું આપણે મનુષ્ય કહેવાને લાયક રહી ગયા છીએ? પરંતુ યુદ્ધ મનુષ્ય જાતિના લોહીમાં છે. એવું લાગે છે કે જાણે માનવ-સમુદાયને અહીંયા લડવા માટે જ મોકલવામાં આવ્યો છે. જિન્દગીનો કોઈ ઉદ્દેશ્ય નથી. કદાચ આ આપણા ડી.એન.એ.માં જ ઘડી દેવામાં આવ્યું છે કેમ કે આપણે યુદ્ધ માટે તકની શોધ કરતાં રહીએ છીએ. સહનશીલતા ક્યાં છે? અહિંસા ક્યાં છે? શાંતિ ક્યાં છે? નિઃસંદેહ આપણે એના વિશે વાતો ઘણી કરીએ છીએ, પરંતુ શું એ જરૂરી નથી કે આપણે એ સવાલ ખુદથી કરીએ. આપણે સભ્ય છીએ કે બર્બર? નિઃસંદેહ આપણે બીજા મનુષ્યોનું માંસ નથી ખાતા. આનો એક અપવાદ યૂગાન્ડાના પૂર્વ તાનાશાહ ઈદી અમીન છે. તે પોતાની પ્રેમીકાઓ અને સહકર્મીઓનું માંસ ખાઈ જતો હતો.

શું ધર્મના નામ પર લોકોની હત્યાઓ કરવાથી આપણે સભ્ય થઈ જઈએ છીએ? એકવીસમી સદીમાં પ્રતિદિવસ કટ્ટરપંથી પ્રવૃત્તિઓ અને સનસની પેદા કરવાની સનકમાં વધારો થઈ રહ્યો છે. લોકો ધર્મના નામ પર આતંકવાદ ફેલાવી રહ્યાં છે. હકીકતમાં, સાચા અર્થોમાં ધર્મનું આતંકવાદથી કોઈ લેવા-દેવા નથી.

કટ્ટરપંથી વર્તની આમાં કોઈ જગ્યા નથી. સાચ્ચો ધર્મ લોકોને આધ્યાત્મના રસ્તા પર ચાલવાની પ્રેરણા આપે છે. સાચ્ચા ધર્મનું અનુસરણ કરવાથી જીવન મનોરમ થઈ જાય છે. એનાથી વ્યક્તિને સંપૂર્ણ અસ્તિત્વમાં વિશ્વાસ કરવાની પ્રેરણા મળે છે. એવી કોઈ પણ વસ્તુ જે કોઈ પણ વ્યક્તિની પ્રતિષ્ઠા પર આઘાત કરે છે, તે ધર્મ નથી. ધર્મ આપણાં દિલોને નવી ઊંચાઈ આપે છે. આ આતંકવાદની વકીલાત નથી કરતો. વિશ્વ વિવિધતાઓથી ભરેલું પડ્યું છે. માનવ-સભ્યતાનું અસ્તિત્વ જ બીજાઓની સંસ્કૃતિ, માન-મૂલ્ય અને વિશ્વાસની ઓળખ પર નિર્ભર કરે છે, કોઈ વિશ્વને એક વિશેષ દિશામાં નથી ખેંચી શકતું.

યુદ્ધનું મનોવિજ્ઞાન વધારે મુશ્કેલ હોય છે. આ કોઈ એક વિચાર પર આધારિત નથી હોતું. ક્યારેક-ક્યારેક લોકો એથી લડે છે કેમ કે તેઓ બીજાઓથી ડરે છે. ક્યારેક-ક્યારેક તેઓ પોતાના વિશેષાધિકારનો આનંદ ઉઠાવવા માટે લડે છે. ક્યારેક આ લડાઈ બીજા મતના લોકોને સમાપ્ત કરવા માટે હોય છે. ક્યારેક-ક્યારેક આ લડાઈ બીજાઓની સંપત્તિ અને સ્ત્રીઓ પર કબ્જો કરવા માટે પણ થાય છે. ક્યારેક-ક્યારેક કોઈ સભ્યતાને નષ્ટ કરવા માટે પણ લડાઈ લડવામાં આવે છે. ક્યારેક-ક્યારેક કોઈ સંસ્કૃતિ પર આઘાત પહોંચાડવા માટે પણ લડાઈ લડવામાં આવે છે. ક્રિશ્ચિયન, મુસ્લિમથી ડરે છે. હિન્દૂ, ક્રિશ્ચિયન અને મુસ્લિમથી ડરે છે. મુસ્લિમ, બીજા ધાર્મિક સંપ્રદાયથી ડરે છે. બે હજાર વર્ષ પહેલાં અફઘાનિસ્તાનમાં હિન્દૂ ધર્મનું અસ્તિત્વ હતું. એના પછી હિન્દૂ ધર્મથી નિકળેલા બોદ્ધ ધર્મએ ત્યાં પોતાના મૂળ જમાવી લીધા. એના પછી ઈસ્લામના અનુયાયીઓએ એ જમીન પર પોતાનું નિયંત્રણ સ્થાપિત કર્યું અને બૌદ્ધોના પ્રમુખ સ્થળ 'બામિયાન'ને ધ્વસ્ત કરી દીધું. આ પ્રાચીન ભારતમાં એક મહત્ત્વપૂર્ણ વેપારિક કેન્દ્ર થયા કરતું હતું. ભારતમાં આવવાવાળા કેટલાય પ્રસિદ્ધ યાત્રી આ રસ્તાથી થઈને આવ્યા હતા.

ઓસામા બિન લાદેને પોતાના લોકોને યૂ.એસ.એ.માં સ્થિત વર્લ્ડ ટ્રેડ સેન્ટર પર હુમલો કરવા માટે પ્રેરિત કર્યા. એ હુમલામાં હજારો નિર્દોષ માર્યા ગયા. આ દુર્ઘટનાના દશકો પછી અમેરિકાએ પોતાના રાષ્ટ્રપતિ ઓબામાના નેતૃત્વમાં ઓસામા પર કબ્જો કર્યો. તે પાકિસ્તાનમાં છુપાયેલો હતો. ઓસામા પણ એ પ્રકારે જ માર્યો ગયો.

આતંકવાદ એક આંતરરાષ્ટ્રીય સમસ્યા છે. ભારત આતંકવાદથી પીડિત રહ્યું છે. શ્રીલંકામાં આપણે એવા જાતીય સંઘર્ષ જોયાં, જેમાં લોહીની નદીઓ વહેવા લાગી અને લાખો લોકો માર્યા ગયા. ભારત એક એવો દેશ છે જેમાં વિભિન્ન જાતિઓ, સંપ્રદાયો અને ભાષાઓના લોકો રહે છે. અહીંયા ભૌગોલિક અને સાંસ્કૃતિક વિવિધતાઓનો સંગમ છે. આની વિવિધતાઓ એના સંસાધન છે.

વિશ્વમાં બે વિશ્વ-યુદ્ધ લડવામાં આવ્યા. આ બંને યુદ્ધોમાં હજારો-હજાર સૈનિકો અને આમ જનતાના જીવ ગયા. લોકો ક્યારેક ધર્મના નામ પર તો ક્યારેક રાષ્ટ્રના નામ પર, ક્યારેક સંસ્કૃતિના નામ પર, તો ક્યારેક ડરને કારણે લડે છે, પરંતુ ક્ષેત્ર અને ધર્મ યુદ્ધનું એક મહત્ત્વપૂર્ણ કારણ રહ્યાં છે.

પ્રાગૈતિહાસિક કાળમાં ક્ષેત્ર અને ધર્મના નામ પર લડાઈઓ થતી ન હતી, પરંતુ માનવ-સમુદાયે જ્યારે ખેતી કરવાનું શરૂ કર્યું તો ક્ષેત્રના નામ પર લડાઈઓ શરૂ થઈ ગઈ. રાજ્ય અસ્તિત્વમાં આવી ગયા, બીજાઓના ક્ષેત્રો પર કબ્જો કરવાનો ધંધો શરૂ થઈ ગયો. કૃષ્ણના સમયમાં પણ ડી-કંપની એક ઇંચ જમીન પણ યુદ્ધ વગર આપવા તૈયાર ન હતી, જ્યારે રાજગાદીના કાનૂની ઉત્તરાધિકારી પાંડવ જ હતા. ધાર્મિક અને નૈતિક લોકોને સહનશીલ થવું પડે છે, પરંતુ અપરાધી આ સહનશીલતાનો ફાયદો ઉઠાવે છે, આથી સમાજમાં કાનૂન વ્યવસ્થા જાળવી રાખવા માટે ક્યારેક-ક્યારેક સારા લોકોને પણ હથિયાર ઉઠાવવા પડે છે.

કંસ પોતાના જીવન માટે ભયભીત રહેતો હતો. એક ભવિષ્યવાણી અનુસાર કંસનું મૃત્યુ દેવકીના આઠમા પુત્ર કૃષ્ણના હાથે લખ્યું હતું. કંસે આ ભવિષ્યવાણી પર વિશ્વાસ કરીને વ્રજના લોકો પર અત્યાચાર શરૂ કરી દીધો. એને વિશ્વાસ હતો કે કૃષ્ણ વ્રજમાં છે અને આથી તે ત્યાં આતંકનો કહેર વરસાવી રહ્યો હતો. કંસે અસામાજિક તત્ત્વોને શરણ આપી હતી, તે એક દુષ્ટ રાજા હતો. વિભિન્ન રાજ્યોની વચ્ચે સતત સંઘર્ષ થતાં રહેતાં હતા. એના સિવાય બાહ્ય આક્રમણનું પણ જોખમ રહેતું હતું. ભારતીય ઉપમહાદ્વીપના પશ્ચિમમાં સ્થિત એક દેશના રાજા કલ્યાવણ હતા. તે ભારતની સંપ્રભુતા માટે સતત જોખમ બનેલું હતું. કૃષ્ણએ વધારે ચાલાકીથી એની હત્યા કરી. એમણે આપણને રસ્તો બતાવ્યો કે ક્યારેક-ક્યારેક આપણે હથિયારો વગર પણ સમાધાન કાઢવું જોઈએ.

કંસની હત્યાના ઉદ્દેશ્યથી કૃષ્ણને મથુરા બોલાવ્યા. કૃષ્ણ ત્યાં કોઈ હથિયાર વગર ગયા. એમણે મથુરાવાસીઓ સાથે મિત્રવત્ વ્યવહાર કર્યો. એમણે કોડવાળી સ્ત્રી કુબ્જાથી પ્રેમપૂર્ણ વ્યવહાર કર્યો, પરંતુ જ્યારે તેઓ કોઈ ઉત્સવમાં પહોંચતા તો કંસના લોકોએ એમના પર આક્રમણ શરૂ કરી દીધું. એમને પોતાની રક્ષા કરવાની હતી. આ પૂરી પ્રક્રિયામાં એમણે કંસના માણસોને મારી નાંખ્યા, અંતમાં કંસ પણ માર્યો ગયો.

કૃષ્ણએ કૌરવોને પાંડવોની સાથે શાંતિપૂર્વક રહેવા હેતુ સમજાવવાનો પૂરો પ્રયત્ન કર્યો, પરંતુ કૌરવ કોઈ પણ સમાધાન માટે તૈયાર ન હતા. અંતે, મહાભારતની લડાઈ થઈ, પરંતુ આપણે જોયું કે યુદ્ધ કોઈ સમસ્યાનું સમાધાન નથી... સમાધાન માટે સંવાદ કરવાની જરૂર હોય છે, પરંતુ માનવ-મન એવું

થઈ ગયું છે કે જે વસ્તુ એની નથી, એને પણ તે હડપવા ઇચ્છે છે. યુદ્ધનું એક માત્ર સમાધાન સંતુષ્ટિમાં છે. સંતુષ્ટિ મનુષ્યની નસોમાં હોવી જોઈએ. એના વિપરીત મનુષ્યના લોહીમાં હિંસા છે. આપણાં ક્રોધના કારણથી પૃથ્વીથી કેટલાય પ્રાણી ગાયબ થઈ ગયા તેમજ કેટલાક લગભગ સમાપ્ત થવાની કગાર પર છે. છોડની પણ કેટલીય જાતિઓ ગાયબ થઈ ચુકી છે. બાબરના સમયમાં ભારતમાં અનાજની ૧૫૦૦ જાતો જોવા મળતી હતી. હવે એ ફક્ત એકસોથી વધારે છે. માનવ સમુદાયે જૈવ-વિવિધતાને નષ્ટ કરી છે.

વિકાસની નવી પદ્ધતિ અને નવા પ્રકારના સંચાલનનો અભ્યાસ પણ લોકોને વધારે આક્રમક, હિંસક અને લાલચી બનાવે છે. હરિફાઈને કારણે આપણે આક્રમક થઈ જઈએ છીએ. ક્યાંય પણ સાચ્ચો સહયોગ જોવા માટે મળતો નથી. આવી પરિસ્થિતિમાં એક વ્યક્તિએ શું કરવું જોઈએ? આનો જવાબ કૃષ્ણ દ્વારા આપવામાં આવેલા ગીતા સંદેશમાં સમાયેલ છે. ગીતામાં ભગવાને કહ્યું છે - ''તમે યુદ્ધથી ભાગી નથી શકતા, પરંતુ સારા કારણો માટે લડો, ન્યાય માટે લડો. ખુદને આધ્યાત્મિક વ્યક્તિ બનાવવા માટે લડો. માનવ જાતિને મુક્તિ અપાવવા માટે લડો.'' નેલ્સન મંડેલાએ દ. આફ્રિકામાં અશ્વેતોને સ્વતંત્રતા અપાવવા માટે સંઘર્ષ કર્યો. ભારતમાં, ગાંધીજીએ લાખો લોકોના હિતમાં લડાઈ લડી. બુદ્ધે નિમ્ન વર્ગો માટે લડાઈ લડી. આતંકવાદ અને જાતીય ભાવના ફેલાવવા માટે લડાઈ ના લડવી જોઈએ. જ્યાં સુધી આપણે બીજાઓના વિશ્વાસ, ધર્મ અને ક્ષેત્રનું સન્માન નહીં કરીએ, ત્યાં સુધી લડાઈનો અંત નહીં થાય. એક કંપનીમાં કેટલાય ચમચાઓ હોય છે, જેઓ સારા વ્યક્તિને પાછળ ધકેલવા ઇચ્છે છે. ધૃતરાષ્ટ્ર જેવો બૉસ, શકુનિ જેવા લોકોની વાત પર ધ્યાન આપે છે, પરંતુ બૉસે કૃષ્ણની જેમ હોવું જોઈએ. તે યોગ્ય લોકોની ટીમ બનાવે છે અને યુદ્ધ પણ જીતે છે.

જો તમે કોઈ ભ્રષ્ટ વ્યક્તિ કે સંગઠનનું સમર્થન કરશો, તો તમારી સમસ્યા ભલે જે પણ હોય, તમારો અંત ભીષ્મ અને દ્રોણાચાર્યની જેમ જ હશે. જો તમારે પોતાની ઉપર, પોતાના ઈશ્વર, પોતાના બૉસ અને પોતાની કંપની પર વિશ્વાસ છે, તો કોઈ તમને સફળ થવાથી નહીં રોકી શકે. કૃષ્ણએ પોતાનું એક દળ બનાવ્યું, તેઓ સાથે લડ્યાં અને સાથે જીત્યા. યુદ્ધ હોય કે શાંતિ, સારા કારણો માટે આપણએ એક થવું જોઈએ. યુદ્ધ અને શાંતિ આપણાં જીવનના અંગ છે. આપણી પસંદગી યુદ્ધ ના થઈને શાંતિ હોવી જોઈએ. આપણે અંગત, સામાજિક સંગઠન અને રાષ્ટ્રીય સ્તર પર શાંતિ અપનાવવાના પ્રયત્ન કરવા જોઈએ.

૨૮

સ્વતંત્રતા અને ત્યાગ

સર્વધર્માનપરિત્યજ્ય મામેકં શરણં વ્રજ ।
અહં ત્વાં સર્વપાપેભ્યો મોક્ષયિષ્યામિ મા શુચઃ ॥

- ગીતા

પોતાના સમસ્ત ધર્મો (દુવિધાઓ)ને ત્યાગ કર્યા પછી તૂ ફક્ત મારી શરણમાં આવી જા, તૂ દુઃખી ના થા, હું તને તારા સમસ્ત અપરાધોથી મુક્ત કરી દઈશ.

સમાજે વ્યક્તિની ભાવનાનો આદર કરવો જોઈએ અને વ્યક્તિને સામાજિક માન્યતાઓનો આદર કરવો જોઈએ, પરંતુ એવું થતું નથી. સમાજ માન્યતાઓ બનાવી લે છે, પરંતુ સમયની સાથે એને બદલતો નથી. આજકાલ, પૂરી દુનિયામાં પારંપરિક સમાજ ખતમ થવાના આરે છે. લોકો જૂના મૂલ્યોના સંરક્ષણનો પ્રયત્ન કરે છે, પરંતુ એવા લોકો અલ્પસંખ્યક છે. વિકાસની ગતિ ઝડપી થઈ ગઈ છે, પારંપરિક સમાજ આ ગતિની સાથે સામંજસ્ય બેસાડવામાં મુશ્કેલી અનુભવી રહ્યો છે.

ક્યારેક-ક્યારેક લાંબા-ચોડા પારિવારિક સામ્રાજ્યની અંદર લગ્નના નામ પર લડાઈ થાય છે. ક્યારેક-ક્યારેક એવું પણ સાંભળવામાં આવે છે કે જો બે અલગ-અલગ સંપ્રદાયોના છોકરા-છોકરીના લગ્ન રચાવ્યા તો પ્રતિષ્ઠાની લડાઈ લડવામાં આવી. ક્યારેક, પિતા પુત્ર વિરુદ્ધ વિદ્રોહ કરી દે છે. ક્યારેક કોઈ મહિલાને નિર્વસ્ત્ર ફેરવવામાં આવે છે. આ ઘટનાઓ નવી નથી, સમાજ અને પ્રાંત તો આના પર અંકુશ લગાવવા ઇચ્છે છે, પરંતુ લોકો આને તોડે છે. મનુષ્યને સમાજની જરૂર છે અને મનુષ્ય વગર સમાજની અવધારણા નથી.

નિયમ અને માન્યતાઓ સમાજના ફાયદા માટે બનાવવામાં આવે છે, પરંતુ સમયની સાથે કેટલીક માન્યતાઓ વ્યર્થ થઈ જાય છે. આ વ્યર્થ માન્યતાઓને બદલશે કોણ? સાહસી વ્યક્તિ જ આવું કરી શકે છે. માન્યતાઓ, સામાન્ય રીતે લાલચને કારણથી તોડવામાં આવે છે, પરંતુ ક્યારેક-ક્યારેક આ જરૂરિયાતને કારણએ પણ તૂટે છે. કેટલાંક ક્ષેત્રોના લોકોએ સમાન ગોત્રના સદસ્યોની વચ્ચે લગ્ન ન કરવાની માન્યતા બનાવી, આના કારણથી પણ પ્રતિષ્ઠા જનિત હત્યાઓ થાય છે. હું એવી ઘટનાઓના સંકલન-વ્યકલનમાં નથી પડવા ઇચ્છતો, પરંતુ જીવન જટિલ છે. એવી બધી સમસ્યાઓ જેમાં આપણએ બે-ચાર થવું પડે છે, એનું કોઈ સરળ સમાધાન નથી હોતું.

ભૌગોલિક અને સાંસ્કૃતિક વિભિન્નતાઓ પણ હોય છે. ઉત્તરી ભારતમાં જો કોઈ છોકરીના લગ્ન એના મામાથી કરી દેવામાં આવે, તો એ અપરાધ છે, પરંતુ દક્ષિણ ભારતમાં આવા લગ્નને આદરની દૃષ્ટિથી જોવામાં આવે છે. ઉત્તરી ભારતમાં મહિલાઓ ઘૂંઘટ, પોતાના માથા પર રાખે છે, તો એનો અર્થ છે કે એમનું વૈવાહિક જીવન સુચારૂ રૂપથી ચાલી રહ્યું છે, પરંતુ દક્ષિણ ભારતમાં આ વૈધવ્યનું પ્રતીક છે. દક્ષિણ ભારતમાં જ્યારે કોઈના પતિનું મૃત્યુ થઈ જાય છે, તો એના માથા પર કપડું નાખી દેવામાં આવે છે. ભારતના બૌદ્ધ માંસ નથી ખાતા, જ્યારે ભારતની બહાર રહેવાવાળા બૌદ્ધ માંસ ખાય છે. ભૌગોલિક પરિસ્થિતિઓને કારણે તિબ્બતી લામા માંસ ખાય છે. ભારતના મેદાની વિસ્તારોમાં એક મહિલા એક જ પુરુષ સાથે લગ્ન કરે છે, અહીંયા કેટલાય પતિ રાખવા અપરાધ છે, પરંતુ ઉત્તર પૂર્વ ભારતના કેટલાક આદિવાસી સમુદાયોમાં આજે પણ મહિલાઓ દ્વારા એકથી વધારે પતિ રાખવાની પરંપરા પ્રચલિત છે. ભારતવર્ષમાં હિન્દૂ ધર્માનુસાર એકથી વધારે લગ્ન અવૈધ છે, પરંતુ એક ઇસ્લામ પુરુષ ચાર પત્નીઓ રાખી શકે છે. તેથી આપણએ નથી કહી શકતા કે શું સામાજિક છે અને શું અસામાજિક. ભારતમાં એક જ ગલીમાં ડઝનો અલગ-અલગ સંપ્રદાયોના લોકો સાથે રહે છે. તેઓ એક-બીજા સાથે વાતો કરે છે. આજકાલ માતા-પિતાની પાસે એટલો સમય નથી હોતો કે તેઓ પોતાના બાળકોને પોતાની અલગ અને વિશિષ્ટ સામાજિક માન્યતાઓ તેમજ માન-મૂલ્યોથી અવગત કરાવે. કદાચ એમનામાંથી મોટાભાગના લોકોને આ બધામાં કોઈ રુચિ નથી. વિભિન્ન સામાજિક સમુદાયો સાથે જોડાયેલા બાળકો એક જ સ્કૂલમાં ભણે છે. તેઓ ક્લાસોમાં પોતાની જાતિની ચર્ચા નથી કરતાં, એમને બીજા પણ કેટલાય કાર્ય કરવાના હોય છે, ભલે જ કાર્ય વ્યર્થ હોય કે આ નિરાધાર વસ્તુઓથી ઘણા ઉપર હોય. તેઓ પોતાના જીવનને આનંદમય

બનાવવા ઈચ્છે છે. વિપરીત સેક્સના લોકો સાથે આવે છે, કામ કરે છે, ખાય છે, નાચે છે, ગાય છે. આમાં સામાજિક રિવાજો માટે કોઈ જગ્યા નથી હોતી.

આ વર્તમાન પરિદૃશ્ય છે, પરંતુ કૃષ્ણના કાળમાં શું સ્થિતિ હતી. કેટલીક વસ્તુઓ એ સમયે પણ વ્યવહારમાં હતી. એક દિવસે વૃંદાવનમાં કેટલીક છોકરીઓ યમુનામાં નગ્નાવસ્થામાં સ્નાન કરી રહી હતી. કૃષ્ણએ નદી કિનારે રાખેલા એમના વસ્ત્રોને ચોરી લીધા, આ એમની શરારત ન હતી. એક સામાજિક સ્થળ પર આ પ્રકારનું સ્નાન ખોટું છે. કૃષ્ણ એમને અસામાજિક ગતિવિધિઓ પ્રત્યે સચેત કરવા ઈચ્છતા હતા. કોઈ પણ આ વસ્તુને વધારો નથી આપી શકતું. એક સભ્ય સમાજમાં નગ્નતા સ્વીકાર્ય નથી હોતી. ભગવાન કૃષ્ણએ એમનાથી એવી ભૂલ ફરી ના થાય એનું વચન લઈને એમને વસ્ત્ર આપ્યા. પ્રાચીન ભારતમાં આ પ્રકારે સ્નાન કરવાની વાર્તાઓ પ્રચલિત છે. કૃષ્ણએ એને રોકવાનો પ્રયત્ન કર્યો. પરંપરાઓમાં ક્યારેક-ક્યારેક કેટલીક અસ્વસ્થ વસ્તુઓ પણ જોવા મળી જાય છે.

તાજેતરમાં જ ફ્રાંસમાં એક કાયદો બનાવીને એ નક્કી કરવામાં આવ્યું કે ત્યાં રહેવાવાળી કોઈ પણ મહિલા બુરખો નહીં પહેરે. ઈસ્લામ ધર્મના લોકોએ આનો વિરોધ કર્યો. બની શકે છે કે એમનો વિરોધ કોઈને કોઈ તર્ક પર આધારિત હોય. તેઓ પોતાની ધાર્મિક પુસ્તકથી કોઈ નિયમ કે કોઈ ઉદાહરણ પણ પ્રસ્તુત કરી શકે છે. એમને એવું કરવાનો અધિકાર છે, પરંતુ આ ફ્રાંસમાં રહેવાવાળી મહિલાઓની પ્રતિષ્ઠાની વિરુદ્ધ હતું. એમના સામાજિક માન-મૂલ્ય અલગ છે. ભારતની જેમ ત્યાં ધર્મના નામ પર બધાને વિભિન્ન પ્રકારના કાર્ય કરવાની આઝાદી નથી. ભારત એક લચીલો દેશ છે, અહીંયા બધું જ સ્વીકાર્ય છે. અહીંયા પ્રત્યેક વ્યક્તિને પોતાના મનનું કાર્ય કરવાની આઝાદી છે પરંતુ તે કાયદાના દાયરામાં હોવું જોઈએ. કૃષ્ણના જમાનામાં મહિલાઓને અત્યાર કરતાં વધારે આઝાદી હતી. પ્રાચીન ભારતમાં પરદા-પ્રથાનું પ્રચલન ન હતું. આ ઈસ્લામ આગમન પછી શરૂ થયું. સામાન્ય રીતે, પ્રાચીન ભારતમાં એક મહિલા ઓછા કપડાં પહેરતી હતી, પરંતુ એનામાં ગંદકી ન હતી. મહિલાઓને પોતાની પસંદ અનુસાર પતિ પસંદ કરવાની આઝાદી હતી. કદાચ, આ રાજઘરાનાઓમાં વધારે થતું હતું. આપણી પાસે સાધારણ ઘરોના આંકડા નથી.

કેટલાક નકારાત્મક મનાઈઓ પણ હતી. બ્રાહ્મણ અને ક્ષત્રિય સિવાય કોઈ શિક્ષા પ્રાપ્ત કરી શકતું ન હતું, પછીથી વૈશ્યોને પણ આ સુવિધા આપવામાં આવી કેમ કે તેઓ વ્યવસાયી હતા. એમણે વધારે ધન એકઠું કર્યું હતું પોતાની સંપત્તિના બળ પર તેઓ સામાજિક સીડીઓના ઉચ્ચ પાયદાન પર હતા. એક મહાન

યોદ્ધાને જંગલી સમુદાયના હોવાને કારણે શિક્ષાથી વંચિત કરી દેવામાં આવ્યા હતો. એણે દ્રોણાચાર્યને પોતાના ગુરુ માન્યા. ગુરુ દક્ષિણામાં ગુરુ દ્રોણે એની પાસેથી એનો અંગૂઠો લઈ લીધો. જેથી ભવિષ્યમાં તે તીરંદાજી ના કરી શકે, પરંતુ એકલવ્યએ હાર ના માની. મહાભારતના યુદ્ધમાં તે દ્રોણના પ્રિય શિષ્ય અર્જુન વિરુદ્ધ લડવા આવ્યો, જો કે તે ખોટા પક્ષમાં ઊભો રહ્યો હતો, છતાં પણ કૃષ્ણએ એની પ્રશંસા કરી. ભગવાન કૃષ્ણના મનમાં ગુણ અને મેધા પ્રત્યે ઊંડું સન્માન હતું. તેઓ એવી પ્રત્યેક બેડીઓને તોડવા ઇચ્છતા હતા, જે મનુષ્ય જાતિને સંકુચિત કરતી હતી. એમણે સાધારણ ગ્રામીણોના સાનિધ્યનો પણ આનંદ ઉઠાવ્યો.

વ્રજની ગોપીઓ, જ્યારે ચાંદની રાતમાં કૃષ્ણની સાથે નૃત્ય કરવા માટે આવી, તો કૃષ્ણએ એમને ના પાડી દીધી. તેઓ સામાજિક મૂલ્યો પ્રત્યે ઊંડો આદર-ભાવ રાખતા હતા. એમણે પોતાની તરફથી એમને સમજાવવાનો ભરપૂર પ્રયત્ન કર્યો કે એક મહિલાએ બીજા પુરુષની સાથે અને એ પણ રાત્રે ના રોકાવું જોઈએ. ગોપીઓએ એમને કહ્યું કે તેઓ એમને બીજો પુરુષ નહીં બલ્કે ઈશ્વર માને છે. આ ઉચ્ચ ભાવની સાથે એ બધાએ કૃષ્ણની સાથે નૃત્ય કર્યું. કૃષ્ણએ ક્યારેય સીમાઓનું ઉલ્લંઘન નથી કર્યું.

એમણે રુકમણીથી એના અનુરોધ પછી જ લગ્ન કર્યા. એના પર અપરાધિક વૃત્તિવાળા વ્યક્તિ સાથે લગ્નનું દબાણ કરવામાં આવી રહ્યું હતું. એનાથી ઉગરવા માટે એમણે કૃષ્ણની મદદ માંગી. અહીંયા પરિવારના આદરણીય લોકોની પસંદગી એક નિર્દોષ અને સુંદર છોકરીની ભાવના તેમજ અધિકારની વિરુદ્ધ હતી. દ્રૌપદીના મામલામાં એમને બહુવિવાહ અર્થાત્ એકથી વધારે પતિઓ સાથે રહેવાનું સમર્થન કરવું પડ્યું. દ્રૌપદી પંજાબની એક સુંદર પુત્રી હતી. એમના મનમાં ભગવાન કૃષ્ણ માટે ખૂબ જ આદર-ભાવ હતો. પાંચેય પાંડવોને એકજુટ રાખવા જરૂરી હતા, આથી એમણે દ્રૌપદીની સંમતિથી બહુવિવાહનું સમર્થન કર્યું.

એમની પોતાની બહેન સુભદ્રા અર્જુનના પ્રેમમાં ડૂબેલી હતી, પરંતુ એમના મોટા ભાઈ બલરામ એમના લગ્ન દુર્યોધનથી કરવા ઇચ્છતા હતા. દુર્યોધન પોતાની દુર્જનતા માટે કુખ્યાત હતો. આથી કૃષ્ણએ અર્જુન અને સુભદ્રાને બલરામની યોજનાઓ વિરુદ્ધ પ્રેમ-લગ્ન કરવા માટે પ્રેરિત કર્યા. અંતમાં બલરામને પણ આ લગ્ન માટે પોતાની સંમતિ આપવી પડી. સંબંધમાં અર્જુન સુભદ્રાના ફુફેરા ભાઈ હતા. કુન્તી સુભદ્રાના પિતાની બહેન હતી. અર્જુન કુન્તીના પુત્ર હતા. ભગવાન કૃષ્ણએ આ પ્રકારના લગ્નને પણ આગળ વધાર્યા.

કૌરવોએ ધૃતરાષ્ટ્રના દરબારમાં જ્યારે દ્રૌપદીને નગ્ન કરવા ઇચ્છ્યું તો કૃષ્ણએ એની લાજ બચાવી. કામરૂપના રાજાએ સોળ હજાર છોકરીઓને બંદી બનાવી હતી. એવી છોકરીઓથી જે બંદી રહી ચુકી હતી, લગ્ન માટે કોઈ તૈયાર થતું ન હતું, જ્યારે તે અપરાધી છોકરીઓ ન હતી. તે યુદ્ધમાં માર્યા ગયેલા રાજાઓની અનાથ થયેલી પુત્રીઓ હતી. કૃષ્ણએ કામરૂપ રાજાને પરાજિત કરીને, આ છોકરીઓને ત્યાંથી મુક્ત કરાવી. પછી એમણે પોતાના સામ્રાજ્યમાં શરણ પણ આપી. આ પ્રકારે એમણે ભારતને ભીષણ સામાજિક અસ્થિરતાથી બચાવી લીધું. એમણે જે કાર્યમાં વિશ્વાસ કર્યો, એને કરી બતાવ્યું. એમનું હૃદય હંમેશાં યોગ્ય સ્થાન પર રહ્યું. ક્યારેક-ક્યારેક જરૂરથી વધારે સ્વતંત્રતા મેળવીને પણ વ્યક્તિ સમાજ માટે જોખમ બની જાય છે. કેટલીક એવી પણ જગ્યા છે જ્યાં સ્વતંત્રતા એટલી અનિયંત્રિત છે કે ત્યાં કોઈ સમાજ જ નથી. કેટલાક સમાજ એ પ્રકારે રૂઢિગ્રસ્ત છે કે ત્યાં વ્યક્તિને ખરાબ પ્રકારની સમસ્યાઓનો સામનો કરવો પડે છે. ખાસ કરીને, મહિલાઓને એ જગ્યાઓ પર કોઈ અધિકાર પ્રાપ્ત નથી. કૃષ્ણ ના તો બિન-સામાજિક સ્વતંત્રતાના પક્ષધર હતા અને ના તો માનવ અધિકારનું હનન કરવાવાળી સામાજિક રૂઢીઓના. આ પ્રકારના અસંતુલનથી નાના-મોટા બધા સ્તરો પર કેટલીય સમસ્યાઓ ઉભી થાય છે.

૨૯

એક સડેલી માછલી આખા તળાવને ગંદું કરી નાખે છે

સત્ત્વાત્સંજાયતે જ્ઞાનં રજસો લોભ એવ ચ ।
પ્રમાદમોહૌ તમસો ભવતોઽજ્ઞાનમેવ ચ ॥

- ગીતા

સાત્વિક ગુણ વાસ્તવિક જ્ઞાન આપે છે. રાજસિક ગુણ લોભને જન્મ આપે છે. તામસિક ગુણ અજ્ઞાન, તંદ્રા (નિષ્ક્રિયતા) અને ભ્રમ પેદા કરે છે.

નાણાંકીય ભ્રષ્ટાચાર આખા સરકારી તંત્રને બગાડીને રાખી દે છે. એક ભ્રષ્ટ વ્યક્તિની ખબર મીડિયામાં સનસની બનીને ઉભરે છે, અંતમાં ભ્રષ્ટ વ્યક્તિને રજા મળી જાય છે. આવી ઘટનાઓની પુનરાવૃત્તિ વારંવાર થાય છે. આથી સરકાર અને સામાન્ય જનતાને એવી ખબરોથી કોઈ અસર નથી પડતી.

આજકાલ દુનિયામાં મોટાભાગના દેશ આ અફવાઓથી ભરેલા પડ્યા છે. ભારત સરકારમાં એવા કેટલાય મંત્રી છે. આ સ્થિતિ ફક્ત મંત્રીઓની જ નહીં બલ્કે કેટલાય બ્યૂરોક્રેટ અને સામાન્ય જનતા પણ આ પ્રકારની ગતિવિધિઓમાં લુપ્ત છે. એવી સંપત્તિ જે બીજાઓની છે, એને પોતાના હિસ્સામાં કરવાની ઈચ્છા મોટાભાગના લોકોમાં છે. ત્યાં સુધી કે કૉર્પોરેટ સેક્ટર અને અંગત કંપનીઓ પણ આ પ્રકારના ધંધામાં વ્યસ્ત છે. આ સંબંધમાં હાજર ઉદાહરણ અને આંકડાઓની યાદી એટલી લાંબી છે કે નામોનો ઉલ્લેખ કરવો જ વ્યર્થ છે. કેટલાય બીજા દેશ પણ આ સમસ્યાથી ઝઝૂમી રહ્યાં છે.

આ ગ્લોબલ સમસ્યાનું મૂળ ક્યાં છે? આ કોઈ નવી સમસ્યા નથી. જો આપણે ઈતિહાસ પલટીને જોઈએ, તો જાણ થશે કે શરૂઆતથી જ સમાજમાં ભ્રષ્ટ લોકોનું

અસ્તિત્વ રહ્યું છે. કૃષ્ણના સમયમાં આ સમસ્યા એટલી ગંભીર ન હતી. કૃષ્ણએ આ સમસ્યાને ઉન્નત અંદાજમાં નિપટાવી.

ભ્રષ્ટાચારનો અર્થ છે - કોઈ પણ રીતથી બીજાઓના સંસાધનોને પોતાના માટે એક્ઠા કરવા. જો તમે કાયદાકીય રીતથી પૈસા કમાઓ છો, સુયોગ્ય કરી દો છો અને પોતાની ડ્યુટી ઠીકથી નિભાવો છો તો આ સ્વાગત યોગ્ય પગલું છે. બીજાઓની સંપત્તિને ગેરકાયદેસર રીતથી હડપ કરવાની પરંપરા વર્ષો જૂની છે.

સૌથી પહેલાં હું ભગવાન કૃષ્ણના સમયથી એક ઉદાહરણ આપવા ઈચ્છું છું. કૃષ્ણના ઘણાં બધા મિત્ર હતા, સમયની સાથે એમનાથી મોટાભાગના સમૃદ્ધ પણ થઈ ગયા, પરંતુ એમના અભિન્ન મિત્ર સુદામાની સ્થિતિ દયનીય જ બની રહી. એમને કેટલીય રાત્રિ ભૂખ્યાં પેટે સૂવું પડતું હતું. એમની પત્ની-બાળકોની પણ આ જ સ્થિતિ હતી. તેઓ એક મેધાવી અને નૈતિક વ્યક્તિ હતા. આશ્ચર્યજનક વાત એ છે કે પોતાની મેધા અને નૈતિકતા છતાં એમને ઊંડી પીડા સહન કરવી પડી. મોટાભાગના મામલાઓમાં આપણે પોતાની નૈતિકતા અને ધાર્મિકતાને અમલી જામો નથી પહેરાવી શકતા, પરંતુ સુદામાજીની સાથે એવું ન હતું.

ગુરુ સાંદીપનીના ગુરુકુળમાં કૃષ્ણની મિત્રતા સુદામા સાથે થઈ (પ્રાચીન કાળમાં વિદ્વતજનો દ્વારા ચલાવવામાં આવવાવાળી સ્કૂલોને ગુરુકુળ કહેતા હતા. આ સ્કૂલ લાભ કમાવવા માટે ન હતી.) આ શિક્ષા-તંત્રમાં ગુરુ અને શિષ્ય સંયુક્ત રૂપથી બધા કાર્ય પૂરા કરતાં હતા. શિષ્ય નજીકના જંગલોથી લાકડી કાપીને લાવતા હતા, પછી એ લાકડીઓને સળગાવીને ખાવાનું બનાવવામાં આવતું હતું. આ એવું તંત્ર હતું, જેમાં બાળકો સ્વાવલંબી બનતા હતા.

એક દિવસે, ગુરુ સાંદીપનીએ કૃષ્ણ અને સુદામાને નજીકના જંગલમાં લાકડી કાપવા માટે મોકલ્યા. ગુરુએ સુદામાને શેકેલા ચણા આપ્યા, પરંતુ એની માત્રા બે શિષ્યો માટે પૂરતી ન હતી. પોતાનું કામ પૂરું કરતાં દરમિયાન સુદામાને ભૂખ લાગી. સુદામા ઝાડ પર ચઢી ગયા હતા, કૃષ્ણ ઝાડની નીચે હતા. સુદામા એક ગરીબ પરિવારથી હતા. તેઓ પહેલેથી જ ભૂખથી ઘણા ત્રસ્ત હતા. શેકેલા ચણા ખાવાનું શરુ કરી દીધા. બની શકે છે કે ચણાની માત્રા બંને માટે પૂરતી ના રહી હોય, પરંતુ છતાં પણ સુદામાએ એમાંથી કૃષ્ણને પણ આપવા જોઈતા હતા. જ્યારે કૃષ્ણએ એમનાથી પૂછ્યું - ''તું શુ ખાઈ રહ્યો છે, મિત્ર?'' એમણે જવાબ આપ્યો- ''કશું નહીં, મને તો ઠંડી લાગી રહી છે, આથી મારા મ્હોંથી હિસ્સ...નો અવાજ આવી રહ્યો છે.'' હકીકતમાં આ ચણા ચાવવાનો અવાજ હતો. બાળપણમાં સુદામાએ બે ભૂલો કરી. પહેલી, એણે બીજાનો ભાગ ખાધો. બીજી એ કે એણે

પોતાના પ્રિય મિત્રથી જૂઠ્ઠું બોલ્યા. આ નૈતિકતાની વિરુદ્ધ હતું. એનાથી સુદામાના વ્યક્તિત્વની નબળાઈ દેખાઈ ગઈ. ભગવાન કૃષ્ણએ કશું ના કહ્યું. તેઓએ પોતાના મિત્રના બાળપણ પર હસી કાઢ્યું.

સમય વીતવાની સાથે, આ ઘટનાએ સુદામાને અત્યંત પ્રભાવિત કર્યા. એમને ભયંકર પશ્ચાતાપ થયો. સાંદીપનીના ગુરુકુળથી નિકળ્યા પછી તેઓ નૈતિક મૂલ્યોના પ્રતીક બની ગયા. તેઓ પોતાના કર્તવ્યથી ક્યારેય પાછળ ના હટ્યાં. પ્રાચીન કાળમાં એ પરંપરા હતી કે બ્રાહ્મણ પરમાત્માનું જ્ઞાન ગ્રહણ કરતા હતા, જીવનના દરેક ક્ષેત્રમાં પોતાની નિષ્ઠાવાન છબી જાળવી રાખતા હતા, સંપત્તિ એકઠી કરતા ન હતા અને ભિક્ષાવૃત્તિથી જીવન-યાપન કરતાં હતા. સુદામાજીએ આ બધી નૈતિક શિક્ષાઓનું પાલન કર્યું. તેઓ પ્રતિદિવસ પાંચ ઘરોમાંથી ભીખ માંગવા જતા હતા. એ જરૂરી ન હતું કે પાંચેય ઘરના માલિક એમને ઉપકૃત કરે જ. છતાં પણ, તેઓ છઠ્ઠા ઘરમાં જતા ન હતા. જીવનની ગતિ સમરૂપ નથી હોતી. એમાં ઉતાર-ચઢાવ આવતાં-જતાં રહે છે. એક જ્ઞાની વ્યક્તિ ખરાબ સમયમાં પણ પોતાનું માનસિક સંતુલન જાળવી રાખે છે. થોડાં દિવસો પછી સુદામાજીના લગ્ન થયા, એમનું ઘર બાળકોથી ભરાઈ ગયું, પરંતુ એમની પાસે બાળકોને ખવડાવવાના સાધન ન હતા. સ્થાનીય રાજાએ એમને પોતાના દરબારમાં કવિ બનવાનું આમંત્રણ આપ્યું, પરંતુ એમણે એનો અસ્વીકાર કરી દીધો. એ સમયે દરબારી કવિઓના રાજાની પ્રશંસામાં કવિતાઓ લખવી અને સંભળાવવી પડતી હતી, જ્યારે તે રાજા ભ્રષ્ટ અને દુર્જન હતો. એવા રાજાની પ્રશંસા કરવી, એક ધાર્મિક બ્રાહ્મણના કર્તવ્યોમાં સામેલ ન હતું. એક ભ્રષ્ટ વ્યક્તિની પ્રશંસાનો અર્થ છે કે ભ્રષ્ટાચારને વધારો આપવો. સુદામાએ જ્યારે રાજાના પ્રસ્તાવને ઠુકરાવ્યો તો રાજાના માણસોએ એમને ખરાબ રીતે પીટ્યાં. એમણે શારીરિક યાતના સ્વીકાર કરી, પરંતુ ભ્રષ્ટ રાજાની પ્રશંસા ના કરી.

ભ્રષ્ટાચાર પહેલાં મગજમાં પ્રગટ થાય છે. એના પછી તે દૃશ્ય બનીને પ્રગટ થાય છે. સુદામાને એવી કોઈ તક પ્રાપ્ત ન થઈ જેમાં તેઓ નિષ્ઠાપૂર્વક પોતાના કર્તવ્યનું પાલન કરીને પોતાના પરિવારમાં સમૃદ્ધિ લાવી શકે. શરુઆતમાં, એમની પત્નીએ એમનું સમર્થન કર્યું, પરંતુ તે પોતાના બાળકોની પીડા સહન ના કરી શકી. તે ભૂખને કારણથી મૃત્યુના આરે ઊભા હતા. સુદામાની પત્નીએ એમને પોતાના મિત્ર દ્વારકાધીશ કૃષ્ણ પાસે મદદ માંગવાની સલાહ આપી. પહેલાં સુદામા તૈયાર ન હતા, પરંતુ પછીથી પોતાની પત્નીને ખુશ કરવા માટે તેઓ કૃષ્ણને મળવા ગયા. એક લાંબી યાત્રા કર્યા પછી તેઓ દ્વારકા પહોંચ્યા.

કૃષ્ણએ પોતાના બાળપણના મિત્રનું ભરપૂર સ્વાગત કર્યું. સુદામાને પૂરી આત્મીયતાથી રાજકીય સન્માન આપવામાં આવ્યું. લાંબા આતિથ્ય સ્વીકાર કર્યા પછી તેઓ દ્વારકાથી નિકળ્યા. દ્વારકાથી નિકળતા સમયે ના એમણે કૃષ્ણથી કશું કહ્યું, ના તો કૃષ્ણએ એમને કશું આપ્યું, પરંતુ ઈશ્વરના ઘરથી કોઈ ખાલી હાથ નથી ફરતું.

પાછા ફર્યા પછી જ્યારે સુદામા પોતાના ક્ષેત્રમાં પહોંચ્યા તો ત્યાં એમને પોતાની ઝૂંપડી ના મળી, ઝૂંપડીની જગ્યાએ એક મોટી ઈમારત ઊભી હતી. એમણે વિચાર્યું કે સ્થાનીય રાજાએ એમની ઝૂંપડી હટાવીને નવી ઈમારત ઊભી કરી દીધી છે. ત્યારે જ સુદામાની પત્નીએ એમને બારીમાંથી જોયા. તે એમનું સ્વાગત કરવા માટે નીચે ઉતરી. એમણે સુદામાને બતાવ્યું કે એમના મિત્ર કૃષ્ણએ એમના બધા માટે આ ઈમારત બનાવી છે. આમાં એશો-આરામના પૂરતા સાધનો ઉપલબ્ધ છે. સુદામાએ કૃષ્ણ પ્રત્યે આભાર વ્યક્ત કર્યો પરંતુ બીજા દિવસથી તેઓ ફરીથી ભિક્ષાટન પર નિકળી પડ્યાં. એમની પત્નીએ એનું કારણ જાણવાનો પ્રયત્ન કર્યો. સુદામાએ કહ્યું - ''પરમ જ્ઞાન પ્રાપ્ત કરવું અને એને વિસ્તારિત કરવું મારું કર્તવ્ય છે. હું વિલાસિતાનો આનંદ નથી ઉઠાવી શકતો. મારે પાંચ ઘરોથી પ્રાપ્ત અનાજ પર જ પોતાનું જીવન વ્યતીત કરવાનું છે. હું આત્મ-નિયંત્રણની પોતાની ટેવ નથી છોડી શકતો.''

સુદામાજી અખંડ વ્યક્તિત્વનું ઉત્તમ ઉદાહરણ છે. હસ્તિનાપુરની સત્તાને હડપ કરવી ધૃતરાષ્ટ્રની મહત્ત્વાકાંક્ષા હતી. દુર્જન શકુનિ હસ્તિનાપુરના દરબારમાં પહોંચ્યા અને ત્યાં જ રોકાઈ ગયા. એમના દૂષિત મગજનો કુપ્રભાવ દુર્યોધન અને એમના ભાઈઓ પર પડ્યો. આ પ્રભાવના કારણથી સંપૂર્ણ કુરુ રાજવંશનો અંત થઈ ગયો.

૩૦

વિશ્વશાંતિ માટે કૂટનીતિ

પરિત્રાણાય સાધૂનાં વિનાશાય ચ દુષ્કૃતામ ।
ધર્મસંસ્થાપનાર્થાય સમ્ભવામિ યુગે યુગે ॥

- ગીતા

સંત લોકોનો ઉદ્ધાર કરવા અને પાપીઓનો નાશ કરવા માટે, હું દરેક યુગમાં જન્મ લઉં છું.

પ્રત્યેક વ્યક્તિનું જીવન સન્માનનીય છે અને એની સુરક્ષા મહત્ત્વપૂર્ણ છે. પ્રત્યેક વ્યક્તિની પ્રતિષ્ઠાનો આદર થવો જોઈએ. દરેક સંસ્કૃતિ પોતાની જગ્યાએ મહત્ત્વપૂર્ણ છે. ક્યારેક-ક્યારેક કેન્દ્રની દિશામાં કામ કરવાવાળા બળ અત્યંત જોશીલા અંદાજમાં કામ કરે છે, તો ક્યારેક કેન્દ્રથી બહારની તરફ નિકળવાવાળા બળ વિપરીત પ્રવૃત્તિઓને ઘણી ઝડપથી ઓળંગે છે.

વિશ્વ વિવિધતાઓથી ભરેલું પડ્યું છે. અહીંયા કોઈ એક મત કે કોઈ એક પ્રકારનો વિશ્વાસ બધા મહાદ્વીપો પર અસરકારક નથી થઈ શકતો. કેટલાય તાનાશાહ થયા, જેમની ઇચ્છા હતી કે તેઓ સંપૂર્ણ વિશ્વની સત્તા પર સવાર થઈ જાય, પરંતુ એમનું સપનું વિખેરાઈ ગયું. એવા કેટલાય પ્રયોગ અસફળ રહ્યાં છે. સિકંદર વિશ્વ-વિજય પ્રાપ્ત કરવા માટે ભારત આવ્યો હતો, પરંતુ એને ભંયકર નુકસાન થયું. નેપોલિયનનો અંતિમ સમય અંગ્રેજોની બનાવેલી જેલમાં પસાર થયો, આ જેલ સેન્ટ હેલેના નામના નિર્જન દ્વીપ સ્થિત હતી. જારને ક્રાંતિકારી તાકાતોએ પરાસ્ત કરી દીધા. હિટલરને આત્મહત્યા કરવી પડી. સદ્દામ હુસૈનને અમેરિકાના હાથે ફાંસી મળી. ઓસામા બિન લાદેનને અમેરિકી સૈનિકોએ મારી નાંખ્યો. રાવણને ભગવાન રામે મારી નાંખ્યો. કર્તવીર્યને પરશુરામે મારી નાંખ્યો. કંસ અને હજારો રાક્ષસોનો નાશ કૃષ્ણના હાથોથી થયો. પ્રત્યેક તાનાશાહનો અંત

એક જ છે. તેઓ વ્યર્થના વિષયોમાં પોતાની જિન્દગી બરબાદ કરી નાખે છે.

ક્યારેક-ક્યારેક ક્ષેત્રીય મહત્ત્વાકાંક્ષાઓ એટલી ઊંચી હોય છે કે તેઓ કેન્દ્રીય સત્તા માટે જોખમ બની જાય છે. ક્યારેક-ક્યારેક કેન્દ્રીય સત્તા એટલી નિરંકુશ થઈ જાય છે કે તે સ્થાનીય સ્તર પર લોકોની ભાવનાઓ એ એમની માંગોને અણજોઈ કરવા લાગે છે. ક્યારેક-ક્યારેક ભૂ-મંડલીકરણના ચક્કરમાં સ્થાનીય સંસ્કૃતિઓ નષ્ટ થઈ જાય છે. ઔદ્યોગિકીકરણના નામ પર ગરીબ ખેડૂતોની જમીન અને સંપત્તિ પર કબ્જો કરી લેવામાં આવે છે. એમને એના બદલામાં સારી રકમ આપવામાં આવતી ન હતી. આ પ્રકારે સંઘર્ષની શરૂઆત થાય છે. ક્યારેક-ક્યારેક તથાકથિત વિકાસના નામ પર આખે-આખા જંગલ કાપી નાંખવામાં આવે છે અને સ્થાનીય આદિવાસી જનતાને નિરાધાર કરી દેવામાં આવે છે. તેઓ પોતાના નુકસાનનો બદલો લેવા માટે સશસ્ત્ર સંઘર્ષ શરૂ કરી દે છે.

ક્યારેક પૂંજીવાદ સંપૂર્ણ વિશ્વને નિયંત્રિત કરવા માટે પોતાની બાંહો ફેલાવે છે. આ તાકાતોથી નિપટવા માટે સામ્યવાદની ઉત્પત્તિ થાય છે. એકતંત્રનો પ્રતિરોધ કરવા માટે લોકતંત્ર આવે છે. લોકતંત્ર માટે ભ્રષ્ટ તાકાતો, મન-માફક જોડ-ઘટાવ કરે છે. સામાન્ય માણસની આર્થિક જરૂરિયાતોની રક્ષા માટે કાયદા બનાવવામાં આવે છે. બીજાઓના ક્ષેત્રમાં વ્યવસાય કરવા માટે અને બીજાઓના અર્થતંત્ર પર પકડ બનાવવા માટે આવા રક્ષક કાયદા તોડવામાં આવે છે. એના પછી બહુરાષ્ટ્રીય સંસ્કૃતિઓ જન્મ લે છે. આ પ્રકારે વિશ્વ એક અખંડ સર્વોચ્ચ અર્થતંત્ર બને છે. એમાં કોઈ પણ પ્રકારની પછડાટ ગ્લોબલ મંદી બનીને ઉભરે છે, પરંતુ અલગ-અલગ અર્થ-વ્યવસ્થાઓને મળવાથી કેટલાય સકારાત્મક પ્રભાવ હોય છે. લોકો દ્વારા કેટલીય વસ્તુઓ અપનાવવામાં આવે છે. કેટલીય અલગ-અલગ સંસ્કૃતિઓ હાથ થામીને એક સાથે ચાલે છે.

કૃષ્ણને આ બધા વિષયોની જાણકારી હતી. તેઓ માનવ-જીવનની વિવિધતાઓનું સન્માન કરતાં હતા. એમનું પોતાનું જીવન પણ વિવિધતાઓથી ભરેલું પડ્યું હતું. એમનું બાળપણ વ્રજના એક સામાન્ય પરિવારમાં પસાર થયું. વ્રજના લોકોનું જીવન સાદગીથી પરિપૂર્ણ હતું. વ્રજવાસીઓનું અર્થતંત્ર જંગલના ઉત્પાદન અને ગાયો પર નિર્ભર કરતું હતું. તેઓ અત્યંત સરળ વ્યક્તિ હતા. એમને શહેરી સુરુચિ સંપન્નતાની કોઈ જાણકારી ન હતી. તેઓ સુખી જીવનનો આનંદ ઉઠાવતા હતા. એમના માટે એક માત્ર જોખમ મથુરાના દુર્જન રાજા કંસ હતો. કૃષ્ણએ કંસ સહિત બધા નાના-મોટા જોખમોને વ્રજવાસીઓની જિન્દગીથી નિર્મૂળ સમાપ્ત કરી દીધા. જ્યારે તેઓ મથુરા પહોંચ્યા, તો એમણે ત્યાંના લોકોને

પણ ભરપુર ખુશી આપી, પરંતુ રાક્ષસોનું આક્રમણ મથુરા પર પણ જારી રહ્યું. કૃષ્ણ એનો સામનો કરવામાં એટલા વ્યસ્ત રહ્યાં કે તેઓ ક્યારેય નજીકના વિસ્તારમાં સ્થિત વ્રજમાં પાછા ના ફરી શક્યા. જરાસંઘની કૃષ્ણ સાથે અંગત દુશ્મની હતી. મથુરાને એના આક્રમણથી છુટકારો મળી રહ્યો ન હતો. અંતમાં કૃષ્ણએ મિત્રો, સંબંધીઓ અને પરિવારવાળાઓની સાથે મથુરા છોડવાનો નિર્ણય લીધો. કેટલાક લોકો અંગત દુશ્મની મિટાવવા માટે બીજાઓની જિન્દગીઓ સાથે રમે છે. કૃષ્ણ એવા ન હતા, તેઓ અંગત આનંદ અને દુશ્મનીથી ક્યાંય વધારે સમાજમાં શાંતિને મહત્ત્વપૂર્ણ માને છે. એમણે રાજધાની બદલવાનો નિર્ણય લીધો.

કૃષ્ણ ગુજરાતના સમુદ્રી કિનારે સ્થિત દ્વારકા ચાલ્યા ગયા. જલ્દી જ આ એક મહત્ત્વપૂર્ણ શહેર બની ગયું. અહીંયાની અર્થવ્યવસ્થા પણ સુદૃઢ હતી. જરાસંઘ, મગધ(જે આધુનિક કેન્દ્રીય બિહારનું ક્ષેત્ર છે)ના રાજા હતા. એમના માટે અહીંયા પહોંચવું મુશ્કેલ હતું. એના માટે એમણે કેટલાય રાજાઓના સામ્રાજ્યોથી થઈને પસાર થવું પડતું, આથી કૃષ્ણએ ખૂબ જ સમજી-વિચારીને આ રાજધાની બનાવી હતી. આ ઉત્તર અને દક્ષિણ ભારતના વેપારિક માર્ગને જોડતી હતી. આથી, આ પ્રાંત એક શક્તિશાળી તાકાત બનીને ઊભર્યો. દ્વારકાએ પોતાની આર્થિક અને કૂટનીતિક શક્તિને પણ વધારી. કૃષ્ણએ પાડોશી રાજાઓની સાથે સારા સંબંધ સ્થાપિત કર્યા. તેઓ પરસ્પર આક્રમણ કરતાં ન હતા. આ પગલું ભારતીય ઉપમહાદ્વીપની શાંતિના પક્ષમાં ગયું. હકીકતમાં, કૃષ્ણએ પોતાનું ધ્યાન આ જ બિંદુ પર કેન્દ્રિત કર્યું હતું. કૃષ્ણને પોતાના માટે જ યોગ્ય લાગ્યું, એની જ સલાહ એમણે પોતાના મિત્રોને પણ આપી. પાંડવોને ઇન્દ્રપ્રસ્થની બંજર જમીન આપવામાં આવી. કૃષ્ણની મદદથી એમણે એને સમૃદ્ધ રાજધાની બનાવી. આ બંજર જમીનનો સ્વીકાર કરવો જરૂરી હતો કેમ કે કૌરવોએ એમને આ ભાગ આપ્યો હતો. પાંડવ શક્તિશાળી હતા, તેઓ ઇચ્છતા તો સારા વિસ્તાર માટે યુદ્ધ કરી શકતા હતા, પરંતુ યુદ્ધમાં કેટલાય નિર્દોષોના જીવ ચાલ્યા જાય છે. લોકોના જીવ અને સંપત્તિની રક્ષા માટે યુદ્ધને ટાળવાનો પ્રયત્ન કરવો જોઈએ. આથી ભગવાન કૃષ્ણએ પાંડવોને બંજર જમીન પર રાજધાની બનાવવાની સલાહ આપી.

આજકાલ, ઔદ્યોગિક ગતિવિધિઓ માટે ઉર્વર જમીનનો ઉપયોગ કરવામાં આવે છે. જ્યારે આ કાર્ય માટે બંજર જમીનથી પણ કામ ચાલી શકે છે. આવું કરવા પર પરિસ્થિતિનું સંતુલન પણ જળવાઈ રહેશે. કૃષ્ણ અને પાંડવોના સંયુક્ત પ્રયત્નથી ઇન્દ્રપ્રસ્થ એક સુંદર અને સમૃદ્ધ રાજધાની બની ગયું, પરંતુ એક અડચણ બની રહી. એ વિસ્તારમાં કેટલીક અપરાધિક પ્રજાતિઓ રહેતી હતી.

કૃષ્ણએ પાંડવોને એમનાથી મિત્રતાની સલાહ આપી, પરંતુ છતાં પણ તેઓ અપરાધ કરવા પર ઉતારૂ હતા, અંતમાં એમણે એ વિસ્તારને ઉખાડી ફેંકવો પડ્યો. આવાગમનના સાધન ઉન્નત, આરામદાયક અને નિર્વિઘ્ન હોવા જોઈએ. કૃષ્ણએ એમને આ તરફ પ્રેરિત કર્યા અને જલ્દી જ ઈન્દ્રપ્રસ્થ એક ધનવાન રાજ્ય બની ગયું.

પાંડવોમાં શ્રેષ્ઠ યુધિષ્ઠિર ઈન્દ્રપ્રસ્થના રાજા બન્યા. એમણે કૃષ્ણની સલાહ પર રાજકીય યજ્ઞનું આયોજન કર્યું. એમાં બધા ક્ષેત્રના રાજાઓને નિમંત્રણ મળ્યું. બધા રાજા ત્યાં પહોંચ્યા, આ શાંતિ માટે કરવામાં આવેલો પ્રયત્ન હતો. કૃષ્ણના કઠોર પ્રતિદ્વન્દ્વી શિશુપાલ પણ ત્યાં આવ્યા. શિશુપાલે કૃષ્ણનું અપમાન કરવાનું શરૂ કરી દીધું. કૃષ્ણએ શિશુપાલની માતાને વચન આપ્યું હતું કે શિશુપાલની સો ભૂલો માફ કરી દેશે, પરંતુ જો તે આ સીમાને પાર કરી જાય છે, તો એને જોખમ થઈ શકે છે, ત્યારે એને સજા મળશે. શિશુપાલ આ સીમા પાર કરી ગયો. ફળ સ્વરૂપે કૃષ્ણના સુદર્શન ચક્રથી એનું ગળું કપાઈને જમીન પર પડ્યું. ભગવાન કૃષ્ણને વિષ્ણુનો અવતાર કહેવામાં આવ્યો છે. આ પ્રકારના એક દુર્જન વ્યક્તિનો અંત થયો. ત્યાં બીજો એક દુર્જન રાજા જરાસંધ પણ હાજર હતો. એણે કેટલાય રાજાઓને પરેશાન કરી રાખ્યા હતા અને સંપૂર્ણ મહાદ્વીપ માટે જોખમ બનેલું હતું. એનો અધ્યાય સમાપ્ત કરવાની આ એક સારી તક હતી. ભીમે એની સાથે દ્વૈત રમ્યો. કૃષ્ણના નિર્દેશો પર કામ કરીને ભીમે એને મારી નાંખ્યો. વિશ્વ-શાંતિના રસ્તામાં અડચણ પેદા કરવાવાળાઓને સમાપ્ત કરવા માટે કૃષ્ણની પાસે સંયમ અને કૂટનીતિક ક્ષમતા હતી.

તેઓ શાંતિના રસ્તામાં વ્યક્તિની અંગત કલ્પના અને મહત્ત્વાકાંક્ષાઓને મહત્ત્વ આપતા ન હતા. હસ્તિનાપુરના દરબારમાં જ્યારે દ્રૌપદી અપમાનિત અનુભવ કરી રહી હતી, તો એમણે સોગંદ લીધી કે તેઓ દુઃશાસનના લોહીથી પોતાના વાળોને ધોશે. ભીમે દુઃશાસનની છાતી પર બેસીને એનું લોહી પીવા અને દુર્યોધનની જાંઘ તોડવાની પ્રતિજ્ઞા લીધી હતી. આ બંને જ યુદ્ધના પક્ષમાં હતા. તેઓ સમાધાન માટે તૈયાર ન હતા, પરંતુ કૃષ્ણએ એમને કૂટનીતિક મિશન પર મોકલવા માટે તૈયાર કર્યા, જેથી કૌરવો અને પાંડવોની વચ્ચે શાંતિ જળવાઈ શકે. વ્યક્તિ વિશેષની પ્રતિષ્ઠા માટે રાષ્ટ્રોની વચ્ચે યુદ્ધ ના થવું જોઈએ. જો કે વ્યક્તિનું સન્માન વિશ્વ-શાંતિ માટે જરૂરી છે. તેઓ ખુદ શાંતિ મિશન પર ગયા, પરંતુ એમનું મિશન અસફળ રહ્યું. યુદ્ધને ટાળવાના પ્રત્યેક શક્ય પ્રયાસ કરવામાં કોઈ ખરાબી નથી. જ્યારે યુદ્ધ થયું તો તેઓ સત્યના પક્ષમાં ઊભા હતા. જ્યાં સત્ય છે, ત્યાં ઈશ્વર છે, ત્યાં ભગવાન કૃષ્ણ છે.

૩૧

માનવ સમાજને કૃષ્ણનું યોગદાન

ઈહૈવ તૈર્જિતઃ સર્ગો યેષાં સામ્યે સ્થિતં મનઃ ।
નિર્દોષં હિ સમં બ્રહ્મ તસ્માદ્ બ્રહ્મણિ તે સ્થિતાઃ ॥

- ગીતા

જે લોકોએ માનસિક સંપૂર્ણતા તેમજ એકરૂપતાને મેળવી લીધી છે અને જેઓ જીવન તેમજ મૃત્યુના બંધનથી મુક્ત થઈ ગયા છે, કોઈ પરમ આત્માની સમાન શુદ્ધ છે, તેઓ એમાં વસે છે.

ભગવાન કૃષ્ણ માનવ-જાતિને શાશ્વત મિત્ર છે. તેઓ આપણને રથ પર પોતાના પ્રિય મિત્ર અને શિષ્ય અર્જુનની સાતે બેસવા માટે આમંત્રિત કરતા હતા. આપણે એમની વાંસળીની મધુર ધ્વનિ સાંભળીએ છીએ અને ડ્રમ, શંખ તેમજ યુદ્ધ-નિનાદના ઝંઝાવાત પણ સાંભળે છે. સંપૂર્ણ વિશ્વ યુદ્ધ-ક્રંદનથી ગૂંજી રહ્યું છે. અહીંયા મોટાભાગના લોકો વ્યર્થની વસ્તુઓ માટે લડી રહ્યાં છે, પરંતુ કેટલાકનું લડવાનું કારણ યોગ્ય છે. ભગવાન કૃષ્ણ સંપૂર્ણ માનવ-જાતિ માટે લડ્યાં. એમણે સંપૂર્ણ માનવ-જાતિના કલ્યાનો સંદેશ આપ્યો. એમનો સંદેશ કોઈ વિશેષ ધર્મ કે સંપ્રદાય સુધી સીમિત ન હતો. આ એ બધાથી ઉપરની વસ્તુ છે. એમનો સંદેશ સાર્વદેશિક અને સાર્વકાલિક છે. આપણે કલ્પના કરીએ છીએ કે આપણે એમના સંદેશના મીઠા પડછાયા હેઠળ આ દુનિયામાં ભ્રમણ કરીએ છીએ. આ પ્રકારની અનુભૂતિથી આપણે એક બિલ્કુલ અલગ દુનિયામાં પહોંચીએ છીએ- આ દુનિયા ભયમુક્ત અને પ્રેરણાદાયી છે. અહીંયા પોતાના અને બ્રહ્માંડની વચ્ચે સંબંધના ઊંડા જ્ઞાનના માધ્યમથી શાંતિ પ્રદાન કરવામાં આવે છે.

ભગવાન કૃષ્ણના જીવન અને સંદેશ પર બે સારી પુસ્તકો છે. એમાંથી એક ગીતા છે. ભક્તિની દૃષ્ટિથી આ પુસ્તક અદ્ભુત છે. ગીતામાં આપણને પવિત્ર

સંદેશ મળે છે. આ પુસ્તકમાં ભગવાન જીવનના કર્તવ્યોની સાથે-સાથે આધ્યાત્મિક કર્તવ્યોની પણ ચર્ચા કરે છે. એમાં કહેવામાં આવ્યું છે કે પાપ ફક્ત એ નથી, જે તમારા કૃત્યોમાં નજરે આવે છે, આ તમારા ઉદ્દેશ્યમાં છુપાયેલું હોઈ શકે છે. કેટલાક લોકો ફળ-પ્રાપ્તિના ઉદ્દેશ્યથી કામ કરે છે, પરંતુ કેટલાંક લોકો છે, જે ફળની ચિંતા નથી કરતા. જ્યારે ફળની ચિંતા વગર કોઈ કામ કરવામાં આવે છે, તો એનાથી આત્મા અશુદ્ધ નથી થતી. ભગવાન કૃષ્ણના અનુસાર અનુભવ પ્રાપ્તિ, જીવનની સાથે તાલમેળ બેસાડીને ચાલવું, માનસિક સંતુલન અને શાંતિ જાળવી રાખીને પરમાત્મામાં અતૂટ વિશ્વાસ રાખવો જ સાચ્ચો યોગ છે.

તેઓ એક મહાન સંદેશ આપે છે અને વિશ્વાસોની વિવિધતાનો આદર કરે છે. તેઓ પરમાત્મામાં વિલીન થવાની વાતો કરે છે. તેઓ પરમાત્માની સાથે એકાકાર થવાની ચર્ચા પણ કરે છે. પરમાત્માની સાથે એકાકાર થયા પછી તમે સાર્વભૌમિક ભાઈચારાની અનુભૂતિ કરો છો, એના કેટલાય રસ્તા છે. આમાં કશું એવું પણ નથી કે જેના માટે કહી શકાય કે આ નિશ્ચિત રૂપથી પરમાત્માથી એકાકાર કરી દેશે. ગીતા જ્ઞાનના મહત્ત્વ પર પ્રકાશ નાખે છે. ગીતા દાન, ત્યાગ અને પૂજા પર ભાર આપે છે. આ જીવનની ખરાબ તાકાતોથી બચાવવાનો સંદેશ આપે છે. હકીકતમાં, આ પુસ્તક ધર્મ અને પવિત્રતાથી પણ વધારે ઊંચે સુધી જાય છે. આ સારી અને સુખદ જિન્દગી જીવવાની રીત બતાવે છે, ભલે તમારી ધાર્મિક પ્રતિબદ્ધતા જે પણ હોય. ભગવાન કૃષ્ણ જીવનની પવિત્રતાની વકીલાત કરે છે. તેઓ કહે છે કે વ્યક્તિ, જેને સાચ્ચું જ્ઞાન પ્રાપ્ત થઈ ગયું છે, તેઓ જીવનનો પૂર્ણ રૂપથી આદર કરે છે. ગીતામાં તેઓ કહે છે કે સાચ્ચો જ્ઞાની નાના પ્રાણીઓને પણ બરાબર મહત્તા આપે છે. તે પરમાત્મા અને કીડીમાં ભેદ નથી કરતો કેમ કે એ બંનેમાં જ જીવન છે.

એમણે પોતાના જીવનના કેટલાય વર્ષ માનવ-કલ્યાણમાં લગાવી દીધા. કંસને માર્યા પછી કૃષ્ણ અને બલરામનને ગર્ગ મુનિએ ગાયત્રી મંત્રના પાઠ વંચાવ્યા. એના પછી એ બંનેને સાંદીપની મુનિના ગુરુકુળમાં મોકલવામાં આવ્યા. ત્યાં એ બંનેએ ૬૪ દિવસ સુધી સતત અહર્નિશ પરિશ્રમ કરીને ૬૪ વૈદિક અને વૈજ્ઞાનિક કળાઓમાં નિપૂણતા પ્રાપ્ત કરી. એમને રક્ષા-વિજ્ઞાન, રાજનીતિ અને આધ્યાત્મનું વિશેષ જ્ઞાન આપવામાં આવ્યું. પુસ્તકની શરૂઆતમાં જ કૃષ્ણની ૬૪ કળાઓનું વર્ણન કરવામાં આવી ચુક્યું છે. ગુરુ દક્ષિણાની રીતે એ લોકોએ ગુરુના પુત્રને મોતના મુખથી કાઢ્યો. જો કે કૃષ્ણને કોઈ દ્વારા આપવામાં આવવાવાળા આદેશના

પાલનની જરૂર ન હતી. છતાં પણ સામાજિક માન્યતાઓમાં પોતાની આસ્થા વ્યક્ત કરવા માટે તેઓ ગુરુ સાંદીપનીના ગુરુકુળમાં ગયા. આ પ્રકારે કૃષ્ણ અને એમના ભાઈએ સારું ઉદાહરણ રજુ કર્યું. ભૌતિક અને આધ્યાત્મિક જીવનમાં આગળ વધવા માટે વ્યક્તિએ એક આધ્યાત્મિક ગુરુથી નિર્દેશ લેવો પડે છે અને એમની સેવા કરવી પડે છે. જીવનમાં આપણને પથ-પ્રદર્શકની જરૂર હોય છે. એક સારા પથ-પ્રદર્શક અને ગુરુ વગર, આ વડીલોના આશીર્વાદ વગર આપણને જીવનમાં સફળતા નથી મળતી.

ઔપચારિક શિક્ષા પ્રાપ્ત કર્યા પછી ભગવાન કૃષ્ણ આગલા અઢાર વર્ષો સુધી મથુરામાં રહ્યાં. ત્યાં રહેવાની કોઈ જરૂર ન હતી, વ્રજમાં રાધા એમની રાહ જોઈ રહી હતી. એવા કેટલાય લોકો હતા, જેઓ કૃષ્ણની વિરહ વેદનામાં સળગી રહ્યાં હતા, પરંતુ મથુરા પર કેટલાય દૈત્યોનું જોખમ મંડરાઈ રહ્યું હતું. કંસના મૃત્યુ પછી બીજા દૈત્ય એમની મૃત્યુનો બદલો લેવા માટે તૈયાર ઊભા હતા. આજે પણ, જ્યારે કોઈ આતંકવાદી માર્યો જાય છે, તો એનાથી આતંકવાદનો અંત નથી થતો. આંતરરાષ્ટ્રીય શાંતિ અને સમૃદ્ધિને બરબાદ કરવા માટે ફરી બીજા આતંકવાદી ઊભા થઈ જાય છે, આ જ કારણ હતું કે કૃષ્ણ મથુરામાં રોકાઈ રહ્યાં. તેઓ બીજા દુર્જન રાજાઓથી થવાવાળા જોખમોને રોકવા ઈચ્છતા હતા. કૃષ્ણ અને બલરામની પાસે પોતાના માટે સમય ન હતો, પરંતુ એમને પોતાની પારિવારિક જવાબદારીઓ નિભાવવાની હતી. પછીથી બલરામે રેવતી નામની એક રાજકુમારી સાથે લગ્ન કર્યા અને કૃષ્ણની કેટલીય રાણીઓ હતી. એમાં સર્વશ્રેષ્ઠ તેમજ અત્યંત રૂપમતી રુક્મણી હતી. ભારતના પશ્ચિમી તટ પર સ્થિત દ્વારકામાં કૃષ્ણ અને બલરામે પોત-પોતાના મહેલની સ્થાપના કરાવી, ત્યાં તેઓ વર્ષો રહ્યાં. જો કે કૃષ્ણ અને બલરામ બંને જ વિવાહિત હતા, પરંતુ એમણે ભૌતિકતા પ્રત્યે ક્યારેય કોઈ મોહ-માયા ના રાખી.

ભગવાન કૃષ્ણ જ્યારે નેવું વર્ષના હતા, ત્યારે કુરુક્ષેત્રનું મહાયુદ્ધ થયું. એમાં બધા પ્રમુખ યોદ્ધા સામેલ હતા. ભગવાન કૃષ્ણ પવિત્રાત્મા પાંડવો તરફથી સારથીની ભૂમિકામાં હતા, પરંતુ બલરામે લડાઈથી ના પાડી દીધી. તેઓ ભારત વર્ષના બધા રાજાઓને પોતાનો આશીર્વાદ આપીને તીર્થયાત્રા પર નિકળી પડ્યાં. આ યુદ્ધની શરૂઆતમાં કૃષ્ણએ પોતાનું અદ્ભુત સાર્વભૌમિક રૂપ બતાવ્યું, સાથે જ એમણે પોતાનો પ્રસિદ્ધ સંદેશ પણ આપ્યો. આને ભગવદ્ગીતાના નામથી ઓળખવામાં આવે છે, સાચા અર્થોમાં આ ઈશ્વરનું સંગીત છે. આ ગીતમાં

ભગવાન કૃષ્ણ દ્વારા કહેવામાં આવેલું દરેક જ્ઞાન અંકિત છે. યુદ્ધના અંતમાં દુર્જન રાજાઓનો અંત થઈ ગયો અને ધાર્મિક તેમજ નૈતિક પાંડવોનું રાજ સ્થાપિત થયું. એના પછી કૃષ્ણ અને બલરામ પાંત્રીસ વર્ષો સુધી દ્વારકામાં રહ્યાં તેમજ પાર્થિવ ગતિવિધિઓથી મુક્તિ લીધી.

ભગવાન શિવે સંસારની રક્ષા કરવા માટે સમુદ્ર-મંથનમાં પ્રાપ્ત સંપૂર્ણ ઝેર પી લીધું. આ પ્રકારે કૃષ્ણને પણ કેટલાય આરોપ સહન કરવા પડ્યાં. દુર્યોધનની માતા ગાંધારીને વિશ્વાસ હતો કે કૃષ્ણ યુદ્ધ રોકી શકે છે, પરંતુ કૃષ્ણએ એવું ના કર્યું. દુઃખી ગાંધારીએ એમને શ્રાપ આપ્યો કે એમનો પરિવાર પણ નષ્ટ થઈ જશે, શાપિત કરતાં સમયે ગાંધારી પર એમનું માતૃત્વ રૂપ હાવી હતું. તે પાંડવો પ્રત્યે થયેલા અન્યાયને ભૂલી ગઈ, તે દ્રૌપદીની બેઈજ્જતી ભૂલી ગી. તે બધું જ ભૂલીને શ્રાપ આપી રહી હતી, પરંતુ કૃષ્ણએ સમર્પણ ના કર્યું. તેઓ બ્રહ્માંડની શાંતિ અને સમૃદ્ધિ માટે દરેક પ્રકારના ત્યાગ કરવા તત્પર હતા. ઈસુને પોતાની જિન્દગી આપવી પડી. સુકરાતને ઝેર પીવું પડ્યું. નેલ્સન મંડેલાને પોતાના જીવનના ત્રણ દશક કારાવાસમાં પસાર કરવા પડ્યાં. કૃષ્ણને વિશ્વ-શાંતિ અને સામંજસ્ય માટે સતત કામ કરવું પડ્યું. એમણે સંદેશ આપ્યો કેજો કોઈ પરિસ્થિતિમાં તમારે યુદ્ધ કરવું પડે, તો મૂળરૂપને ના છોડો. એમના ગીતા સંદેશનું એકમાત્ર કારણ અર્જુનને પ્રેરિત કરીને કર્મ-પથ પર અગ્રેસર કરવાનો જ ન હતો, બલ્કે તેઓ આપણને બતાવવા ઈચ્છતા હતા - ''આપણે બધા મનુષ્ય છીએ. આપણી અંદર એક અમર્ત્ય આત્મા છે. શરીરનો અંત, આત્માનો અંત નથી. આ જીવનથી પરે પણ જીવનચક્ર છે. તેથી કોઈ પણ સ્થિતિમાં મનુષ્યએ પોતાનું ધાર્મિક કર્તવ્ય કરવું જોઈએ અને માનવ-સભ્યતામાં સકારાત્મક, શાશ્વત અને મૂલ્યવાન પરંપરાઓનું યોગદાન કરવું જોઈએ.''

૩૨

સંક્ષેપમાં ભગવાન કૃષ્ણના સંદેશ

યત્ર યોગેશ્વરઃ કૃષ્ણો યત્ર પાર્થો ધનુર્ધરઃ ।
તત્ર શ્રીર્વિજયો ભૂતિર્ધ્રુવા નીતિર્મતિર્મમ ॥

- ગીતા

જ્યાં સમસ્ત ક્રિયાઓ (યોગ)ના સ્વામી યોગેશ્વર શ્રી કૃષ્ણનો અનુગ્રહ હોય અને ધનુષધારી અર્જુન સમાન કર્મવાન પુરુષ હોય, તો સફળતા પ્રાપ્ત કરવામાં કોઈ સંશય નથી હોતો.

- જીવનમાં ભ્રમનું કોઈ સ્થાન નથી.
- ભ્રમિત વ્યક્તિ સુખી જીવન વ્યતીત નથી કરી શકતો.
- ભ્રમિત વ્યક્તિ સફળતા પ્રાપ્ત નથી કરી શકતો.
- પોતાની ઉપર વિશ્વાસ કરો.
- ભગવાનની ઉપર વિશ્વાસ કરો.
- ઈશ્વર, પોતાના કર્તવ્યને સમર્પિત ભાવથી પૂરા કરવાવાળાઓની મદદ કરે છે.
- પરિશ્રમનો કોઈ વિકલ્પ નથી.
- જ્ઞાન, કર્મ અને ભક્તિની વચ્ચે સંતુલન હોવું જોઈએ.
- પ્રત્યેક વ્યક્તિની પાસે અવિનાશી આત્મા હોય છે.
- સત્યની રક્ષા માટે લડવામાં અચકાટ ના હોવો જોઈએ.
- મૃત્યુ જીવનનો અંત નથી.
- સુખ અને દુઃખ જીવનન બે અભિન્ન અંગ છે.
- જીવનના દ્વૈતમાં માનસિક સંતુલન ના ગુમાવવું જોઈએ.

- પરિણામની ચિંતા કર્યા વગર પોતાના કર્તવ્યોનું પાલન કરો.
- પરિણામ ભલે જે હોય, તમે પોતાના કામ પર ધ્યાન કેન્દ્રિત કરો.
- ખુદને સમજવાનો પ્રયત્ન કરો.
- માનવ-જીવનનો ઉદ્દેશ્ય ઊંચો છે.
- ઈશ્વરે તમને આ જીવન આપ્યું છે, એને વ્યર્થ ના ગુમાવો.
- સત્યમય જીવન જીવો.
- જેનામાં પૂર્ણ ભક્તિ છે, ઈશ્વર એનું ધ્યાન રાખે છે.
- સમર્પણ અને ધૈર્યથી કામ કરો, તમે વિજયી થશો.
- જો તમે ધાર્મિક જીવન જીવશો, તો તમને શાશ્વત સુખ પ્રાપ્ત થશે.
- જનમાનસના કલ્યાણ પ્રત્યે વ્યક્તિગત સપનાઓ અને ઉપેક્ષાઓનો ત્યાગ કરવો પડે છે.
- સ્વસ્થ શરીર અને શાંત મગજ માટે શુદ્ધ ભોજન લો.
- કોઈ મિશન પર જતાં પહેલાં એની પૂરી જાણકારી પ્રાપ્ત કરી લો.
- સ્પષ્ટ અવધારણ માટે સમજદારી જરૂરી છે.
- જ્ઞાન, અનુભવ અને ભક્તિથી સમજદારી મળે છે.
- સ્પષ્ટ અવધારણા પછી સમર્પણ પ્રાપ્ત થાય છે.
- જીવનનો એની પૂર્ણતામાં આદર કરો. આ કિંમતી છે.
- બીજાઓની જિન્દગી પણ એટલી જ મહત્ત્વપૂર્ણ છે.
- ઈશ્વરના આશીર્વાદ અને પોતાના અથાગ પરિશ્રમથી જે કામ કરવામાં આવે છે, એનું ફળ અવશ્ય મળે છે.